இந்தியாவை உலுக்கிய ஊழல்கள்

சவுக்கு சங்கர்

சொந்த ஊர், தஞ்சை மாவட்டம், திருக்காட்டுப்பள்ளியில் உள்ள விஷ்ணம்பேட்டை என்ற கிராமம். லஞ்ச ஒழிப்புத் துறையில் அரசு ஊழியராக இருந்த சங்கரின் தந்தை திடீரென்று இறந்துபோனதால், பள்ளிப்படிப்பு முடித்த கையோடு 16வது வயதில் அரசுப் பணியில் சேர்ந்தார்.

இடதுசாரி இயக்கங்களால் ஈர்க்கப்பட்டவர், தீவிர வாசிப்பாளர். லஞ்ச ஒழிப்புத் துறையில் நடைபெற்ற ஊழல்களை வெளிக் கொண்டுவர அவர் எடுத்த முயற்சிகள், தொலைபேசி ஒட்டுக் கேட்பு வழக்கில் அவரைச் சிக்க வைத்தன. அரசுப் பணியில் சேர்ந்த 17வது ஆண்டில் கைது செய்யப்பட்டார். பணி இடைநீக்கம், காவல்துறை சித்திரவதை, வழக்கு ஆகியவற்றை அடுத்தடுத்து எதிர்கொள்ள வேண்டியிருந்தது. இருந்தும் மனம் தளராமல், 'சவுக்கு' என்ற இணையத்தளத்தைத் தொடங்கி காவல்துறை, அரசு உயர் அதிகாரிகள், அமைச்சர்கள் என்று அனைத்து மட்டங்களிலும் நடக்கும் ஊழலைத் தொடர்ந்து அம்பலப்படுத்தினார்.

இந்தியாவையே உலுக்கிய 2ஜி ஊழலில் ஆதாரங்களை மறைக்க ஒரு காவல்துறை உயர் அதிகாரி மற்றும் அரசியல் தலைவர்களோடு நடந்த உரையாடல்களை வெளியிட்டு பெரும் அதிர்வலைகளை ஏற்படுத்தியவர்.

இந்தியாவை உலுக்கிய

ஊழல்கள்

சவுக்கு சங்கர்

கிழக்கு

இந்தியாவை உலுக்கிய ஊழல்கள்!
Indiavai Ulukkiya Oozhalgal!
Savukku Shankar ©

Kizhakku First Edition: December 2018
168 Pages
Printed in India.

ISBN 978-93-86737-67-0
Kizhakku 1125

Kizhakku Pathippagam
177/103, First Floor, Ambal's Building, Lloyds Road,
Royapettah, Chennai - 600 014. Ph: +91-44-4200-9603
Email : support@nhm.in | Website : www.nhm.in

kizhakkupathippagam | kizhakku_nhm

Author's Email: jayajayakanthan@gmail.com
Website: www.savukkuonline.com
Author Photo: Nikki Jackson

Kizhakku Pathippagam is an imprint of New Horizon Media Private Limited

The views and opinions expressed in this book are the author's own and the facts are as reported by the author, and the publishers are not in any way liable for the same.

All rights reserved. No part of this publication may be reproduced, stored in a retrieval system, or transmitted, in any form or by any means, electronic, mechanical, photocopying, recording or otherwise, without the prior permission of the publishers.

உண்மைக்காகவும், நேர்மைக்காகவும் துணிச்சலோடு
போராடவேண்டும் என்று எனக்கு கற்றுக் கொடுத்த
சு.அருணாச்சலம், ஐபிஎஸ், கூடுதல் டிஜிபிக்கு

பொருளடக்கம்

	முன்னுரை	...	09
	முதல் பதிப்புக்கான முன்னுரை	...	11
1.	இருபத்தோராம் நூற்றாண்டின் இமாலய ஊழல்!	...	13
2.	முந்த்ரா மெகா ஊழல்: போலி பங்குப் பத்திரங்கள்!	...	18
3.	நகர்வாலா ஊழல்: இந்திரா காந்தி கேட்ட 60 லட்சம்?	...	27
4.	போபர்ஸ் ஊழல்: ராஜிவ் குடும்பத்தின் தீராத தலைவலி	...	36
5.	செயின்ட் கிட்ஸ் ஊழல்: ஒரு மோசடி குற்றச்சாட்டு	...	59
6.	மாட்டுத் தீவன ஊழல்: மொத்தம் 63 வழக்குகள்	...	69
7.	ஊழல் 1; ஊழல் 2; ஊழல் 3: பிரதமரின் மொத்தக் குத்தகை	...	78

8. சர்க்காரியா கமிஷன்:
   அந்த பழுப்பு நிறக் கவர்! ... 87

9. சர்க்காரியா கமிஷன் :
   பூச்சி மருந்து ஊழல் ... 92

10. சர்க்காரியா கமிஷன்:
    கறுப்புப் பட்டியல் ஊழல் ... 97

11. சர்க்காரியா கமிஷன்:
    மதுபான ஆலை ஊழல் ... 102

12. சர்க்காரியா கமிஷன்: வீராணம் ஊழல் ... 105

13. நிலக்கரிச் சுரங்க ஊழல்:
    மலைக்க வைத்த மதுகோடா! ... 113

14. ஸ்பெக்ட்ரம் மெகா ஊழல்:
    1760000000000 ரூபாய் ... 118

15. வியாபம் ஊழல்: வசூல் ராஜா எம்பிபிஎஸ்
    ஸ்டைலில் மாபெரும் ஊழல்! ... 157

16. ஜெயலலிதா சொத்துக் குவிப்பு ஊழல்:
    18 ஆண்டுகள் அலைகழிக்கப்பட்ட வழக்கு! ... 162

முன்னுரை

2014ம் ஆண்டில் இந்தப் புத்தகம் வெளியானபோது, மத்தியில் ஆட்சி மாற்றம் ஏற்பட இருந்தது. காங்கிரஸ் மற்றும் கூட்டணி கட்சியின் ஊழல்கள் ஊடகங்களில் வெளியாகி பரபரப்போடு சேர்த்து, மக்களிடையே கடும் கோபத்தை ஏற்படுத்தி இருந்தது. அதன் விளைவாகவே, காங்கிரஸ் கட்சி இதுநாள்வரை வரலாற்றில் இல்லாத வகையில் கடும் தோல்வியை அடைந்தது.

அதன் பிறகு, ஏற்பட்ட ஆட்சியிலாவது ஊழல் ஒழியுமா என்று பார்த்தால், அதைவிட பல மடங்கு ஊழல் தொடர்ந்து நடந்து கொண்டிருக்கிறது. சரி, கடந்த ஆட்சி காலத்தில் நடைபெற்ற ஊழல்களுக்கான தண்டனையை பெற்று தந்துள்ளார்களா என்று பார்த்தால், எந்த வழக்கிலும் பிஜேபியால் சம்பந்தப்பட்டவர்களுக்கு தண்டனை பெற்றுத் தர முடியவில்லை.

பிஜேபி ஆட்சிக்கு வந்தது முதல், பொய்களையும் புரட்டுகளையும் மட்டுமே பேசி வருகிறார்கள். அளித்த வாக்குறுதிகளில் ஒன்றைக்கூட நிறைவேற்றவில்லை. ரூபாய் நோட்டுக்களின் வண்ணங்களை மாற்றியதைத் தவிர, இந்த அரசு எவ்விதமான உருப்படியான செயல்களையும் செய்யவில்லை.

ஊழலை ஒழிப்போம், கருப்புப் பணத்தை ஒழிக்கிறோம் என்ற பெயரில் இவர்கள் அறிமுகப்படுத்திய பணமதிப்பிழப்பு விவகாரம், பிஜேபி மற்றும் தேர்ந்தெடுக்கப்பட்ட பன்னாட்டு நிறுவனங்கள் பணம் சம்பாதிப்பதில்தான் முடிந்தது. நாம் உழைத்துச் சம்பாதித்த 2 ஆயிரம் பணத்தை வங்கியில் இருந்து எடுக்க, தெருத் தெருவாக ஏடிஎம்களை தேடி அலைந்துகொண்டிருந்தபோது, சேகர் ரெட்டி போன்றோர், புதிய ரூபாய் தாளாக 33 கோடிகளை வைத்துக்கொண்டு சுற்றிக் கொண்டிருந்தனர்.

பொதுத் துறை வங்கிகளில் ஆயிரக்கணக்கான கோடி கடன்களை பெற்று விட்டு, ஒவ்வொருவராக, கவலையேயின்றி, வெளி நாடுகளுக்கு தப்பிச் சென்றுகொண்டிருக்கிறார்கள்.

2014ல் எழுந்த ஊழல் எதிர்ப்பு அலையில் ஆட்சியை பிடித்த பிஜேபி, இதுவரை லோக்பால் அமைப்பை உருவாக்கவில்லை.

நாட்டின் உயரிய புலனாய்வு அமைப்பான சிபிஐயை கூறு போட்டுக் கொண்டிருக்கிறார் மோடி. சிபிஐ அதிகாரிகளிடையே இருந்த பனிப் போர், உச்சத்தை எட்டி, உச்சநீதிமன்றத்தின் வாசலில் நியாயம் வேண்டி காத்திருக்கிறது. நள்ளிரவு 12 மணிக்கு சிபிஐ இயக்குநரை மாற்ற வேண்டிய அவசியம் என்ன?

கடந்த காங்கிரஸ் ஆட்சி காலத்தைவிட, அதிக அளவில், ஊழல்கள் நடைபெற்றுக் கொண்டுள்ளது தற்போதைய ஆட்சியில். ஆனால் அதைப் பற்றிய செய்திகளை எந்த ஊடகங்களிலும் வெளிவர விடாமல் தடுத்துக் கொண்டிருக்கிறது மோடி அரசு. ஜனரஞ்சக ஊடகங்கள் முழுமையாக அரசின் ஊதுகுழலாக மாறிப் போயுள்ளன. ஆனால், சமூக வலைத்தளங்களும், இணைய ஊடகங்களும், ஜனரஞ்சக ஊடகங்கள் செய்யத் தவறும் விஷயங்களை செய்து கொண்டுள்ளன. ரபேல் உள்ளிட்ட பல்வேறு ஊழல்கள் வெளியே வந்ததும் இவ்வாறுதான்.

பணமதிப்பிழப்பு உள்ளிட்ட பல்வேறு மோசடித் திட்டங்களையும் இணையதளங்கள்தான் அம்பலப்படுத்தின. சற்றாவது ஊழல் குறையும் என்று எதிர்பார்த்தால், முன்பைவிட மேலும் அதிகமாகவும், அகங் காரத்துடனும் ஊழல்கள் நடைபெற்றுக் கொண்டு உள்ளன.

ஊழல்களை அம்பலப்படுத்தி, சட்டத்தின் முன் அந்த குற்றவாளி களுக்கு தண்டனை பெற்றுத்தர முன்பைவிடவும் வலுவான போராட்டங்களை முன்னெடுக்க வேண்டியுள்ளது. இந்த ஊழல்களை வெளிப்படுத்துவதற்கு நாம் மிகவும் விழிப்பாகவும், கவனமாகவும் பணியாற்ற வேண்டியுள்ளது.

தொடர்ந்து செயல்படுவோம். ஊழல் பேர்வழிகளை அடையாளம் காட்டுவோம். இந்நூலை வெளியிட சம்மதித்து, நூல் வெளிவர உதவிய, கிழக்கு பதிப்பகத்துக்கும், நண்பர்கள் பத்ரி சேஷாத்ரி மற்றும் மருதன் ஆகியோருக்கு என் உளப்பூர்வமான நன்றிகள்.

அன்புடன்
சவுக்கு சங்கர்

முதல் பதிப்புக்கான முன்னுரை

அன்னா ஹசாரே லோக்பால் மசோதாவுக்காக முதல்முறையாக உண்ணாவிரதம் இருந்தபோது, காங்கிரஸ் கட்சி உள்ளிட்ட எந்த அரசியல் கட்சிகளும், ஊழலுக்கு எதிராக இந்திய மக்களிடையே இப்படி ஓர் எதிர்ப்பு இருக்கும் என்று எதிர்பார்க்கவே இல்லை. பாரதிய ஜனதா கட்சிகூட, தொடக்கத்தில் இந்தப் போராட்டத்தை ஒரு சாதாரண போராட்டமாகவே பார்த்தது. ஆனால் வெகுஜன பொது மக்கள் மத்தியில் ஊழலுக்கு எதிராக இருந்த கடும் கோபத்தின் வெளிப்பாடாகவே அந்தப் போராட்டம் அமைந்தது. இந்தக் கோபம் ஒரே நாளில் விளைந்தது அல்ல.

60 ஆண்டு காலத்திற்கும் மேலாக, தொடர்ந்து நடந்த ஊழல்களும், அந்த ஊழல்களில் ஒருவருமே தண்டிக்கப்படாததுமே மக்களின் இந்தக் கோபத்திற்குக் காரணம். இந்தக் கோபம் 2ஜி ஊழல் விவகாரம் வெளிச்சத்திற்கு வந்தபோது பன்மடங்காகப் பெருகுகிறது. சி.ஏ.ஜி.யின் அறிக்கை மூலம் 2ஜி விவகாரத்தில் நாட்டுக்கு ஏற்பட்ட மொத்த இழப்பு ஒரு லட்சத்து எழுபத்தாறாயிரம் கோடி என்ற தகவல் வந்தபோது தேசமே கொந்தளித்தது. இந்தக் கோபத்தின் தொடர்ச்சி யாகவே அன்னா ஹசாரே போராட்டத்துக்கு பெருவாரியான மக்களின் ஆதரவு எழுந்தது.

இந்தியா சுதந்திரம் பெற்ற காலத்திலிருந்தே ஊழல் வரைமுறை இல்லாமல் நடைபெற்று வந்திருக்கிறது என்றாலும், இந்தியாவில் நடந்த முக்கியமான ஊழல்கள் குறித்த பதிவுகள் தமிழில் இல்லை. இதுபோல ஒரு முழுமையான கட்டுரை வெளி வரவேண்டும் என்று குமுதம் நிர்வாகம் முடிவெடுத்த போது, அன்னா ஹசாரே போராட்டம் தொடங்கப்படவில்லை.

தற்போதைய தலைமுறைக்குக் கடந்த கால சுதந்திர இந்தியாவின் ஊழல் வரலாறு தெரியாமலிருக்கிறது என்பதால், இது குறித்த தொடர் வேண்டும் என்று முடிவெடுத்தபோது மலைப்பாகவே இருந்தது. ஏனென்றால், எந்த ஊழலை எடுப்பது, எந்த ஊழலை விடுவது என்பதும், அத்தனை ஊழல்கள் குறித்த விவரங்களைச் சேகரிப்பதும் கடினமான காரியமாகவே பட்டது. இருந்தாலும், ஊழல் குறித்த கட்டுரை எழுதுவது மிகவும் பிடித்தமான காரியமாக இருந்ததால், இந்தச் சிரமம் பெரிதாகப்படவில்லை.

வாரத்திற்கு இரண்டு கட்டுரைகளுக்குத் தேவையான விவரங்களைச் சேகரித்து, அவற்றை உரிய நேரத்தில் அனுப்புவது சிரமமாக இருந்தாலும், அது ஒரு புதிய அனுபவமாக இருந்தது. குமுதம் ரிப்போர்ட்டர் இதழில் 'தஞ்சை ஆச்சிமுத்து' என்கிற புனைபெயரில் நான் எழுதிய இந்தத் தொடர் பரவலாக வாசகர்கள் மத்தியில் நல்ல வரவேற்பைப் பெற்றபோது, மேலும் சிறப்பாக எழுதவேண்டும் என்ற உந்துதலோடு அந்தத் தொடர் முடிவடைந்தது.

ஊழலுக்கு எதிராக இன்று கடும் கோபத்தோடு இருக்கும் இளைய தலைமுறையினரிடம், கடந்த கால ஊழல்கள் பற்றிய விவரங்களைக் கொண்டு சேர்த்ததில் ஏற்பட்ட உள்ளார்ந்த மகிழ்ச்சியை வார்த்தைகளில் வர்ணிக்க முடியாது.

இத்தருணத்தில் ஓர் அறிமுக எழுத்தாளரை தொடர் எழுத அனுமதித்து அங்கீகாரம் வழங்கிய குமுதம் நிறுவன சேர்மன் திரு. பா. வரதராசன் அவர்களுக்கும் அருமை நண்பர் ச.கோசல்ராம் அவர்களுக்கும் எனது நெஞ்சார்ந்த நன்றிகள்.

அன்புடன்
சவுக்கு சங்கர்

1

இருபத்தோராம் நூற்றாண்டின் இமாலய ஊழல்!

அடேங்கப்பா... இவ்வளவு தொகையா?

அந்த இமாலய ஊழலைப் பார்த்து மலைக்காதவர்களே இருக்க முடியாது.

ஸ்பெக்ட்ரம் விவகாரத்தில் அரசுக்கு 1 லட்சத்து 76 ஆயிரம் கோடி ரூபாய் இழப்பு என்று தொலைத்தொடர்புத் துறை குறித்து, மத்திய கணக்காயர் (சி.ஏ.ஜி) நடத்திய ஆய்வை வெளியிட்டபோது, டீக்கடை முதல் ஷாப்பிங் மால் வரையில் இந்தியாமுழுக்க இதுதான் பேச்சு. ஆனால் நடந்தது என்ன?

ரோட்டில் பைக்கை மடக்கி லஞ்சம் வாங்கிய போலீஸ்காரனும், ஜாதிச் சான்றிதழுக்கு நூறு ரூபாய் லஞ்சம் வாங்கிய வி.ஏ.ஓ.வும் தான் ஜெயிலுக்குப் போயிருக்கிறார்கள்.

அரசுக்கு 1 லட்சத்து 76 ஆயிரம் கோடி ரூபாய் இழப்பு ஏற்படுத்தியதில் போதுமான ஆதாரங்கள் அளிக்கப்படாததால், 'ஊழலே நடக்கவில்லை. அரசுக்கு இழப்பு என்பது எதுவும் இல்லை.' என்று வாதிட்டவர்கள் நீதிமன்றத்தால் விடுதலை செய்யப்பட்டுவிட்டார்கள்.

இதுதான் உலகின் மிகப்பெரிய ஜனநாயக நாட்டின் நிலை.

சுதந்திர இந்தியாவின் வரலாற்றிலேயே இல்லாத ஒரு மாபெரும் ஊழல் நடைபெற்றிருக்கிறது. இந்த ஊழல் ஒவ்வொருவர் மனசாட்சியையும் பிடித்து உலுக்கிக்கொண்டிருக்கிறது. அதிர்ச்சியை ஏற்படுத்துகிறது. ஆனால், சம்பந்தப்பட்டவர்கள் ஒன்றுமே நடக்கவில்லை என்று சொல்கிறார்கள். முழுப் பூசணிக்காயை சோற்றில் மறைக்கப் பார்க்கிறார்கள்.

ஊழலே நடக்கவில்லை என்றால், தொலைத் தொடர்புத் துறை குறித்து, மத்திய கணக்காயர் பொய் சொல்கிறாரா? அவர் பொய் சொல்லவேண்டிய அவசியம் என்ன?

எவ்வளவு வேண்டுமானாலும் ஊழல் செய்துகொள்ள இந்தியா என்ன அனைத்துத் துறைகளிலும் தன்னிறைவு பெற்ற நாடா?

1997 முதல் 2010 வரை தற்கொலை செய்துகொண்ட விவசாயிகளின் எண்ணிக்கை 2 லட்சம். சராசரியாக ஒவ்வொரு 30 நிமிடத்திற்கும் ஒரு விவசாயி தற்கொலை செய்துகொள்கிறார்.

இந்தியாவில் ஊட்டச்சத்து குறைவால் குழந்தைகள் இறக்கின்றன. வறுமைக்கோட்டுக்குக் கீழே ஏராளமானோர் இருக்கிறார்கள். ஒரு நாளைக்கு இருபது ரூபாய்க்குள் வாழ்வை நடத்துபவர்கள் கோடிக்கணக்கானோர் இருக்கிறார்கள்.

இதையெல்லாம் படிக்கும்போது நமக்கு வயிறு எரிகிறதே... ரத்தம் கொதிக்கிறதே..

உலகம் முழுவதும் ஊழல் இருந்தாலும், இந்த ஸ்பெக்ட்ரம் ஊழல் இருபத்தோராம் நூற்றாண்டின் இணையற்ற ஊழலல்லவா?

நம்முடைய வரிப்பணத்தில் ஊழல் நடைபெற்றிருக்கிறது என்கிறார்கள், நான்தான் இன்கம்டாக்ஸே கட்டுவதில்லையே எப்படி என்னுடைய வரிப்பணமாகும் என்ற சந்தேகத்தையும் சிலர் எழுப்புகிறார்கள். வருமான வரி கட்டினால்தான் நீங்கள் அரசுக்கு வரி செலுத்துகிறீர்கள் என்று பொருளல்ல.

நாம் வாங்கும் ஐம்பது பைசா சாக்லெட்டிலிருந்து சோப்பு, சீப்பு, கண்ணாடி முதற்கொண்டு பென்ஸ் கார்வரை நம் வரிப்பணம் இருக்கிறது. இந்த மறைமுக வரியை நாம் அனைவரும் ஒவ்வொரு நாளும் செலுத்திக்கொண்டுதான் இருக்கிறோம். அப்படியிருக்கும் போது, ஊழலை நாம் எப்படி சாதாரணமாக எடுத்துக்கொள்ள

முடியும்? ஊழல் இந்தியாவைப் பீடித்து, அணுஅணுவாக அரித்துக் கொன்றுகொண்டிருக்கும் ஒரு புற்றுநோய்.

மும்பை சுங்கத் துறையில் பணியாற்றிய இரண்டு ஆய்வாளர்கள் லஞ்சம் பெற்றுக்கொண்டு, ஆர்.டி.எக்ஸ். ஏற்றிவந்த அந்த வேனை அனுமதித்திருக்காவிட்டால், மும்பை குண்டு வெடிப்பு நடந்தே இருக்காது என்பது நமக்குத் தெரியுமா?

தெரிந்தாலும், சகிக்கவே முடியாத அளவுக்கு நமக்கு சகிப்புத்தன்மை இருக்கிறதே என்ன செய்வது? அந்த சகிப்புத்தன்மையால்தான், நமது வரிப்பணம் பல லட்சம் கோடி ரூபாய்கள் கபளீகரம் செய்யப்பட்ட போதும்கூட, நம்மால் சுரணையின்றி அமைதியாக இருக்கமுடிகிறது.

இந்தியாவில் இதுவரை நடந்துள்ள ஊழல்களால் இழந்த தொகை எவ்வளவு தெரியுமா? ரூ. 73 லட்சம் கோடிக்கும் மேல்.

நாட்டையே உலுக்கி, ராஜிவ் குடும்பத்தை பத்தாண்டுகளுக்கு மேலாக அதிகாரம் ஏதும் வழங்காமல் அலைக்கழித்த போபர்ஸ் ஊழலின் மொத்தத் தொகை 64 கோடி ரூபாய்.

நரசிம்மராவ் பிரதமராக இருந்தபோது நடந்த யூரியா இறக்குமதி ஊழல் ரூ. 33 கோடி. உர இறக்குமதி ஊழல் ரூ. 1300 கோடி. லாலு பிரசாத் யாதவ் சம்பந்தப்பட்ட மாட்டுத் தீவன ஊழல் ரூ. 950 கோடி. 1994-ம் ஆண்டின் சர்க்கரை இறக்குமதி ஊழல் ரூ650 கோடி. சுக்ராம் தொலைத் தொடர்புத் துறை ஊழல் ரூ. 1500 கோடி.

லாவ்லின் மின் உற்பத்தித் திட்ட ஊழல் ரூ. 374 கோடி. சி.ஆர். பன்சாலி பங்கு பேர ஊழல் ரூ.1200 கோடி. மேகாலயா வன ஊழல் ரூ. 650 கோடி. ஹர்ஷத் மேத்தா சம்பந்தப்பட்ட பங்குச்சந்தை ஊழல் ரூ. 4 ஆயிரம் கோடி. யு.டி.ஐ. பங்குப் பத்திர ஊழல் ரூ. 4800 கோடி. தினேஷ் டால்மியா புதிய பங்கு வெளியீட்டு ஊழல் ரூ. 595 கோடி.

ராணுவ ரேஷன் ஊழல் ரூ. 5 ஆயிரம் கோடி. நாட்டையே உலுக்கிய போலி முத்திரைத் தாள் ஊழல் ரூ. 190 கோடி. மதுகோடாவின் சுரங்க ஊழல் ரூ. 4000 கோடி. காமன்வெல்த் விளையாட்டுப் போட்டி ஊழல் ரூ. 50 ஆயிரம் கோடி. ஜார்கண்டில் மருத்துவ உபகரணங்கள் வாங்கிய ஊழல் ரூ. 130 கோடி. அரிசி ஏற்றுமதி ஊழல் ரூ. 2500 கோடி. ஒரிஸ்ஸாவின் சுரங்க ஊழல் ரூ. 7000 கோடி. சுவிட்சர்லாந்து வங்கிகளில் இருப்பதாகச் சொல்லப்படும் உத்தேச கறுப்புப் பணம் ரூ.71 லட்சம் கோடி.

படிக்கப் படிக்க மயக்கம் வருகிறதா? இழந்தது கொஞ்ச நஞ்சத் தொகையா என்ன?

இவ்வளவு ஊழல்கள் நடந்தும், இன்னும் ஒருவரையுமே தண்டிக்காத இந்தியாதானே, உலகில் ஊழலில் நம்பர் 1 நாடு, இல்லையா?

இந்தப் பட்டியலில் உள்ள ஊழல்களெல்லாம் நாடு தழுவிய பெரிய ஊழல்கள். இந்த ஊழல்களின் பட்டியல் முழுமையானதல்ல. இதில் விடுபட்டுள்ள ஊழல்களும் உள்ளன.

இந்தியாவில் நடந்த ஊழல்களின் மொத்தத் தொகையையும் சேர்த்தால் ஏறக்குறைய ரூ. 73 லட்சம் கோடி வருகிறது (இதற்கு எத்தனை சைபர் வரும் என்று கணக்குப் போட்டுச் சொல்லுங்கள்).

இந்தத் தொகையை வைத்து இந்தியாவின் ஒவ்வொரு கிராமத்துக்கும் மூன்று ஆரம்ப சுகாதார நிலையங்கள் அமைக்கலாம். 2.4 கோடி வீடுகள் கட்டலாம். 2703 அனல் மின் நிலையங்கள் அமைக்கலாம்.

இவ்வளவு ஏன்? சுருக்கமாகச் சொல்வதானால் ஒவ்வொரு இந்தியனுக்கும், தலா 56,000 ரூபாய் தரலாம். அப்படி இல்லை யென்றால் வறுமைக்கோட்டிற்குக் கீழே உள்ளவர்கள் ஒவ்வொரு வருக்கும் தலா 1,82,000 ரூபாய் தரலாம்.

இதெல்லாம் மக்களுக்கு நன்மை செய்ய நினைத்தால், செய்திருக்க வேண்டியது. ஆனால், ஆட்சியாளர்கள் தங்களுக்கு நன்மை செய்து கொள்ள நினைக்கிறார்களே, என்ன செய்வது?

ஊழல் மயமான இந்தியாவின் ஊழல்களை எங்கிருந்து ஆரம்பிப்பது என்ற கேள்வி எழுந்தபோது, சுதந்திர இந்தியாவின் முதல் ஊழலிலிருந்து தொடங்குவதுதான் சரியாக இருக்கும் என்று தோன்றியது. இந்தியாவில் முதன்முதலாக வெளியான ஊழல் எது தெரியுமா? ராணுவத்துக்கு ஜீப் வாங்கியதில் நடந்த முறைகேடுதான் அந்த முதல் ஊழல்.

1948-ம் ஆண்டு, இங்கிலாந்துக்கான இந்தியாவின் தூதராக இருந்த வி.கே.கிருஷ்ணமேனன் ஜீப் வாங்கியதில் ஊழல் புரிந்தார் என்பதுதான் சுதந்திர இந்தியா கண்ட முதல் பெரிய ஊழல். அப்போது இந்த ஊழல் பற்றி பரபரப்பாகப் பேசப்பட்டது.

காஷ்மீரில் நடைபெற்ற போரில், இந்திய ராணுவத்துக்காக 80 லட்ச ரூபாய் மதிப்புள்ள ஜீப்புகளை வாங்குவதற்காக எவ்வித நடைமுறை களையும் பின்பற்றாமல் ஒரு வெளிநாட்டு நிறுவனத்துக்கு ஆர்டர் வழங்கினார் என்பதுதான் அது.

அப்போது ஜீப் வாங்க என்ன செய்யவேண்டும் என்ற வழிகாட்டு நெறிமுறைகள் இருந்திருக்கவில்லை. அதன் பின்னர்தான் இது போன்ற விதிமுறைகள் வந்தன.

நிலுவையிலிருந்த அந்த வழக்கு, 1955-ம் ஆண்டு, கிருஷ்ண மேனன் அமைச்சரவையில் இணைந்ததும் மூடப்பட்டது.

80 லட்ச ரூபாயில் தொடங்கிய இந்தியாவின் ஊழல் வரலாறு, இன்று ஒரு லட்சத்து எழுபத்தாறாயிரம் கோடியில் வந்து நிற்கிறது.

இன்றைய ஸ்பெக்ட்ரம் தொகையோடு முதல் ஊழலை ஒப்பிடும் போது, பெரிய மனிதர்களின் டீ செலவுக்கான காசுதான், அன்றைய ஜீப் ஊழல். எனவே அதனை விட்டுவிடலாம். அதைப்பற்றி எழுதினால், பெரிய மனிதர்கள் கோபித்துக்கொள்ளப்போகிறார்கள்.

எல்லா விதிமுறைகளும், வழிமுறைகளும் வகுக்கப்பட்ட பின்னர், எல்.ஐ.சி. பணம் மோசடி செய்யப்பட்டது. இதுதான் முந்த்ரா ஊழல் என்று அழைக்கப்படுகிறது. அதிலிருந்து ஆரம்பிப்பதுதான் சரியாக இருக்கும் என்பதாலேயே முந்த்ராவிலிருந்து இந்தத் தொடர் தொடங்குகிறது. அதற்கு முந்தைய ஊழல்களை எல்லாம் எழுதவில்லையே என்று வாசகர்கள் கோபித்துக்கொள்ளக்கூடாது. முந்த்ராவிலிருந்து ஆரம்பிக்க இன்னொரு காரணமும் உண்டு. அந்த ஊழலில் சிக்கி பதவியை இழந்தது தமிழன் என்பதுதான் கூடுதல் காரணம். தமிழனை தமிழனே காட்டிக் கொடுக்கலாமா? என்று சிலர் சொல்லக் கூடும். வரலாறை மறைக்க முடியுமா?

கொசுறாக...

இந்தியாவில், உச்சநீதிமன்றம்வரை சென்று, ஊழலுக்காக தண்டிக்கப் பட்ட முதல் அரசியல்வாதி முன்னாள் அ.தி.மு.க. அமைச்சரும், தற்போது தி.மு.க.வில் இருப்பவருமான பேராசிரியர் பொன்னுச்சாமி தான் என்பது எவ்வளவு வேதனையான விஷயம்.

தண்டிக்கப்பட்டவர் ஒரே ஒருவர் என்றாலும், நடந்திருக்கும் ரூ.73 லட்சம் கோடி ஊழலை நினைத்துப் பாருங்கள். இந்த ஊழலை நாம் சாதாரணமாக எடுத்துக்கொள்ள முடியுமா? இதை ஏன் நாம் சாதாரணமாக எடுத்துக்கொள்ளவேண்டும்?

கறைபடிந்த இந்திய ஊழல் பாதைகளை ஒவ்வொன்றாகப் பார்க்கலாம்.

2

முந்த்ரா மெகா ஊழல்:
போலி பங்குப் பத்திரங்கள்!

முந்த்ரா... ஜவஹர்லால் நேருவின் தூக்கத்தைக் கெடுத்த பெயர். 1958-ம் வருடம் இந்தப் பெயரை எழுதாத பத்திரிகைகளே இல்லை. சுதந்திர இந்தியா சந்தித்த முதல் பெரிய ஊழலும் இதுதான். இந்த ஊழலின் கதாநாயகன் ஹரிதாஸ் முந்த்ரா. எளிமையாகப் புரியும் வகையில் சொல்லவேண்டுமென்றால், ஸ்பெக்ட்ரமுக்கு ஆண்டிமுத்து ராசா எப்படியோ, அதுபோலத்தான் அந்த ஊழலுக்கு ஹரிதாஸ் முந்த்ரா.

பிரதமர் நேருவின் மருமகனும், ரேபரேலி தொகுதியிலிருந்து காங்கிரஸ் சார்பில் தேர்ந்தெடுக்கப்பட்ட பெரோஸ் காந்திதான் அந்த ஊழலை வெளிக்கொண்டு வந்தார். இப்போது ஆ. ராசா பதவி விலகியதுபோல, அப்போது தன் பதவியை இழந்தவர், நேருவின் உற்ற தோழனான டி.டி.கே. என்று அழைக்கப்படும், திருவள்ளூர் தட்டை கிருஷ்ணமாச்சாரி.

இந்த ஊழல் புகார் குறித்து நாடாளுமன்றத்தில் விவாதம் நடந்தது. விவாதத்தில் டி.டி.கே.வை குற்றம் சாட்டிப் பேசிய பெரோஸ் காந்தி, பேசுவதற்காக எழுந்ததும், 'மரியாதைக்குரிய நிதி அமைச்சரான டி.டி.கே. என்னை, நேரு குடும்பத்தின் வளர்ப்பு நாய் என்று

அழைக்கிறார். அதே நேரத்தில் டி.டி.கே. தன்னை பாராளுமன்றத்தின் தூண் என்று அழைத்துக்கொள்கிறார். இப்போது ஒரு நாய் துணைப் பார்த்தால் என்ன செய்யுமோ, அதைச் செய்யப் போகிறேன்' என்று கூறிவிட்டு தனது வாதத்தைத் தொடங்கினார்.

எல்.ஐ.சி. என்று அழைக்கப்படும், இந்திய ஆயுள் காப்பீட்டுக் கழகம், முதலீட்டுக் குழுவின் ஆலோசனையின்றி, அரசின் நெருக்குதலால், பாலிசிதாரர்களின் தொகையான 1.24 கோடி ரூபாயை ஹரிதாஸ் முந்த்ராவுக்குச் சொந்தமான 6 கம்பெனிகளில் முதலீடு செய்து எல்.ஐ.சி.க்கு நஷ்டம் ஏற்படுத்தியது. இதுதான் முந்த்ரா ஊழல்.

இது என்ன பெரிய தொகை. ஒரு லட்சத்து எழுபத்து ஆறாயிரம் கோடிக்குமுன் இதெல்லாம் ஒரு தொகையா?' என்று கேள்வி வரலாம். இந்தச் சின்ன ஊழல்தான் ஸ்பெக்ட்ரம் போன்ற பெரிய ஊழலுக்கு அடித்தளம். 1957-ல் இந்தத் தொகையை ஃபிக்சட் டெபாசிட்டாகப் போட்டு, வங்கி கொடுக்கும் 6 சதவிகித வட்டியை கணக்குப் போட்டால், இன்று இந்தத் தொகை 51 கோடி ரூபாய்.

அது மட்டுமல்லாமல், இது போன்ற ஊழல் இந்தியாவில் நடந்ததை அன்றைய பொதுமக்களும், பிரதமராக இருந்த ஜவஹர்லால் நேருவும் மிகவும் அவமானமாக உணர்ந்தார்கள். இன்றைக்கு ஊழல் செய்தவர்களை உத்தமர்களாக காட்ட முயல்வதைப் பார்க்க முடிகிறது.

அது, இன்றுபோல ஊழல் மலிந்திருக்காத ஒரு காலம். 1957 டிசம்பர் 16-ம் தேதி, நாடாளுமன்றத்தில் இந்த முந்த்ரா ஊழல் பற்றி, காங்கிரஸ் கட்சி உறுப்பினரான பெரோஸ் காந்தியே விவகாரத்தைக் கிளப்புகிறார். அதிர்ந்துபோன நேரு, உடனடியாக பாம்பே உயர்நீதிமன்றத்தின் ஓய்வு பெற்ற நீதிபதி எம்.சி.சாக்லா என்று அழைக்கப்படும் முகம்மது அலி கரீம் சாக்லா என்பவரை ஒரு நபர் கமிஷன் தலைவராக நியமித்து விசாரணைக்கு உத்தரவிடுகிறார்.

வெறும் 24 அமர்வுகளில் அந்த நீதிபதி தனது அறிக்கையை அளிக்கிறார். அறிக்கையின் அடிப்படையில், ஹரிதாஸ் முந்த்ரா 22 ஆண்டுகள் சிறைத் தண்டனைக்கு ஆளானார்.

யார் இந்த முந்த்ரா?

ஒரு சாதாரண நபராக தன் வாழ்வைத் தொடங்கிய முந்த்ராவுக்கு போதுமான படிப்பறிவு இருந்திருக்கவில்லை. எந்த ஒரு பெரிய முதலீடும் இல்லாமலேயே, லண்டனைச் சேர்ந்த பல்பு தயாரிக்கும்

நிறுவனத்தின் இந்தியக் கிளையான எஃப் - சி ஆஸ்லர் என்ற நிறுவனத்தை வாங்குகிறார்.

பங்குச் சந்தையில் புகுந்து விளையாடிய ஹர்ஷத் மேத்தா, கேத்தன் பரேக் போன்றவர்களுக்கெல்லாம் அநேகமாக முந்த்ராதான் குருவாக இருந்திருப்பார்.

பிரிட்டிஷ் இந்தியா கார்ப்பரேஷன் என்ற நிறுவனத்தை வாங்க முயற்சிக்கிறார் முந்த்ரா. அந்நிறுவனத்தின் ஷேர்களை 10 முதல் 12 ரூபாய்களுக்கு வாங்கி, அதன் விலையை 14 ரூபாய்வரை ஏற்றுகிறார். ஒரு ஷேர் 11 ரூபாய் என்ற விலைக்கு, இந்த நிறுவனத்தை இவர் வாங்கும் முயற்சிக்கு வங்கிகளை முதலீடு செய்ய வைக்கிறார். வங்கிகளும், ஹர்ஷத் மேத்தா விவகாரத்தில் செய்ததுபோலவே, தொடர்ந்து முந்த்ராவுக்கு நிதி உதவி அளித்து வருகின்றன.

அப்போது கல்கத்தா பங்குச் சந்தை இறங்கு முகத்திலிருந்தது. இதன் காரணமாக முந்த்ராவின் பங்குகளின் விலை சரிய, அதைச் சரிக்கட்ட, விலை குறையும் இவரது நிறுவனப் பங்குகளை இவரே வாங்கத் தொடங்குகிறார். இவ்வாறு மொத்தமாக பங்குகளை வாங்கும்போது, மூன்றாம் நாள் மொத்த பணத்தையும் செலுத்தி பங்குகளைக் கையில் வாங்கிக்கொள்ளவேண்டும் என்ற நிபந்தனையின் அடிப்படையில் பங்குச் சந்தை புரோக்கர்கள் இவரை பணத்துக்கு நெருக்க ஆரம்பிக்கின்றனர்.

இவ்வாறு முந்த்ரா பல்வேறு வங்கிகளில் நிதி பெற்று அந்நிதியை வைத்து பங்குச் சந்தையில் 'மங்காத்தா' விளையாட்டு ஆடி வரும் விஷயம் மெல்ல மெல்ல அதிகார மட்டத்தில் கசியத் தொடங்குகிறது. ரிசர்வ் வங்கி, முந்த்ராவின் 'உள்குத்துக்களை விசாரிக்கத் தொடங்குகிறது.

இதற்கு நடுவே, தனக்கு நெருக்கடி முற்றியதும், பல்வேறு இடங்களிலிருந்து பணம் கேட்டுத் தொந்தரவு வரவும், முந்த்ரா, தனது நிறுவனங்களின் பங்குப் பத்திரங்களை போலியாக இவரே அச்சிட்டு சந்தையில் வெளியிட்டு அதன் மூலம் ஒரு தொகையை ஆட்டையைப் போடுகிறார். இந்தக் காலம்போல், ஆன்லைன் ட்ரேடிங் எல்லாம் இல்லாத காலம் அது.

ரிசர்வ் வங்கியில் ராமன் என்ற ஓர் ஆராய்ச்சி அதிகாரி பணி புரிந்து வந்தார். அவர் முந்த்ராவின் தகிடு தண்டாக்களை ஆராய்ந்து, முந்த்ரா செய்துகொண்டிருக்கும் அத்தனை ஊழல்களையும் பட்டியலிட்டு, அந்த ஊழலில் பல்வேறு வங்கி அதிகாரிகளுக்கான தொடர்பு என்ன

என்பதையும் விரிவான அறிக்கையாக்கி ரிசர்வ் வங்கியில் உள்ள தனது மேலதிகாரிகளுக்கு அனுப்புகிறார்.

ராமனின் இந்த அறிக்கை, அரசு அலுவலகங்களின் பல்வேறு படிகளில் ஏறி இறங்கி, நிதி அமைச்சர் டி.டி.கே.வை அடைகிறது. அந்த அறிக்கையைப் படித்த டி.டி.கே, 'இதைப்படிப்பதற்கு மகிழ்ச்சியாக இல்லை' என்று குறிப்பெழுதினார்.

பல்வேறு பொதுத்துறை வங்கிகள், தங்களிடம் முந்த்ரா அடமானம் வைத்துள்ள பத்திரங்களை பரிசோதிக்கத் தொடங்கியதும், பெரும் பாலான பங்குப் பத்திரங்கள் போலி என்பதும், வங்கிகளின் மொத்த முதலீட்டில் முக்கால் பாகத்துக்கு மேல், முந்த்ராவுக்கு கடனாக வழங்கியிருப்பதும் தெரிய வருகிறது. 1956-ம் ஆண்டு முந்த்ராவுக்கு வங்கிகள் அளித்த 3.3 கோடியாக இருந்த கடன் தொகை மே 1957-ம் ஆண்டு இறுதியில் ரூ. 15.6 கோடியாக வளர்ந்தது.

இந்த ஊழலில் சிக்கிய ஒரு முக்கியமான வங்கி, இன்று இந்தியாவின் மிகப் பெரிய வங்கியாக உள்ள ஸ்டேட் பாங்க் ஆஃப் இந்தியா.

அபாயகரமான அளவுக்கு வங்கிகள் இந்த ஊழலில் சிக்கியுள்ளதும், எப்போதுவேண்டுமானாலும் பங்குச் சந்தை நிலைகுலைந்து, எதை நம்பி வங்கிகள் கடன் கொடுத்துள்ளனவோ, அந்த முந்த்ராவின் நிறுவனங்களின் பங்குப் பத்திரங்கள் வெற்றுக் காகிதங்களாக ஆகும் நிலை உருவானது. இதுபோக, போலி பங்குப் பத்திரங்கள் வேறு.

முந்த்ராவுக்கு கடன் கொடுத்த ஒரு வங்கி, தன்னிடம் அடமானம் வைக்கப்பட்டுள்ள பங்குப் பத்திரங்கள் போலியானவை என்று டெல்லி காவல் நிலையத்தில் புகார் ஒன்றைப் பதிவு செய்கிறது.

ஹர்ஷத் மேத்தா விவகாரத்தைப்போலவே, வங்கி மேலாளர்களும், நிர்வாகிகளும், பங்குச் சந்தையில் பொதுமக்களின் பணத்தை முதலீடு செய்து, 'மங்காத்தா' விளையாடுவதில் ஐம்பதுகள் முதலே, மிகுந்த ஆர்வத்தோடு இருந்திருக்கிறார்கள் என்பது தெரிகிறது. ஆனால், கவனிக்கப்பட வேண்டிய விஷயம், பங்குச் சந்தையில் முதலீடு செய்ய அப்போதும் சரி, இப்போதும் சரி, இந்த வங்கி அதிகாரிகள் முந்த்ரா, ஹர்ஷத் மேத்தா போன்ற மோசடிப் பேர்வழிகளையே தேர்வு செய்கிறார்கள் என்பதைத்தான்.

முந்த்ரா வாங்கிய கடனை வசூல் செய்வதற்கு, முந்த்ராவின் பங்குகளை சந்தையில் விற்கவேண்டும். கோடிக்கணக்கான பங்குகளை சந்தையில் இறக்கினால், பங்குகளின் விலை கடுமையான

சரிவைச் சந்திக்க நேரிடும். பங்குகளின் விலை சரிந்தால், வங்கிகள் அளித்திருக்கும் ரூ.16 கோடி கடனில் பத்திரத்தில் ஒரு பாகத்தைக்கூட மீட்டெடுப்பது மிகக் கடினம்.

இந்த நெருக்கடியான நிலையிலிருந்து எப்படி வெளி வருவது என்று, ரிசர்வ் வங்கி கவர்னர் ஐயங்கார், நிதித்துறை செயலாளர் எச்.எம். படேல் போன்ற அரசுத் துறையின் உயர் அதிகாரிகளெல்லாம் விவாதங்களில் ஈடுபட்டு வருகின்றனர். ஆனால், இதைப் பற்றியெல்லாம் எவ்விதக் கவலையும் இல்லாமல் சித்தம் போக்கு, சிவம் போக்கு என்று, நிம்மதியாக இருந்தார் முந்த்ரா. கவலைப்படுவதற்கு அது அவருடைய பணமா என்ன?

அரசுக்கும், நிதி அமைச்சகத்திற்கும், முந்த்ராவின் நடவடிக்கைகளும், ஊழல் விவகாரங்களும் நன்கு தெரிந்திருந்தாலும், எல்.ஐ.சி.யின் பணத்தை வைத்து, முந்த்ராவின் நிறுவனங்களின் பங்குகளை வாங்குகிறார்கள் என்றால் என்னவென்று சொல்வது?

முந்த்ரா ஊழல் வெளி வந்ததற்குக் காரணம் பெரோஸ் காந்தியாக இருந்தாலும், அந்தச் சமயத்தில் பிரதமராக இருந்த நேரு நடந்து கொண்ட விதத்தையும் நாம் பாராட்டியே ஆகவேண்டும்.

நாடாளுமன்றத்தில் பெரோஸ் இந்தக் குற்றச்சாட்டை சொன்னவுடன் 'விசாரணைக்கு உத்தரவிட முடியாது' என நேரு மறுக்கவில்லை. 'ஊழலே நடைபெறவில்லை, குற்றச்சாட்டெல்லாம் சும்மா' என்று பிதற்றவில்லை. ஒரு நேர்மையான நீதிபதி மூலம் விசாரணைக்கு உடனடியாக உத்தரவிட்டார். அந்த நேர்மையான நீதிபதியும், 'தெகல்கா' பத்திரிகை வெளியிட்ட ராணுவ ஆயுத பேர ஊழலை விசாரிக்க அமைக்கப்பட்ட 'பூகான் கமிஷன்' நீதிபதிபோல் ராணுவ விமானத்தில் சொகுசுப் பயணம் செய்யவில்லை. நேர்மையாக விசாரித்து விரைவாக தன் அறிக்கையை அளித்தார்.

முந்த்ராவுக்கு ஏராளமாக பணம் கொடுத்து ஏடாகூடமாக சிக்கிக் கொண்ட வங்கிகளை மீட்பது எப்படி என ரிசர்வ் வங்கி கவர்னர் ஐயங்காரும், நிதித்துறை செயலர் படேலும் தீவிர விவாதத்தில் ஈடுபட்டிருந்தனர். சீட்டாட்டத்தில் பணத்தைத் தொலைத்தவன் அதை எப்படி மீட்பது என யோசிப்பதுபோலவே இருந்தது அவர்களது விவாதம்.

இதற்கிடையில், பங்குச் சந்தையில் பங்குகளின் விலை தொடர்ந்து வீழ்ச்சியை சந்தித்துக்கொண்டிருந்ததால், கொல்கத்தா பங்குச் சந்தையின் தலைவர் சதுர்வேதியோடு, பட்டேலும், ஐயங்காரும்

விவாதிக்கின்றனர். விவாதத்தின் முடிவாக படேலிடம், முந்த்ரா ஒரு திட்டத்தை முன் வைக்கிறார். அதாவது தப்புச் செய்தவரே, அதிலிருந்து வெளியே வர வழி சொல்கிறார்.

அவர் சொன்னதுபோல் ஒரு திட்டத்தை உலகில் எங்குமே பார்த்திருக்க முடியாது. 'எல்.ஐ.சி. நிறுவனம் முந்த்ராவிடமிருந்து 80 லட்ச ரூபாய்க்கு பங்குகளை வாங்கவேண்டும். 40 லட்ச ரூபாய்க்கு முந்த்ராவின் நிறுவன பங்குகளை வாங்கவேண்டும். முந்த்ராவின் மற்ற இரண்டு நிறுவனங்களான பிரிட்டிஷ் இந்தியா மற்றும் ஜெஸ்ஸாப்ஸ் நிறுவனத்தின் பங்குகளை 1.25 கோடிக்கு வாங்க வேண்டும்' என்பதுதான் முந்த்ராவின் அந்த டுபாக்கூர் திட்டம்.

இந்தத் திட்டத்தைப் பற்றிய கடிதத்தின் இணைப்பாக தனக்கு இருக்கும் 5.25 கோடி கடனையும், அந்தக் கடனில் வங்கிகளுக்கு இருக்கும் பங்கையும் விளக்கி ஒரு கடிதமும் எழுதினார் நம்ம முந்த்ரா.

இதைச் சுருக்கமாக விளக்கினால்... நீங்கள் நான்கைந்து வங்கிகளிலிருந்து 5 கோடி ரூபாய் கடன் வாங்குகிறீர்கள். வங்கிகள் அந்தப் பணத்தை திருப்பிக் கேட்டதும், 'எனக்கு 5 கோடி ரூபாய் கடன் இருக்கிறது. நீங்கள் 6 கோடி ரூபாய் கடன் தந்தால்தான், நான் நீங்கள் கேட்ட 5 கோடி கடனை அடைக்க முடியும்' என்று சொன்னால் என்ன பதில் கிடைக்கும்? செக்யூரிட்டியை அழைத்து உங்கள் கழுத்தைப் பிடித்து வெளியில் தள்ளுவார்களா, இல்லையா?

ஆனால், முந்த்ரா புது மாப்பிள்ளைபோல் கவனிக்கப்பட்டார். முந்த்ராவின் இந்தத் திட்டத்தை நிதித்துறைச் செயலர் படேல், ரிசர்வ் வங்கி கவர்னர் ஐயங்கார், எல்.ஐ.சி.யின் தலைவர் காமத், எல்.ஐ.சி.யின் மேனேஜிங் டைரக்டர் வைத்தியநாதன் ஆகியோர் உட்கார்ந்து ஏதோ பட்ஜெட் கூட்டத்தொடர்போல் விவாதிக்கிறார்கள். முடிவில் அவர்கள் எடுத்த முடிவு என்ன தெரியுமா? முந்த்ராவின் பங்குகளை வாங்கிக்கொள்ளலாம் என்பதுதான்.

டுபாக்கூர் ஐடியா கொடுத்து அதையும் இந்த நிதித்துறை நிபுணர்கள்(?) ஏற்றுக்கொண்டபிறகு முந்த்ராவுக்கு என்ன கவலை? எல்.ஐ.சி. நிறுவனம் தொடர்ந்து முந்த்ரா நிறுவனங்களின் பங்குகளை வாங்கிக் குவிக்கிறது.

இந்த நேரத்தில்தான் நாடாளுமன்றத்தில் இந்த விவகாரம் எழுப்பப் படுகிறது. நீதிபதி சாக்லா தலைமையில் விசாரணைக்கு உத்தர விடுகிறார் நேரு.

நீதிபதி சாக்லாவின் விசாரணை குறித்தும் இந்த இடத்தில் குறிப்பிட்டே ஆகவேண்டும். பொதுமக்கள் யார் வேண்டுமானாலும் விசாரணையில் நேரடியாக பங்கெடுக்கலாம் என்று சாக்லா உத்தரவிட்டார். வெளிப்படையாகவும், நேர்மையாகவும் விசாரணை நடைபெறுகிறது என்கிற எண்ணத்தை இது பொதுமக்கள் மத்தியில் ஏற்படுத்தியது.

விசாரணையில் தாக்கல் செய்யப்படும் ஆதாரங்கள் பற்றித் தெரிந்து கொள்ளும் உரிமையும் பொதுமக்களுக்கு உண்டு என்று சாக்லா குறிப்பிட்டார். இதையடுத்து, பொதுமக்கள் கூட்டம் கூட்டமாக வந்து இந்த விசாரணையைப் பார்வையிட்டனர். டாடா நிறுவன அதிபரே, முக்கிய விசாரணை நாட்களில் வந்து பார்வையிட்டார் என்றால் பார்த்துக் கொள்ளுங்கள்.

மும்பை பங்குச் சந்தையின் தலைவர் கோவர்த்தன தாஸ், பங்குச் சந்தை நிபுணர் ஷ்ராஃப் ஆகியோர், 'முந்த்ராவின் பங்குகளை வாங்கிய எல்.ஐ.சி.யின் முடிவு ஆராயாமல் எடுக்கப்பட்ட முடிவு, முந்த்ராவின் சாம்ராஜ்யம் ஒரு சீட்டுக்கட்டு கோபுரம்' என்று விசாரணையில் குறிப்பிட்டனர்.

மேலும், 'முந்த்ராவின் பங்குகள் குறித்து சந்தேகங்கள் நிலவி வந்த நிலையில், எல்.ஐ.சி., சந்தை விலையைவிடக் கூடுதல் விலை கொடுத்து பங்குகளை வாங்கியிருக்கிறது' என ஷ்ராஃப் குறிப்பிட்டார்.

நிதித்துறை செயலர் படேலும், ரிசர்வ் வங்கி கவர்னர் ஐயங்காரும் இதுபற்றி தங்களுக்கு எதுவும் தெரியாது என்று பதில் அளித்தனர். வேறு வழியின்றி நிதி அமைச்சர் கிருஷ்ணமாச்சாரியை கூண்டில் ஏற்றினார் சாக்லா.

சாட்சிக் கூண்டில் ஏறிய கிருஷ்ணமாச்சாரி, அந்தர்பல்டி அடித்தார். 'எல்.ஐ.சி.யா அப்படின்னா? முந்த்ராவா அது யாரு?' என்கிற ரீதியில், 'எல்.ஐ.சி.யின் பங்குகளை முந்த்ரா வாங்குவது குறித்து தனக்கு எதுவும் தெரியாது' என பதில் அளித்தார்.

இந்தப் பதிலால் கோபமடைந்த நீதிபதி சாக்லா, 'நிதித் துறையின் செயல்பாடுகளுக்கு நிதி அமைச்சர்தான் பொறுப்பு. அவர் உத்தரவுப் படிதான் எல்லாம் நடந்தது' என அறிக்கை அளித்தார்.

சாக்லா கமிஷன் அறிக்கைகள் வெளியானதும், நிதி அமைச்சரும், நேருவின் நண்பருமான டி.டி.கிருஷ்ணமாச்சாரி 1958 பிப்ரவரி 18-ம் தேதி தனது பதவியை ராஜினாமா செய்தார்.

டி.டி.கே. அந்தக் காலத்து அரசியல்வாதி. தணிக்கைத்துறை அறிக்கை அளித்தாலும், செய்தித்தாள்களில் ஊழல் நடந்திருக்கிறது என்ற செய்திகள் நாள்தோறும் வந்தாலும் 'தேர் ஈஸ் நோ கொஸ்டின் ஆஃப் ரிசைனிங்' என்றெல்லாம் பேட்டியளிக்கவில்லை. உடனடியாக ராஜினாமா செய்தார். நேருவும் அரசியல் பண்ணத் தெரியாமல் தன் நண்பர் டி.டி.கே.வை ராஜினாமா பண்ண வைத்தார்.

'இந்தி ஊடகப் பேரவை என்ற அமைப்பை உருவாக்கி, முந்த்ரா விவகாரத்தில் ஊழலே நடைபெறவில்லை. எல்.ஐ.சி.க்கு முந்த்ராவின் பங்குகளை வாங்கியதால் லாபம்தான். முந்த்ராவின் பங்குகள் பாஸ்மதி அரிசி போன்றது. மற்ற பங்குகள் ஒரு ரூபாய் அரிசி போன்றது' என்றெல்லாம் தெருவுக்குத் தெரு கூட்டம் போடும் சாமர்த்தியம் நேருவுக்கும் இருந்திருக்கவில்லை.

ஆனாலும் தன் நண்பனைக் காப்பாற்ற நேரு முயற்சி செய்தார். ராஜினாமா செய்த டி.டி.கே. மீதான புகார்கள் குறித்து, ஐ.பி.யின் இயக்குநரை விசாரணை நடத்த உத்தரவிடுகிறார் நேரு. விசாரணை நடத்திய பி.என்.முல்லிக், 'நடந்த ஊழலுக்கும் டி.டி.கே.வுக்கும் எந்த சம்பந்தமும் இல்லை' என்று அறிக்கை கொடுத்தார்.

இதையடுத்து, 1962-ல் மீண்டும் நிதி அமைச்சர் ஆனார் டி.டி.கிருஷ்ணமாச்சாரி. சாக்லா கமிஷன் விசாரணையின் தொடர்ச்சியாக, அதிகாரிகளுக்கு இந்த ஊழலில் உள்ள பங்கு குறித்து விசாரிக்க, நீதிபதி விவியன் போஸ் தலைமையில் ஒரு கமிட்டி அமைக்கப்படுகிறது.

விவியன் போஸ் கமிட்டி, 1957-ம் ஆண்டு, அகில இந்திய காங்கிரஸ் கமிட்டிக்குத் தேர்தல் நிதியாக 1.50 லட்ச ரூபாயும், உத்தரப்பிரதேச காங்கிரஸ் கமிட்டிக்கு 1 லட்ச ரூபாயும் முந்த்ரா நன்கொடை அளித்திருந்த விஷயத்தை வெளிச்சத்திற்குக் கொண்டுவந்தது. (அப்பவே ஆரம்பிச்சிட்டாங்க).

போஸ் கமிட்டியின் விசாரணை முடிவில், நிதித்துறை செயலாளர் படேல், எல்.ஐ.சி.யின் காமத் மற்றும் வைத்தியநாதன் ஆகியோர் மீது துறை ரீதியாக நடவடிக்கை எடுக்கப்படுகிறது.

சாக்லா போல் ஒரு நீதிபதி இன்று இப்படி ஒரு தீர்ப்பு வழங்கியிருந்தால், அவர் வீட்டின் தண்ணீர் இணைப்பும், மின் இணைப்பும் உடனடியாக துண்டிக்கப்பட்டிருக்கும். அவர் மருமகன்மீது கஞ்சா வழக்கு போடப்பட்டிருக்கும்.

ஆனால் நேரு என்ன செய்தார் தெரியுமா? இந்தத் தீர்ப்புக்குப் பிறகு சாக்லாவை, அமெரிக்காவுக்கான இந்தியத் தூதராக நியமித்தார். அதன் பின்னர், இங்கிலாந்துக்கான இந்தியத் தூதராகவும் நியமித்தார். இந்தியா திரும்பிய சாக்லா, நேரு அமைச்சரவையில் கல்வித்துறை அமைச்சராகவும், வெளியுறவுத்துறை அமைச்சராகவும் பதவி வகித்தார். இது நேருவின் நியாயமான நடத்தையையும், பெருந் தன்மையையும் காட்டுகிறது.

தனது விசாரணையின் முடிவில், சாக்லா ஒரு கருத்தைக் கூறியிருந்தார்.

'இந்த விசாரணை பொதுமக்களுக்கு ஒரு பாடமாக அமைந்தது. 'இந்தியா முழுவதும் உள்ள அரசு நிர்வாகிகளுக்கு இந்த விசாரணைத் தங்களை திருத்திக்கொள்ளவும், அவர்களின் செயல்பாடுகள், பொது மக்களால் உன்னிப்பாக கவனிக்கப்படுகிறது என்பதை அறிந்து கொள்ளவும் பயன்படவேண்டும்.'

இப்போ என்னத்தச் சொல்ல?

3

நகர்வாலா ஊழல்:
இந்திரா காந்தி கேட்ட 60 லட்சம்?

1971-ம் ஆண்டு.

மே மாதம் 24-ம் தேதி.

பாரத ஸ்டேட் வங்கியின் பாராளுமன்ற வீதிக் கிளையில் அந்த வங்கியின் தலைமை காசாளர் வேத பிரகாஷ் மல்ஹோத்ரா, எப்போதும் போல தனது வேலையில் ஈடுபட்டிருக்கிறார்.

பகல் சரியாக 12 மணிக்கு தொலைபேசியில் ஓர் அழைப்பு. 'நான் பிரதமரின் முதன்மைச் செயலாளர் ஹஸ்கர் பேசுகிறேன். நான் சொல்லப்போகும் விஷயத்தை ரகசியமாக வைத்துக் கொள்ள வேண்டும். பிரதமருக்கு அவசரமாக 60 லட்ச ரூபாய் பங்களாதேஷ் தொடர்பாகத் தேவைப்படுகிறது.'

இதைக் கேட்டதும் மல்ஹோத்ரா தயங்குகிறார். உடனே, தொலைபேசியில் ஒலித்த அந்தக் குரல், 'இருங்கள் பிரதமரிடமே பேசுங்கள்' என்று கூறவும், தொலைபேசியில், இந்திரா காந்திபோல ஒலித்த ஒரு குரல், 'பணத்தை நீங்களே எடுத்து வாருங்கள். உங்களிடம், ஹஸ்கர் தரும் ஒரு சங்கேத வார்த்தையைப் பயன்படுத்துங்கள்' என்று சொல்ல அவர் நம்பிவிடுகிறார்.

அதன்படியே மல்ஹோத்ரா, தனது உதவி காசாளர்களை அழைத்து, ரகசிய அறையில் வைக்கப்பட்டுள்ள இரும்புப் பெட்டியில் உள்ள 60 லட்ச ரூபாயை எடுத்து வருமாறு உத்தரவிடுகிறார். எடுத்து வரப்பட்ட தொகை ஒரு வாடகை டாக்சியில் வைத்து, பாராளுமன்றத் தெருவில், ஒரு நபரிடம் ஒப்படைக்கப்படுகிறது. அந்த நபர்தான், ரஸ்தோம் சோரப் நகர்வாலா.

'நகர்வாலா ஊழல்' என்று பிரபலமாக அழைக்கப்பட்ட ஊழல் இதுதான்.

இந்திரா காந்தியின் பெயரை, இந்தியாவில் முதல்முறையாக ஊழல் கறை படிய வைத்தது இதுதான்.

60 லட்ச ரூபாய் என்ற தொகை பெரிய தொகையாக இல்லாமல் போனாலும், பிரதமரே நேரடியாக சம்பந்தப்பட்டதால், இந்த ஊழல், இந்தியாவின் ஊழல் சரித்திரத்தில் முக்கிய இடத்தைப் பெறுகிறது. இந்தத் தகவல் வெளியானபோது, இந்தியாவே அதிர்ந்து போனது.

அரசியல் நோக்கர்கள், காங்கிரஸின் ஊழல் கலாசாரத்தைப் பற்றி நகைச்சுவையாக இப்படிக் குறிப்பிடுவது உண்டு.

'நேரு காலத்தில், கட்சிக்கு நிதி எவ்வளவு வருகிறது என்பதைப் பற்றிக் கூட கவலைப்படமாட்டாராம் நேரு. இந்திரா காலத்தில், அவர் பெட்டிகளை எண்ணுவாராம். ராஜிவ் காலத்தில், நோட்டு களையே எண்ண ஆரம்பித்துவிட்டனர்' என்று குறிப்பிடுவதுண்டு.

'இந்தியாதான் இந்திரா, இந்திராதான் இந்தியா' என்ற கோஷங்கள் எழும்பிய காலம் அது. இப்போது போலவெல்லாம் மைனாரிட்டி அரசுகள் இல்லாத காலம் அது. பாராளுமன்றத்தில் அன்று காங்கிரஸ் கட்சிக்கு எத்தனை இடங்கள் தெரியுமா? 346. அடுத்த பெரிய எதிர்க்கட்சி சி.பி.எம். எத்தனை இடங்கள் தெரியுமா? 25. மற்ற கட்சிகளுக்கெல்லாம் இதற்கும் குறைவான இடங்கள்தான்.

முழு மெஜாரிட்டி இல்லாமலேயே, மைனாரிட்டி அரசாக இருக்கும் போதே, கூட்டுப் பாராளுமன்றக் குழு விசாரணை கேட்டால், காங்கிரஸ் கட்சி போட்ட நாடகங்களையெல்லாம் பார்த்திருக்கிறோம் அல்லவா? பாராளுமன்றத்தின் ஒரு கூட்டத் தொடர் நடக்காமலேயே போனாலும் பரவாயில்லை. விசாரணைக்கு உத்தரவிட மாட்டோம் என்று பிடிவாதம் கொண்ட கட்சி காங்கிரஸ். மெஜாரிட்டி இல்லாதபோதே இப்படியென்றால், 346 இடங்களை வைத்துக் கொண்டிருந்த காங்கிரஸ் கட்சி எப்படி நடந்துகொண்டிருக்கும் என்று எண்ணிப் பாருங்கள்.

இப்போது விசாரணை நடைபெறக்கூடாது என்று எத்தனை முட்டுக்கட்டைகள் போடப்படுகிறதோ, அதுபோல நகர்வாலா விஷயத்தில், விசாரணை நடத்தி உண்மையை மூடி மறைக்க வேக வேகமாக நடவடிக்கைகள் எடுக்கப்பட்டன.

பாராளுமன்ற வீதியில் ஒரு குறிப்பிட்ட இடத்தில் பணத்தை ஒப்படைக்கச் சொன்னபடி, மல்ஹோத்ரா, பணப்பெட்டியோடு, (அப்போவெல்லாம், இந்த ஏடியம், டெபிட் கார்டு, இதெல்லாம் இல்லைங்க) அந்த நபரைச் சந்திக்கிறார். 'தீப்பெட்டி இருக்கா? இல்ல பணப்பெட்டிதான் இருக்கு' என்பது போன்ற சங்கேத வார்த்தைகள் பரிமாறப்பட்ட பிறகு, மல்ஹோத்ரா பணப்பெட்டியை ஒப்படைக்கிறார். பணத்தை வாங்கிக்கொண்டு அந்த நபர், காணாமல் போகிறார்.

பணம் கொடுத்த மல்ஹோத்ராவுக்கு கொடுத்ததற்கான வவுச்சர்கள் வேண்டுமல்லவா? யாரிடம் வாங்குவது என்று யோசித்துவிட்டு, 'சரி, நாமதான் பிரதமர்கிட்டயே நேரடியாகப் பேசியிருக்கிறோமே... அவங்ககிட்டயே கேப்போம்' என்று நினைத்த மல்ஹோத்ரா, நேரடியாக பிரதமர் வீட்டுக்கே செல்கிறார். அங்கே பிரதமரை அவரால் சந்திக்க முடியவில்லை.

உடனே, பாராளுமன்றத்திற்குச் செல்கிறார். அங்கேயும் அவரைச் சந்திக்க முடியாமல், தடுமாறிக் கொண்டிருந்தபோது, பிரதமரின் முதன்மைச் செயலாளர் ஹஸ்கர் வருகிறார்.

ஹஸ்கரைப் பார்த்தவுடன் மல்ஹோத்ரா, 'என்னா சார்... நீங்க கேட்டபடி பணத்தைக் கொடுத்துட்டேன். ஒரு வவுச்சர் குடுங்கன்னா, இப்படி அலைய விடுறீங்களே' என்று கேட்கிறார். அதிர்ந்து போன ஹஸ்கர், 'யோவ் என்னா விளையாடுறியா? நான் எப்பய்யா உன்கிட்ட பேசினேன். எப்போ பணம் கேட்டேன்? கிண்டல் பண்றியா... ஒழுங்கா ஓடிப் போயிடு... இல்லன்னா போலீஸை கூப்பிடுவேன்' என்று சொல்ல, மல்ஹோத்ராவுக்கு தலை சுற்றுகிறது. 'அவனுக்கென்ன, ஓடிவிட்டான். அகப்பட்டவன் நானல்லவா?' என்று பாடிக்கொண்டே, பாராளுமன்றத்தில் பாதுகாப்புப் பணியில் ஈடுபட்டிருந்த உயர் காவல்துறை அதிகாரிகளைச் சந்தித்து விவரங்களைக் கூறுகிறார்.

இதே நேரத்தில், மல்ஹோத்ராவின் வங்கிக் கிளையில், அவரிடம் கையொப்பம் போட்டு, பணப் பெட்டியை எடுத்துக் கொடுத்த துணை காசாளர்களான எஸ்.பி.பத்ராவும், ருஹேல் சிங்கும், 'என்னடா இது 60 லட்ச ரூபாய் பணத்தை எடுத்துக்கொண்டு போன,

மல்ஹோத்ராவை ஆளைக் காணவில்லையே...' என்று தங்கள் உயர் அதிகாரிகளிடம் தகவல் தெரிவிக்கிறார்கள்.

உயர் அதிகாரிகள் தங்கள் பங்குக்கு காவல்துறையிடம் புகார் தெரிவிக்கிறார்கள்.

உடனடியாக, பாராளுமன்றத்தில் இருந்த மல்ஹோத்ரா, சுற்றி வளைக்கப்படுகிறார். மல்ஹோத்ராவை, ஐபி, புதுடெல்லி காவல்துறை என்று, நாட்டில் உள்ள புலனாய்வு அமைப்புகளின் அத்தனை அங்கங்களும், குடைந்து எடுக்கின்றன. மல்ஹோத்ரா, தலை சுற்றி கிறுகிறுத்துப்போய், தனக்கு வந்த தொலைபேசி அழைப்புகளையும், மற்ற விவரங்களையும் கூறுகிறார்.

காவல்துறையின் விசாரணை தொடங்குகிறது.

மே 24 அன்று நடந்த இந்தச் சம்பவம் தொடர்பாக, ஸ்வதந்த்ரா கட்சித் தலைவர் பில்லூ மோடி, மே 27 அன்று, சிறப்பு கவன ஈர்ப்புத் தீர்மானத்தைக் கொண்டுவருகிறார். இந்தக் கேள்விக்காக பில்லூ மோடிக்கு நான்கு ஆண்டுகள் கழித்து, அதாவது நெருக்கடி நிலையின் போது, பரிசு வழங்கினார் இந்திரா காந்தி.

பில்லூ மோடி கேட்ட கேள்விகளுக்கு, அப்போதைய நிதித் துறை துணை அமைச்சர் கே.ஆர்.கணேஷ், நடந்த விவரங்களைத் தெரிவிக்கிறார். ஆனால், அவர் பதிலில் திருப்தி அடையாத, பில்லூ மோடி, பல்வேறு சந்தேகங்களை எழுப்புகிறார். அப்போது, குறுக்கிட்ட நிதி அமைச்சர் ஒய்.பி.சவான், 'இருபது ஆண்டுகளுக்கும் அதிகமாக, வங்கியில் பணியாற்றிய அனுபவம் உள்ள ஒரு மூத்த அதிகாரி, இதுபோல முட்டாள்தனமாக, யாரோ தொலைபேசியில் அழைத்தார்கள் என்பதற்காக இப்படி பணத்தை தூக்கிக் கொடுத்தார் என்பதை நம்புவதற்குக் கடினமாகத்தான் உள்ளது. சொல்லப் போனால், இந்த விவகாரத்தில், இதற்கும் மேல் ஏதோ உள்ளது. ஆனால், இந்த நேரத்தில் இதுபற்றி கருத்துத் தெரிவிக்க விரும்பவில்லை' என்று கூறுகிறார்.

போபர்ஸ் ஊழல் வழக்கு, 25 ஆண்டுகளைக் கடந்தும் இன்னும் முடிவு பெறாமல் உள்ளது. அதில் சம்பந்தப்பட்ட பணமும் கைப்பற்றப்பட வில்லை. யாரும் தண்டிக்கப்படவும் இல்லை. ஸ்பெக்ட்ரம் விவகாரத்தில் வழக்குப் பதிவு செய்து, ஒன்றரை ஆண்டுகளுக்குப் பிறகே, விசாரணை தொடங்கியது.

ஆனால், நகர்வாலா விவகாரத்தில் என்ன நடந்தது தெரியுமா? சம்பவம் நடந்த அன்று மாலையே, நகர்வாலா கைது

செய்யப்படுகிறார். அவர் அளித்த ஒப்புதல் வாக்குமூலத்தின் அடிப்படையில் நான்கு நாட்களுக்குள், அவருக்கு நான்கு ஆண்டுகள் தண்டனை வழங்கப்பட்டது. இந்த வழக்கை விசாரித்த விசாரணை அதிகாரி டி.கே. காஷ்யப் மர்மமான முறையில் ஒரு சாலை விபத்தில் மரணமடைகிறார். தண்டனை வழங்கப்பட்ட நகர்வாலா, சிறையிலேயே இறக்கிறார்.

நாடு முழுவதும், எதிர்க்கட்சிகளும், ஊடகங்களும், நீதி விசாரணை வேண்டுமென்று கூக்குரலிடுகின்றன. அசைவாரா இந்திரா காந்தி? குற்றவாளி கண்டுபிடிக்கப்பட்டார். தண்டிக்கப்பட்டுவிட்டார். நீதி விசாரணை நடத்த முடியாது என்று மறுக்கிறார்.

இந்த விவகாரத்தில் மேலும் மர்ம முடிச்சுகளை இறுக்கியது எதுவென்றால், நகர்வாலா கைது செய்யப்பட்ட பின்னர், புகார் கொடுத்த, மல்ஹோத்ரா மீதும் வழக்குப் பதிவு செய்யப்பட்டதுதான்.

சிறையில் அடைக்கப்பட்ட நகர்வாலா, இந்திரா காந்திக்கு ஒரு கடிதம் எழுதுகிறார். அந்தக் கடிதம் சுவையாகவே உள்ளது.

'என்னுடைய வழக்கு இன்னும் நிலுவையில் இருப்பதால், என் வழக்கைப்பற்றி பேச விரும்பவில்லை. ஒரு நாள் இல்லை ஒரு நாள், இறைவன் அனுமதித்தால் உங்களைச் சந்தித்து, நடந்த உண்மைகளை உள்ளது உள்ளபடி விளக்குகிறேன். அந்த விஷயங்கள், உங்களுக்கும் தேசத்திற்கும் கண்களைத் திறப்பதாக அமையும்.

டியர் லேடி உங்கள் காவல்துறையையும், சி.பி.ஐ.யையும் நிர்வகிக்க, இந்த பூமியில் எங்கேயிருந்து இப்படி ஓர் ஐந்தாம் தர நபர்களைத் தேர்ந்தெடுக்கிறீர்கள் என்று எனக்குத் தெரியவில்லை. நான் நம்பிக்கையோடும், இயல்பாகவும் பேசும்வகையில், சராசரி அறிவு படைத்த ஒரு நேர்மையான நபரை என்னைச் சந்திக்க அனுப்புங்கள். அந்த நபர் நீங்கள் தனிப்பட்ட முறையில் நம்பும் நபராகவும், பாரபட்சமற்ற முறையில் பதிவு செய்பவராகவும் இருக்கவேண்டும். அந்த நபர் கண்ணாமூச்சி விளையாடாமல், என்னிடம் தன்னை முழுமையாக அறிமுகப்படுத்திக் கொள்ளவேண்டும்.'

எப்படி இருக்கிறது? இதுபோன்ற கடிதங்களாலும், ஊடகங்கள் வெளியிட்ட பல விவகாரங்களாலும், இந்த வழக்கை ஒரு சாதாரண, ஏமாற்றிய வழக்காகக் கருத முடியாது என்ற முடிவுக்கே எதிர்க்கட்சிகளும் வந்தன.

நெருக்கடி நிலைக்குப் பிறகு ஜனதா அரசாங்கம் வந்த பிறகு நீதிபதி ஜகன்மோகன் ரெட்டியின் தலைமையில் விசாரணை கமிஷன்

அமைக்கப்படுகிறது. அந்த விசாரணையில் என்ன நடந்தது? இந்த நகர்வாலா என்பவர் யார்?

விலகாத நகர்வாலா மர்மம்!

யார் இந்த நகர்வாலா?

ரஸ்தம் சோரப் நகர்வாலா இந்திய ராணுவத்தில் பணியாற்றியவர். ராணுவத்தில், பணியாற்றிவிட்டு, 'ஆய்வு மற்றும் பகுப்பாய்வுப் பிரிவு' என்று அழைக்கப்படும் இந்தியாவின், வெளிநாட்டு உளவுப் பிரிவில் பணியாற்றியவர்.

இந்த நகர்வாலாதான், இந்தியா முழுக்க பிரபலமாகி, சிறைத் தண்டனைக்கு ஆளாகி, சிறையிலேயே தனது உயிரைவிட்டவர்.

ஜனதா அரசாங்கம் அமைந்தவுடன், ஓய்வு பெற்ற உச்ச நீதிமன்ற நீதிபதி ஜெகன்மோகன் ரெட்டி தலைமையில் விசாரணை கமிஷன் அமைக்கப் பட்டது. அப்போதெல்லாம் விசாரணை கமிஷனுக்கு நீதிபதியாக அமைக்கப்படுபவர்கள் தங்கள் பணியை உண்மையாகச் செய்வார்கள்.

அரசாங்கம் நம்மை விசாரணை கமிஷன் நீதிபதியாக நியமித்துள்ளது. எப்படிப்பட்ட அறிக்கை கொடுத்தால், அரசுக்குப் பிடிக்கும் என்று அதற்கேற்றாற்போல அறிக்கை தயாரித்து, அடுத்தடுத்த விசாரணை கமிஷன்களின் தலைவராகி, இறுதியாக திரைப்பட விருது வழங்கும் குழுவுக்கும் தலைவராகும் தந்திரமெல்லாம், அப்போதைய நீதிபதிகளுக்குத் தெரிந்திருக்கவில்லை.

அப்படித்தான் நீதிபதி ஜெகன்மோகன் ரெட்டியும் தனது விசாரணையை நேர்மையாக நடத்தினார்.

காவல்துறையைப் பொறுத்தவரை, நகர்வாலா வழக்கு என்பது முடிந்து போன ஒன்று. குற்றவாளியைக் கண்டுபிடித்தாயிற்று, தண்டனை வழங்கியாயிற்று, சிறையில் அடைத்தாயிற்று. இதோடு எங்கள் வேலை முடிந்துவிட்டது என்று இருந்தபோது, ஜெகன் மோகன் ரெட்டி பல சிக்கலான கேள்விகளை எழுப்பினார்.

முதலில் ஸ்டேட் பாங்க் ஆஃப் இந்தியாவின் கிளையிலிருந்து எடுக்கப்பட்ட பணம், அந்த வங்கியுடையதா இல்லையா என்பதே முடிவாகவில்லை. விசாரணையில் இந்திரா காந்திக்கு பாராளுமன்ற வீதி வங்கிக் கிளையிலிருந்த கணக்கில் வெறும் 150 ரூபாய் மட்டுமே இருந்தது என்பது தெரிய வந்தது.

நகர்வாலா காவல்துறையிடம் கொடுத்ததாகச் சொல்லப்பட்ட ஒப்புதல் வாக்குமூலத்தில் பிரதமரின் செயலாளர் ஹஸ்கர் குரலிலும்,

பிறகு, இந்திரா காந்தியின் குரலிலும், தானே பேசியதாகக் கூறியிருந்தார். ஸ்டேட் பாங்க் ஆஃப் இந்தியாவின் பணத்தை அபகரிப்பதற்காகவே அவ்வாறு செய்ததாகவும் கூறியிருந்தார்.

ஆனால், விசாரணை கமிஷனிலோ, நகர்வாலாவுக்கு மிமிக்ரி செய்யும் திறமை இல்லை என்பதும், பெண் குரலில் பேச சுத்தமாகத் தெரியாது என்பதும் வெளிவந்தது. அப்படியானால் யார்தான் இந்திரா காந்தியின் குரலில் பேசியது? இன்றுவரை இந்தக் கேள்விக்கு விடையே இல்லை.

அப்போது அமலிலிருந்த வங்கி விதிகளின்படி, ஒரே நாளில் 25 லட்சத்திற்கும் அதிகமான தொகையை வங்கியிலிருந்து வெளியே எடுத்துச்செல்ல முடியாது. அப்படி இருக்கையில், 60 லட்ச ரூபாய் எப்படி வெளியே போனது என்பதும் மர்மம்தான்.

விசாரணை கமிஷன் முன்பு சாட்சியம் அளித்த இந்திரா காந்தி, 'இந்த வழக்கு குறித்து நான் எந்த ஆர்வமும் காட்டவில்லை. இந்த வழக்கில் ஆர்வம் செலுத்துவதைவிட, சர்வதேசப் பிரச்னையான பங்களாதேஷ் பிரச்னையில் எனது பெரும்பாலான கவனம் சென்றுவிட்டது' என்றும் தெரிவித்திருந்தார்.

உண்மை என்ன தெரியுமா? மத்திய அரசின் உள்துறைச் செயலாளர், டெல்லி காவல்துறை ஐ.ஜி.க்கு, பிரதமர் இந்திரா காந்தியின் பெயரை களங்கப்படுத்துவதற்கு ஏதாவது சதி நடக்கிறதா என்பதைக் கண்டறியுமாறு உத்தரவிட்டு எழுத்துப்பூர்வமாக கடிதம் அனுப்பியிருக்கிறார். உள்துறைச் செயலாளர், 'இந்திரா காந்தி தொலைபேசி மூலமாக இவ்விசாரணையில் ஏற்பட்டுள்ள முன்னேற்றம் குறித்துக் கேட்டறிந்தார்' என்று கூறினார். இது வழக்கின் மர்மத்தை மேலும் அதிகப்படுத்தியது.

விசாரணை கமிஷன்முன் சாட்சியம் அளித்தவர்களும் முன்னுக்குப்பின் முரணாகவே பேசினர். உண்மை வெளிவராமல் இருப்பதற்கு என்னென்ன செய்ய முடியுமோ அத்தனையும் இவ்வழக்கில் காங்கிரஸ் கட்சியால் செய்யப்பட்டன.

வழக்குப்பதிவு செய்யப்பட்டவுடன், வங்கிக் கிளையிலிருந்து பல்வேறு ஆவணங்கள் கைப்பற்றப்பட்டன. ஆனால் அவை விசாரணை கமிஷன் முன்பு ஆஜர்படுத்தப்படவில்லை.

வங்கியின் ஆவணங்களில் 60 லட்ச ரூபாய் டெபாசிட் செய்யப் பட்டதற்கோ, வெளியில் எடுக்கப்பட்டதற்கோ, எந்த விதமான

பதிவுகளும் இல்லாத காரணத்தாலேயே, இந்த ஆவணங்கள் ஆஜர்படுத்தப்படவில்லை என்று தனது அறிக்கையில் குறிப்பிட்டிருந்தார் நீதிபதி.

இந்தியாவின் பல்வேறு ஊழல்களில் பெருமளவில் சம்பந்தப் பட்டிருப்பது காங்கிரஸ் கட்சிதான். பல்வேறு ஊழல்களில் சம்பந்தப் பட்ட அனுபவம் இருப்பதால், உண்மை வெளியாகாமல் பார்த்துக் கொள்வதில் காங்கிரஸ் கட்சியினர் கைதேர்ந்தவர்கள். அதற்காக பி.ஜே.பி. ஒன்றும் சளைத்ததல்ல. ஐந்து ஆண்டுகள் ஆட்சியிலிருந்த போதே எத்தனை ஊழல்கள். அதில் மட்டும் உண்மைகள் வெளிவந்து விட்டதா என்ன ?

இதுபோலத்தான், நகர்வாலா ஊழலை மறைப்பதற்கும் பல்வேறு முயற்சிகள் எடுக்கப்பட்டன. அறுபது லட்ச ரூபாயில் 59 லட்சத்து 95 ஆயிரம் ரூபாய் நகர்வாலாவிடமிருந்து கைப்பற்றப்பட்டாலும், அந்த நகர்வாலா எதற்காக இந்த சதித் திட்டத்தில் ஈடுபட்டார். வேறு யாராவது பின்புலத்தில் இருந்தார்களா? என்ற விவரங்களைக் கண்டுபிடிக்க முடியவேயில்லை.

இந்த ஊழலில் உண்மையை மறைக்க அதிகாரிகள் திட்டமிட்டு வேலை செய்திருப்பதாக, நீதிபதி ஜெகன்மோகன் ரெட்டி வேதனை யோடு குறிப்பிட்டார்.

விதிகளுக்கு முரணாக அறுபது லட்ச ரூபாயை வங்கிக் கிளையி லிருந்து எடுத்துச் சென்றபிறகு, அதுகுறித்து உயர் அதிகாரிகளுக்குத் தகவல் கொடுக்காதது வங்கி அதிகாரிகளும் இதற்கு உடந்தையாக இருந்திருக்கிறார்கள் என்ற சந்தேகத்தை எழுப்பியது.

வங்கியின் லாக்கர் அறையிலிருக்கும் அத்தனை பொருள்களுக்கும் கணக்கு வைக்கப்படவேண்டும். லாக்கரிலிருந்து எந்தப் பொருளை எடுத்துச் சென்றாலும், எந்தப் பொருளை லாக்கரில் வைத்தாலும் பதிவு செய்யப்படவேண்டும்.

அந்த வங்கிக் கிளையின் காசாளர் பல்வேறு பெட்டிகளை லாக்கர் அறையில் வைத்தும் எடுத்தும் சென்றிருக்கிறார். ஆனால், அது தொடர்பாக பதிவேட்டில் எந்தப் பதிவும் செய்யப்படவில்லை. கமிஷன் தனது விசாரணையைத் தொடங்கியதும், அவசர அவசரமாக பழைய பதிவேட்டில், புதிய பால்பாயிண்ட் பேனாவைப் பயன்படுத்தி எழுதி கமிஷன் முன் காண்பித்ததும் தெரியவந்தது.

இந்த விவகாரத்திலேயே, பெரிய காமெடி என்று நீதிபதி குறிப்பிட்டது எது தெரியுமா? ஒரு நாட்டின் பிரதமர் தன்னிடம் பெற்ற பணத்துக்கு ரசீது தருவார் என்று நம்பி, அவர் வீட்டுக்குச் சென்றதை

உலகமகா ஜோக் என்று கமிஷன் முடிவு செய்தது. இந்த ஊழலில் பல உண்மைகள் மறைக்கப்பட்டுள்ளதைப் பற்றி வருத்தம் தெரிவித்த நீதிபதி குறிப்பிட்ட மற்றொரு கருத்து மிக மிக முக்கியமானது.

'ஒரு நாட்டின் பிரதமர் சொன்னார் என்பதற்காக தேசிய மயமாக்கப் பட்ட வங்கிக் கிளையிலிருந்து, எவ்வித கணக்கு வழக்குமின்றி ஒரு வங்கி மேலாளர் 60 லட்ச ரூபாயை எடுத்துக் கொடுத்து, அதன் மூலம் ஆட்சியாளர்களைக் குளிர்விக்க நினைக்கிறார் என்றால், ஜனநாயகத்தில் இது மிக மிக மோசமான போக்கு' என்று நீதிபதி விசாரணையில் பதிவு செய்தார்.

வங்கியிலிருந்து எடுக்கப்பட்ட பணம், காங்கிரஸ் கட்சியின் கறுப்புப் பணமா என்ற முக்கியமான கேள்வியை எதிர்க் கட்சிகள் எழுப்பியது. கறுப்புப் பணத்தை வெளியிடங்களில் பதுக்கி வைத்தால், வருமான வரித்துறை சோதனை செய்தால் மாட்டிக்கொள்ளும் என்று, பணத்தை பத்திரமாக வைக்க தேசியமயமாக்கப்பட்ட வங்கிகளையே காங்கிரஸ் பயன்படுத்தியிருக்கக்கூடும் என்று குற்றம் சாட்டின.

சத்தம் போடாமல், ஹவாலா வழியாக குக் தீவு, கேமென் தீவு, செய்ஷெல்ஸ் தீவு போன்ற தீவுகளுக்கு பணத்தை எடுத்துச் செல்லும் தில்லாலங்கடி வேலையை அப்போது அரசியல்வாதிகள் அறிந்திருக்கவில்லையா? அல்லது தேசியமயமாக்கப்பட்ட வங்கிகள் ஆட்சியில் இருப்பவர்களுக்குத்தானே சொந்தம். நாம் எதற்கு கறுப்புப் பணத்தை வேறு இடங்களில் பதுக்கவேண்டும் என்ற எண்ணத்தில் இப்படிச் செய்தார்களா என்பதும் தெரியவில்லை.

விசாரணையின் முடிவில், நீதிபதி ஜெகன்மோகன் ரெட்டி, 'திடீரென்று ஒரு நாள் காலை நகர்வாலாவுக்கு இந்த யோசனை தோன்றி வங்கிக்கு தொலைபேசியில் பேசி, இத்திட்டத்தை அரங்கேற்றினார் என்பதை நம்ப முடியவில்லை. சாட்சிகளையும், ஆவணங்களையும் மறைக்க எடுக்கப்பட்ட முயற்சிகளால் உண்மைகளைக் கண்டுபிடிக்க முடியவில்லை' என்று அங்கலாய்த்த நீதிபதி, 'விசாரணைக்குப் பிறகு இந்த வழக்கின் மர்மம் மேலும் ஆழ்ந்த மர்மமாக மாறிவிட்டது' என்று குறிப்பிட்டிருந்தார்.

இந்த விவகாரம் குறித்து பாராளுமன்றத்தில் கேள்வி எழுப்பிய ஸ்வதந்த்ரா கட்சியின் எம்.பி. பில்லூ மோடிக்கு இந்திரா காந்தி பரிசு வழங்கினார் என்று குறிப்பிட்டிருந்தேன். அது என்ன பரிசு தெரியுமா? பில்லூ மோடியின் சொந்த சகோதரர் ருஸ்ஸி மோடியை நெருக்கடி நிலையின்போது 'மிசா' சட்டத்தில் கைது செய்ததுதான் அது.

4

போபர்ஸ் ஊழல்:
ராஜிவ் குடும்பத்தின் தீராத தலைவலி

'ஆகாசவாணி. செய்திகள் வாசிப்பது சரோஜ் நாராயண் ஸ்வாமி.'

90-களுக்கு முன்பு இந்தக் குரலைக் கேட்காதவர்கள் இருக்க முடியாது. இப்போது இருக்கிற அளவுக்கு தொலைக் காட்சி, இணையதளம் போன்ற ஊடகங்கள் அப்போது பரவலாகவில்லை. செய்திகளுக்காக வானொலியையே நம்பியிருந்த காலம்.

1987 ஏப்ரல் 16-ம் தேதி ஸ்வீடன் நாட்டு வானொலியான ஸ்வீடிஷ் ரேடியோ வாசித்த ஒரு செய்தி, ஏறக்குறைய 7 ஆயிரம் கிலோ மீட்டர்களுக்கு அப்பால், உலகின் இரண்டாவது அதிக மக்கள் தொகை கொண்ட நாட்டில் பெரும் பூகம்பத்தை ஏற்படுத்தியது.

1986-ம் ஆண்டு இந்திய அரசு, ஸ்வீடன் நாட்டின் ஏ.பி.போபர்ஸ் என்ற ஆயுதம் தயாரிக்கும் நிறுவனத்திடமிருந்து 500 பீரங்கிகள் வாங்கியது. இந்த ஆர்டரைப் பெறுவதற்கு போபர்ஸ் நிறுவனம், இந்திய அரசியல்வாதிகளுக்கும், ராணுவ அதிகாரிகளுக்கும், 'கமிஷன்' கொடுத்தது என்பதுதான் அந்தச் செய்தி.

இந்தச் செய்தி, ராஜிவ் குடும்பத்தை அடுத்த பத்தாண்டுகளுக்கு அலைக்கழித்தது. 'போபர்ஸ்' என்ற வார்த்தையைக் கேட்டால் இன்றும் சோனியா காந்திக்கு தூக்கம் கெடும்.

ஸ்வீடிஷ் வானொலியில் போபர்ஸ் ஊழல் செய்தி வெளியானதும், இந்திய ஊடகங்கள் (நேர்மையான ஊடகங்கள் மட்டும்) இதைத் தலைப்புச் செய்தியாக்கின. ஒரே தொலைக்காட்சியான தூர்தர்ஷன் அரசின் இரும்புப் பிடியில் இருந்ததால் செய்தியாக்கவில்லை. ஆனால் இச்செய்தி, அச்சு ஊடகங்களில் மிகுந்த முக்கியத்துவம் கொடுத்து வெளியிடப்பட்டது.

இந்தச் சம்பவம் நடந்து, இப்போது இருபத்து நான்கு ஆண்டுகள் கடந்துவிட்டபோதும், இதில் சம்பந்தப்பட்டவர்கள் யாரும் தண்டிக்கப்படவில்லை. நீதிமன்றத்தில் வழக்குகள் பலவீனமாகப் புனையப்பட்டு, சம்பந்தப்பட்ட அனைவரும் விடுவிக்கப்பட ஏற்பாடுகள் செய்யப்பட்டன. இதில் பணம் பெற்றதாகக் கூறப்படும் முக்கிய நபரான ஒட்டாவியோ குவாத்ரோச்சி பத்திரமாக இந்தியாவை விட்டு வெளியேற அனுமதிக்கப்பட்டார்.

ஸ்பெக்ட்ரம் ஊழலிலாவது ராசா கைது செய்யப்பட்டுள்ளார். ஆனால் போபர்ஸ் ஊழலில், எஃப்.ஐ.ஆர். பதிவு செய்வதற்கே, ஆட்சி மாறி, வி.பி.சிங் பிரதமராக வரவேண்டியிருந்தது. ராஜிவ் காந்தியை ஆட்சிக் கட்டிலிலிருந்து தூக்கி எறிந்த போபர்ஸ் ஊழல், இந்திய ஊழல் வரலாற்றில் ஒரு மைல் கல் (இதுல பெருமை வேற?) என்று சொன்னால் மிகையாகாது.

போபர்ஸ் ஊழலில் சம்பந்தப்பட்ட மொத்த தொகை 66 கோடி ரூபாய். ஆனால், அதன் விசாரணைக்குச் செலவிடப்பட்ட மொத்த தொகை 250 கோடி என்று சொன்னால் வேதனையாகத்தான் இருக்கும். ஆனால், 1000 கோடி செலவானாலும் சம்பந்தப்பட்ட குற்றவாளிகள் தண்டிக்கப்படவேண்டும். அந்த தண்டனைதான் மேலும் இதுபோல ஊழல்கள் நடைபெறாமல் தடுக்கும்.

போபர்ஸ் ஊழலில் எந்தக் குற்றவாளிகளும் தண்டிக்கப்படாமல் போனதன் விளைவுதான் இன்றைய ஒரு லட்சத்து எழுபத்தாறாயிரம் கோடி ரூபாய்.

ஸ்பெக்ட்ரம் விவகாரத்தில், நாடாளுமன்றக் கூட்டுக்குழு விசாரணை வேண்டும் என்கிற குரல் எதிர்க்கட்சிகளால் பலமாக எழுப்பப்பட்டது எதிர்ப்புக் குரல் மிக பலவீனமாக இருந்தும் ராஜிவ்காந்தி கூட்டுக்குழு விசாரணைக்கு உத்தரவிட்டார்.

ராஜிவ்காந்தி இவ்வளவு நேர்மையானவரா என்று அவசரப்பட்டு முடிவு செய்துவிடவேண்டாம்.

அன்றைய நாடாளுமன்றத்தில் காங்கிரஸ் கட்சிக்கு மொத்தம் 409 இடங்கள் இருந்தன. பெரிய எதிர்க்கட்சியான தெலுங்கு தேசத்துக்கு 30. மார்க்சிஸ்ட் கட்சிக்கு 22 இடங்களும். மற்றவை எல்லாம் 12-க்கும் கீழே இடங்களை வைத்திருந்தன. இத்தகைய செல்வாக்கை வைத்துக் கொண்டு, கூட்டுக்குழு விசாரணைக்கு ராஜிவ் காந்தி ஏன் உத்தரவிட மாட்டார்?

ஸ்வீடிஷ் வானொலிச் செய்தி வெளியான நான்காவது நாள், ராஜிவ் காந்தி நாடாளுமன்றத்தில் 'இந்த விவகாரத்தில் இடைத் தரகர்கள் ஒருவர் கூட இல்லை. யாருக்கும் கமிஷன் வழங்கப்படவில்லை' என்று சொன்னார்.

ஆனால் சமீபத்தில், மத்திய வருமான வரித்துறை தீர்ப்பாயம் வழங்கிய தீர்ப்பில் 'குவாத்ரோச்சியும், அவர் பார்ட்னர் வின்சத்தாவும் சேர்ந்து, 1987-ம் ஆண்டு 1437 கோடி ரூபாய் கமிஷன் வாங்கியிருக்கிறார்கள். அதற்கு வரி கட்டவேண்டும்' என்று தீர்ப்பளித்திருக்கிறது.

ஒரு லட்சத்து எழுபத்தாறாயிரம் கோடிக்கு முன்னால், ரூ. 1437 கோடி கமிஷன் என்பது எந்த மூலைக்கு என்று எண்ணாதீர்கள். இப்படி எளிதாக விட்டுவிட்டால், அடுத்தடுத்து ஊழல்கள் செய்து கொண்டுதான் இருப்பார்கள். பத்து ரூபாயாக இருந்தாலும் அது நமது வரிப்பணம் இல்லையா?

ராஜிவ் குடும்பத்திற்கு தீராத தலைவலியை உருவாக்கிய, இந்த போபர்ஸ் விவகாரம் தொடங்கியது 1980-ம் ஆண்டு.

இந்திய ராணுவம், தனது தேவைகளுக்காக ஹோவிட்ஸர் ரக பீரங்கிகள் வேண்டுமென தரமான பீரங்கிகளைத் தேடுகிறது. பல பீரங்கிகளை ஆராய்ந்த பிறகு இறுதியாக, ஃப்ரான்ஸ் நாட்டின் சோஃப்மா', 'இன்டர்நேஷனல் மிலிட்டரி சர்வீஸஸ்' என்ற இங்கிலாந்து நாட்டு நிறுவனம், 'வோய்ஸ்ட் ஆல்ஃபா' என்ற ஆஸ்திரிய நிறுவனம் மற்றும் சுவீடனின் 'போபர்ஸ்' நிறுவனம் ஆகிய நான்கு நிறுவனங்களிடமிருந்து பீரங்கிகளை வாங்க முடிவு செய்கிறது.

இந்த பீரங்கிகளை இந்திய ராணுவம் 1982 முதல் 1987வரை ஏழு முறை சோதனை செய்து பார்க்கிறது. ஏழு முறை நடந்த சோதனைகளில் ஆறு முறை, ஃப்ரான்ஸ் நாட்டின் சோஃப்மா பீரங்கி சிறந்த முறையில் வேலை செய்கிறது. அதனால் ராணுவம் ஃப்ரான்ஸ் பீரங்கிகளையே தேர்ந்தெடுக்க முடிவு செய்கிறது.

ராணுவத்தின் கருத்தை மீறி போபர்ஸ் பீரங்கியை வாங்குவதென்பது நடைமுறையில் இயலாத காரியம். அதனால், ராணுவத்தின் தலைமைத் தளபதியாக இருந்த வைத்யாவி ஓய்வு நாள் நெருங்கும் வரை காத்திருந்தனர். ஓய்வு நெருங்கி, அடுத்த தலைமைத் தளபதியாக

சுந்தர்ஜி பொறுப்பேற்கும் முன்னதாகவே, அவசர அவசரமாக பர்சேஸ் செய்வதற்கான வேலைகளைத் தொடங்குகிறார்கள்.

பீரங்கி வழங்கும் நிறுவனங்கள், விலை நிர்ணயத்திலும், பேச்சு வார்த்தையிலும், நேரடியாகப் பங்கெடுக்கவேண்டும். இடைத்தரகர் கள் ஒருவரையும் நியமிக்கக் கூடாது என்று இந்திய அரசு நிபந்தனை விதித்தது.

நிபந்தனையின்படி, 1985 மே மாதம் மேலே குறிப்பிட்ட நான்கு நிறுவனங்களோடு பேச்சுவார்த்தை நடத்த, ஒரு பேச்சுவார்த்தைக் குழு அமைக்கப்படுகிறது. அந்தக் குழுவிற்கு, பாதுகாப்புத் துறை செயலாளர் பட்நாகர் தலைவராக நியமிக்கப்படுகிறார்.

பட்நாகர் இந்த நிறுவனங்களின் சார்பாக பேச்சுவார்த்தை நடத்த வந்தவர்களிடம், 'வெளி நாட்டு நிறுவனங்கள் சார்பாக இந்தியாவில் ஏஜென்ட்டுகளை நியமிக்கக்கூடாது ஏற்கெனவே, அவ்வாறு ஏஜென்ட்டுகளுக்கு கமிஷன் கொடுக்க பணம் ஒதுக்கியிருந்தால், அந்தத் தொகையை பீரங்கி வாங்குகையில் இந்தியாவுக்கு டிஸ்கவுண்டாக குறைத்துக்கொள்ளவேண்டும். இந்த விதிமுறையை மீறி, சம்பந்தப்பட்ட நிறுவனங்களுக்கு ஏஜென்ட் இருக்கிறார் என்பது தெரியவந்தால், அந்த நிறுவனம் தகுதி நீக்கம் செய்யப்படும்' என்று தெளிவாகக் கூறுகிறார்.

மார்ட்டின் ஆர்ப்தோதான் போபர்ஸ் நிறுவனத்தின் தலைமை நிர்வாகி. இவர்தான் போபர்ஸ் சார்பில் இந்தியாவிடம் பேச்சு வார்த்தை நடத்தியவர். இவர் ஸ்வீடன் நாட்டின் கப்பற்படை அதிகாரி யாக இருந்து, பின்னர் போபர்ஸ் நிறுவனத்தின் பொறுப்பை ஏற்றார்.

இந்த மார்ட்டின் ஆர்ப்தோ துபாய்க்கும், பஹ்ரய்னுக்கும் ரோபோ ஒன்றை கடத்தியதற்காக ஸ்டாக்ஹோம் மாவட்ட நீதிமன்றத்தால் தண்டிக்கப்பட்டவர் என்பது தனிக்கதை.

பட்நாகர், ஏஜென்ட்டுகள் நியமனம் பற்றிய விதிமுறையை மார்ட்டின் ஆர்ப்தோவிடம் எடுத்துக் கூறியதும் அவர், போபர்ஸின் இந்திய ஏஜென்ட்டாக, வின்சத்தா இருப்பதாகவும், ஆனால், அரசு இதுபோன்ற விதிமுறைகளை வைத்திருப்பதால், உரிய முறையில் அதை மறுபரிசீலனை செய்வதாகவும் வாக்குறுதி அளித்தார். ஆனால், ஆர்ப்தோ சொல்லாமல்விட்ட ஒரு விஷயம்தான், போபர்ஸுக்கு மற்றொரு ஏஜென்ட் இருக்கிறார் என்பது. அந்த ஏஜென்ட்தான், மர்மமான மிஸ்டர் 'க்யூ'.

ஸ்வீடன் நாட்டின் இந்தியத் தூதரகமும், போபர்ஸ் நிறுவனத்துக்கு, இந்தியாவில் ஏஜென்ட்டுகள் இருப்பதை உறுதி செய்தது.

இதில் மற்றொரு வேடிக்கை என்னவென்றால், 1985-ம் ஆண்டு அக்டோபர் மாதம், நியூயார்க்கில் நடந்த மாநாடு ஒன்றில் கலந்து கொள்ளச் சென்றிருந்த ராஜிவ் காந்தி, ஸ்வீடன் பிரதமர் ஓலோஃப் ஃப்ளேமிடம் தெளிவாக, 'இந்திய அரசாங்கம் ஆயுத கான்ட்ராக்டைப் பெறவேண்டும் என்பதற்காக, இடைத்தரகர்களைப் பயன்படுத்து வதை அனுமதிக்கமாட்டோம்' எனத் தெரிவித்திருந்தார்.

பேச்சுவார்த்தையின் முடிவில், ஃப்ரான்ஸ் நாட்டின் சோஃப்மா பீரங்கி அல்லது ஸ்வீடன் நாட்டின் போபர்ஸ் பீரங்கி இவை இரண்டில் ஒன்றைத் தேர்ந்தெடுக்கலாம் என பாதுகாப்பு அமைச்சகமும் இந்திய ராணுவமும் முடிவெடுக்கிறார்கள்.

இரண்டு நிறுவனங்களும் இறுதி சுற்றுக்கு வந்தாலும், ராணுவத்தின் ஆலோசனையை மீறி, போபர்ஸ் பீரங்கியே தேர்ந்தெடுக்கப்பட்டது.

கார்கில் போர் நடந்தபோது, இந்திய ராணுவத்தால், போபர்ஸ் பீரங்கி அதிக அளவில் பயன்படுத்தப்பட்டது. அப்போது எதிர்க்கட்சி வரிசையிலிருந்த காங்கிரஸ், 'பாருங்கள் நாங்கள் வாங்கிய பீரங்கிகள் எப்படி வேலை செய்கின்றன? இதில் போய் ஊழல் என்கிறீர்களே' என்று கேள்வி எழுப்பினார்கள்.

போபர்ஸ் தரமான பீரங்கி என்பதில் மாறுபட்ட கருத்து இருக்க முடியாது. ராணுவத்தின் ஓய்வு பெற்ற தளபதி சுந்தர்ஜி, 'போபர்ஸ் நல்ல தரமான பீரங்கிதான். சோஃப்மாவும் தரமானதுதான். இடைத்தரகர்களை அகற்றிவிட்டு, சம்பந்தப்பட்ட போபர்ஸ்டன் பேச்சுவார்த்தை நடத்தி பீரங்கிகளின் விலையை கணிசமாகக் குறைத்திருக்க முடியும்' என்று ஓய்வுக்குப் பின் அளித்த பேட்டியில் கூறுகிறார்.

அருண்சிங்கின் கடிதமும் ராஜினாமாவும்

இரண்டு நிறுவனங்களில் ஏதேனும் ஒன்றிடமிருந்து பீரங்கிகள் வாங்கலாம் என்று இறுதிக்கட்ட பரிசீலனைக்குப் பின்னர், சோஃப்மா பீரங்கிகளை விட, போபர்ஸ் பீரங்கிகளே சிறந்தது என ராணுவத் தலைமையகம் முடிவெடுக்கிறது. அந்தப் பரிந்துரையின் அடிப்படையில், 'போபர்ஸ்' தேர்வு செய்யப்படுகிறது.

போபர்ஸ் பீரங்கிகளை வாங்கலாம் என்ற அந்தக் கோப்பில், 5 உயர் அதிகாரிகளும், 3 அமைச்சர்களும் 1986-ம் ஆண்டு மார்ச் மாதம் 13-ம் தேதி கையெழுத்திடுகின்றனர். ராஜிவ் காந்தி மார்ச் 14-ம் தேதி கையெழுத்திடுகிறார். மார்ச் 24-ம் தேதி போபர்ஸ் நிறுவனத்துக்கு, பீரங்கிகள் அனுப்புவதற்கான அதிகாரப்பூர்வ கடிதம் அனுப்பப்படுகிறது.

1987 ஏப்ரல் 16-ம் ஆண்டு, ஸ்வீடிஷ் வானொலி பூகம்பத்தைக் கிளப்பியதும், போபர்ஸ் நிறுவனம் கமிஷன் கொடுக்கவில்லை என

மறுத்தது. ஆனால், ஸ்வீடன் நாட்டுக்கான இந்தியத் தூதர் பூமத்ராய் ஓஜா, உடனடியாக இந்த விவகாரத்தை, ஸ்வீடன் அரசாங்கத்தின் கவனத்துக்கு எடுத்துச்சென்று, விசாரணை நடத்த கோரிக்கை வைக்கிறார். ஸ்வீடன் அரசாங்கமும், இந்தியத் தூதரின் கருத்து, இந்தியாவின் கருத்து என்று எடுத்துக்கொண்டு, விசாரணையைத் தொடங்குகிறது.

ஸ்வீடிஷ் வானொலி செய்தி வெளியிட்ட ஏப்ரல் 16-க்கு அடுத்தடுத்த நாட்களில் இதெல்லாம் நடக்கிறது. இந்த நிலையில், ஏப்ரல் 24-ம் தேதி, போபர்ஸ் நிறுவனம், இந்திய அரசுக்கு ஒரு கடிதம் எழுதியது. அதில், 'பீரங்கி விற்பனையில் யாருக்கும் எந்த கமிஷனும் கொடுக்கப் படவில்லை' என்று கூறியிருந்தது.

உடனே, ஸ்வீடன் நாட்டின் பிரதமர் கார்ல்ஸ்ஸனைத் தொடர்பு கொண்ட ராஜிவ் காந்தி, 'தவறு நடக்கவில்லை என போபர்ஸ் நிறுவனம் கூறுவதால், ஸ்வீடன் அரசாங்கம் இது தொடர்பான விசாரணைகள் ஏதும் நடத்தவேண்டியதில்லை' என்று கூறுகிறார்.

இன்று 2ஜி அலைக்கற்றை ஊழலில் பெரும் கொள்ளை அடித்துள்ள 'ஸ்வான்' நிறுவனம், நாங்கள் அலைக்கற்றை பெறுவதற்கு யாருக்கும் லஞ்சம் கொடுக்கவில்லை என்று கூறியதன் அடிப்படையில் சி.பி.ஐ. விசாரணையை கிடப்பில் போட்டால் எப்படி இருக்குமோ அப்படித்தான் இருந்தது ராஜிவின் பேச்சு.

இந்த உரையாடலும், அலுவல் ரீதியான உரையாடல் அல்ல என்பது தான் இதில் வேடிக்கை. ஏனெனில், இந்தியாவின் தூதர் ஓஜாவுக்கு இதுபற்றிய எந்தத் தகவலும் தெரிவிக்கப்படவில்லை. அவர் பாட்டுக்கு, விசாரணை நடத்துவார்கள் என்று அங்கே உட்கார்ந்து கொண்டிருந்தார்.

இந்த இடத்தில், மத்திய கணக்காயர், 2ஜி அலைக்கற்றை ஏலத்தில் இந்தியாவுக்கு ஒரு லட்சத்து எழுபத்தாறாயிரம் கோடி நஷ்டம் என்று அறிக்கை அளித்த பிறகு, மத்திய தொலைத்தொடர்புத் துறை அமைச்சரும், மூத்த வழக்கறிஞருமான கபில் சிபல், 'மத்திய கணக்காயருக்கு ஒழுங்காக கணக்குப் போடத் தெரியவில்லை. தப்புத் தப்பாக கணக்குப் போட்டிருக்கிறார்' என்று கூறியது நினைவு வருகிறதா? என்ன செய்ய? அன்று முதல் இன்றுவரை இதுதான் காங்கிரஸ் கலாசாரம்.

இந்தியத் தூதர் ஓஜா தொடர்ந்து விசாரணை நடத்துங்கள் என்று, ஸ்வீடன் அரசாங்கத்தையும், பிரதமரையும் வற்புறுத்திக் கொண்டிருக்க, வேறு வழியின்றி, ராஜிவ் பேசிய விஷயத்தைப் போட்டு உடைக்கிறார் ஸ்வீடன் பிரதமர் கார்ல்ஸ்ஸன்.

ஒரு சில நேரங்களில், அதிசயமான நிகழ்வாக நேர்மையான அதிகாரிகள் இருப்பதனால்தான் பல்வேறு ஊழல்கள் வெளி வருகின்றன. எஃப்.பி.ஐ. புலனாய்வு நிறுவனத்தின் உயர் அதிகாரி நேர்மையாக இருந்ததால்தான் வாட்டர்கேட் ஊழல் வெளி வந்தது.

2ஜி விவகாரத்தையே எடுத்துக்கொண்டாலும், இந்த ஊழல் வெளி வந்ததற்கு இதுவரை தன் பெயரை வெளியிடாத, அந்தத் தொலைத்தொடர்புத் துறை அதிகாரிதானே காரணம்?

அதுபோலவே ஸ்வீடனுக்கான இந்தியத் தூதர் ஓஜாவும், விடாப்பிடியாக போபர்ஸ் ஊழலை வெளிக்கொண்டு வந்தே ஆகவேண்டும் என்று, தொடர்ந்து இந்திய அரசுக்குக் கடிதங்கள் எழுதுகிறார்.

எழுத்துப்பூர்வமான கடிதங்களின்மீது ஏதாவது ஒரு நடவடிக்கையை எடுத்தே ஆகவேண்டிய கட்டாயத்திலிருந்த ராஜீவ் காந்தி, 1987 ஏப்ரல் 27 அன்று, ஸ்வீடன் அரசாங்கத்துக்கு ஒரு கடிதம் எழுதுகிறார். அந்தக் கடிதத்தில், 'இடைத் தரகர்கள் யாரும் இல்லை என்று போபர்ஸ் நிறுவனம் தெளிவாகக் கூறியிருப்பினும், இந்தச் சர்ச்சையை முடிவுக்குக் கொண்டுவர, சில விளக்கங்கள் தேவைப்படுகின்றன' என்று எழுதுகிறார்.

இதன் விளைவு, ஸ்வீடன் நாட்டின், தேசிய ஆடிட் ப்யூரோ, விரிவான விசாரணையை மேற்கொள்கிறது.

அந்த ஆண்டு, ஜூன் மற்றும் ஜூலை மாதங்களில், இந்த விவகாரம் நாடு முழுவதும் சூட்டைக் கிளப்பி பெரும் விவாதத்தைத் தொடங்குகிறது. வேறு வழியின்றி, ராஜீவ் காந்தி பாதுகாப்புத் துறை அமைச்சகத்துக்கு ஒரு கடிதம் எழுதுகிறார். அக்கடிதத்தில், போபர்ஸ் நிறுவனத்துக்கு வழங்கப்பட்டுள்ள பர்ச்சேஸ் ஆர்டரை ரத்து செய்வதனால், இந்திய பாதுகாப்புக்கு ஏற்படும் ஆபத்து என்ன என்பது குறித்து விளக்குமாறு கோருகிறார்.

ராணுவ தலைமைத் தளபதியாக இருந்த சுந்தர்ஜிக்கு இக்கடிதம் போனவுடன், அவர், உடனடியாக போபர்ஸ் நிறுவனத்துக்கு கடிதம் எழுதி, யார் யாருக்கு எவ்வளவு கமிஷன் கொடுக்கப்பட்டது என்ற விவரத்தைக் கேட்கலாம் என்றும், அவர்கள் கொடுக்க மறுத்தால், இந்த ஆர்டரை ரத்து செய்வோம் என்று மிரட்டலாம் என்றும் தெரிவிக்கிறார்.

இது இந்த தேசத்தின் நேர்மை மற்றும் கௌரவப் பிரச்னை. அதனால், இந்த ஆர்டரை ரத்து செய்யவும் முடிவெடுக்கலாம் என்று ஜூன் 13 அன்று பாதுகாப்புத் துறை செயலர் பட்நாகருக்கு கடிதம் அனுப்புகிறார் சுந்தர்ஜி.

பட்நாகர் அக்கடிதத்தை வாங்கி பத்திரமாக வைத்துக்கொண்டு, இரண்டு நாட்கள் 'என்னடா இது.. வழிக்கு வரமாட்டேங்கிறானே' என்று யோசித்துவிட்டு, அக்கடிதத்தின்மீது ஒரு குறிப்பை வைத்து, அக்கடிதத்தை மாற்றி, வேறு கடிதம் அனுப்புமாறு கேட்கிறார்.

ஆனால், தலைமைத் தளபதி சுந்தர்ஜி, அதற்கு மறுத்து, தான் ஏற்கெனவே எழுதிய கடிதத்திலிருந்த கருத்துகளை உறுதி செய்து மீண்டும் எழுதுகிறார்.

இந்தக் குழப்பங்களெல்லாம் அரசாங்கத்தைப்போட்டு உலுக்கி எடுத்துக்கொண்டிருக்க, ராஜிவ் காந்தி அமைச்சரவையில் பாதுகாப்புத் துறை இணை அமைச்சராக இருந்த அவரின் நெருங்கிய நண்பர் அருண்சிங், தன் பங்குக்கு களத்தில் குதிக்கிறார்.

பாதுகாப்பு அமைச்சர் பி.சி.பந்த்துக்கு அருண்சிங் ஒரு கடிதத்தை அனுப்புகிறார். 'நமது தூதரிடம் சொல்லி, ஸ்வீடன் அரசாங்கத்துக்கும், போபர்ஸ் நிறுவனத்துக்கும், தெளிவாக ஒரு விஷயத்தைச் சொல்லச் சொல்லுங்கள். நமக்குத் தேவையான தகவல்கள் முழுமையாக வழங்கப்படவில்லையெனில், ஆர்டரை ரத்து செய்வதைத் தவிர வேறு வழியே இல்லை. நமது தேசத்தின் நேர்மை மட்டுமின்றி, நாம் ராணுவத்துக்காக வாங்கும் அனைத்து பர்ச்சேஸ்களும் கேள்விக் குறியாக்கப்பட்டுள்ளன. இதுகுறித்து ராணுவ தலைமைத் தளபதியிடம் கேட்ட பிறகு இறுதி முடிவெடுக்கவும்' என்று எழுதி பிரதமரின் பார்வைக்கு அனுப்பி வைக்குமாறு கேட்டுக்கொள்கிறார்.

இந்தக் கடிதம் ராஜிவ் கைக்குப் போனாலும் எந்த நடவடிக்கையும் எடுக்கப்படவில்லை. அதற்குப் பிறகு, போபர்ஸ் விவகாரத்தில் எந்த விசாரணையும் ஒழுங்காக நடைபெறப் போவதில்லை என்பதை உணர்ந்த அருண் சிங், அந்த ஆண்டு மே 21-ம் தேதி தனது பதவியை ராஜினாமா செய்கிறார்.

அருண்சிங் ராஜினாமா செய்த பிறகு, பழைய தேதியிட்டு, அருண்சிங் கடிதத்திற்கு ஏற்கெனவே பதில் எழுதியதுபோல், ஒரு கடிதம் தயாரிக்கப்படுகிறது.

அந்தக் கடிதத்தில் ராஜிவ் காந்தி, 'அருண் சிங் தேசத்தின் பாதுகாப்பை விட, தனது சொந்த ஈகோவை முதன்மையாகக் கருதுகிறார். இதுபோல ஓர் ஒப்பந்தத்தை ரத்துசெய்தால் சர்வதேச சமுதாயத்தில் இந்தியாவின் பேர் எப்படி கெட்டுப் போகும் என்பதை அவர் அறியவில்லை' என்கிற ரேஞ்சுக்கு கதை கதையாக எழுதுகிறார்.

விஷயம் கைமீறிப்போய், ஆர்டர் ரத்தாகி விடுமோ எனப் பயப்படுகிறது போபர்ஸ் நிறுவனம். அதனால் சண்டைக்காரன்

காலில் விழுந்து யார் யாருக்கு எவ்வளவு பணம் கொடுத்தோம் என்ற உண்மையை ஒப்புக் கொள்ளலாம் என்று முடிவெடுக்கிறது, அதன்படி 1987 ஜூலை 6-ம் தேதி போபர்ஸ் நிறுவனக் குழு இந்தியா வர முடிவு செய்தது.

அவர்கள் வருவது தெரிந்ததும், அப்போதைய அரசு தலைமை வழக்கறிஞர் பராசரனிடம் கருத்துக் கேட்கிறார் ராஜிவ் காந்தி. போபர்ஸ் நிறுவனத்தின் நடவடிக்கை, கொடுத்த வாக்கை மீறுவதாகும் என்று அறிக்கை அளிக்கிறார் பராசரன். இதையடுத்து, போபர்ஸ் நிறுவனத்தின் குழு இந்தியாவுக்கு வருவதைத் தடுக்கிறார் ராஜிவ் காந்தி.

இந்நிலையில், எதிர்க்கட்சிகள் போபர்ஸ் ஊழலில் விசாரணை வேண்டும் என்று எழுப்பிய கோரிக்கையை சமாளிக்க முடியாமல் பாராளுமன்றக் கூட்டுக் குழு விசாரணைக்கு உத்தரவிடுகிறார் ராஜிவ்.

ஏற்கெனவே சொன்னதுபோல, அன்றைய பாராளுமன்றத்தில் காங்கிரஸ் கட்சியின் பலம், அசுர பலம். காங்கிரஸ் கட்சிக்கு மொத்தம் 409 இடங்கள். பெரிய எதிர்க்கட்சி தெலுங்கு தேசத்துக்கு 30. மார்க்சிஸ்ட் கட்சிக்கு 22. மற்றவை எல்லாம் 12-க்கும் கீழே.

இதனால், பாராளுமன்றக் கூட்டுக் குழு விசாரணை நியாயமாக நடைபெறாது என்று நினைத்த எதிர்க்கட்சிகள், இந்த விசாரணையை புறக்கணிக்க முடிவெடுத்தன. எதிர்க் கட்சிகள் புறக்கணிக்க முடிவெடுத்தாலும், இந்த விசாரணையை சாக்காக வைத்து வேறு எந்த விசாரணையும் நடக்கவிடாமல் கவனமாக பார்த்துக்கொண்டார் ராஜிவ் காந்தி.

விசாரணை நடத்துகிறேன். பேர்வழி என்று, கூட்டுக் குழுவிலிருந்த எம்.பி.க்கள், ஸ்வீடன் நாட்டுக்குச் சென்று சுற்றிப் பார்த்ததுதான் இந்த விசாரணைக் குழு செய்த ஒரே சாதனை.

இந்தப் பாராளுமன்றக் குழு விசாரணை எப்படி நடந்தது என்று ஆலடி அருணா தெரிவித்திருந்தார். அவர் அப்போது காங்கிரஸ் கட்சியின் கூட்டணிக் கட்சியான அ.தி.மு.க.வில் இருந்தார். பின்னர் அவர் தி.மு.க.வுக்கு வந்தது எல்லோருக்கும் தெரியும். 'தொடக்கம் முதலே உண்மையை மறைக்க முயற்சிகள் எடுக்கப்பட்டன. சாட்சிகளை விசாரணைக்கு அழைப்பதிலிருந்து, எல்லா முடிவுகளுமே, கூட்டுக்குழுத் தலைவர் சங்கரானந்தால் தன்னிச்சையாக எடுக்கப் பட்டது. ஆவணங்களின் நகல்கள்கூட எங்களுக்கு வழங்கப்பட வில்லை. நான் எதிர்த்துக் குரல் கொடுத்ததற்கு, கூட்டணியில் இருந்து கொண்டே, இதுபோல எதிர்த்தால் நியாயமா என்று என்னைக் கேள்வி கேட்டார்கள்' என்று தெரிவித்தார்.

ஆனாலும் தனது எதிர்ப்பை ஆலடி அருணா பதிவு செய்யத்தான் செய்தார். எப்படித் தெரிவித்தார் தெரியுமா?

ஜால்ராக்களின் நடுவே ஓர் எதிர்ப்புக் குரல்!

அருண் சிங் தனது பாதுகாப்புத் துறை இணை அமைச்சர் பதவியை ராஜினாமா செய்தது, ராஜிவ் காந்திக்கு மிகப் பெரிய வேதனையை அளித்தது. ஏனெனில், அருண் சிங்குக்கும் ராஜிவ் காந்திக்குமான நட்பு ராஜிவ் டூன் பள்ளியில் படித்தபோது தொடங்கியது. ராஜிவ் பிரதமராக ஆன பிறகு, அருண் சிங்கை தனது பக்கத்து வீட்டில் குடியேறச் செய்தார் ராஜிவ்.

இவர்களைப் போலவே, ராஜிவின் மனைவி சோனியாவும், அருண் சிங்கின் மனைவி நீனாவும் நெருங்கிய தோழிகள்.

அருண் சிங் தனது பதவியை ராஜினாமா செய்தவுடன், சட்டீஸ்கர் மாநிலத்தில் உள்ள பின்சார் என்ற மலைப் பிரதேசத்தில் செட்டில் ஆகிவிட்டார்.

பல ஆண்டுகள் கழித்து பத்திரிகை ஒன்றுக்கு பேட்டி அளித்தார் அருண் சிங். 'போபர்ஸ் ஊழலில் ராஜிவ் பணம் பெற்றிருப்பார் என்று நினைக்கிறீர்களா?' என்ற கேள்விக்கு, 'அதுபற்றி நான் சொல்ல முடியாது. ஆனால், என்னிடம் விசாரணை நடத்த உத்தர விட்டிருந்தால், நான் உறுதியாகக் கண்டுபிடித்திருப்பேன்' என்று பதில் அளித்திருந்தார் அருண் சிங்.

நாடாளுமன்றக் கூட்டுக்குழு விசாரணையை எதிர்க்கட்சிகள் புறக்கணித்தாலும், கண்துடைப்புக்காக ஓர் அறிக்கையை அளித்தார்கள். அந்த அறிக்கையில் இரண்டு விஷயங்கள் வெளி வந்தன.

போபர்ஸ் நிறுவனத்துக்கு பிட்கோ, ஸ்வென்ஸ்கா, ஏ.ஈ. என்ற மூன்று நிறுவனங்கள் இந்தியாவில் ஏஜெண்டுகளாகச் செயல்பட்டன. இடைத்தரகர்களை நீக்கிவிட்டோம் என்று போபர்ஸ் தெரிவித்த பின்னரும், மூன்று நிறுவனங்களும் போபர்ஸ்ஸிடமிருந்து தொடர்ந்து பணம் வாங்கியது விசாரணையில் தெரியவந்தது.

நாடாளுமன்றக் கூட்டுக் குழு, ஜால்ராக்களை மட்டுமே கொண்டிருந்தாலும், அதிலும் ஓர் எதிர்ப்புக் குரலை எழுப்பியவர்தான் ஆலடி அருணா.

இப்போதுபோல், எண்பதுகளில் ராஜிவ் அரசாங்கத்தில் தமிழ்நாட்டிற்கு பெரிய செல்வாக்கு ஒன்றும் கிடையாது. போனால் போகிறதென்று, தமிழகத்திற்கு ஒரு துணை அமைச்சர் பதவி கொடுப்பார்கள்.

ஆனால் அந்தச் சூழலிலும், நாடாளுமன்றக் கூட்டுக் குழுவில் தனது எதிர்ப்பைப் பதிவு செய்தவர் ஒரு தமிழர் என்பது சிறப்பான செய்திதான். ஆலடி அருணா, சிறந்த சிந்தனையாளர். படிப்பாளி.

நாடாளுமன்றக் கூட்டுக் குழு விசாரணை நடந்த விதமும், உண்மைகளை மறைப்பதற்காகவே இந்த விசாரணை நடைபெறுகிறது என்பதையும் பல்வேறு முயற்சிகளுக்குப் பிறகு நன்கு உணர்ந்த ஆலடி அருணா, தனது எதிர்ப்பை 20 பக்க அறிக்கையாக தயார் செய்து கூட்டுக் குழுவின் தலைவர் சங்கரானந்திடம் அளிக்கிறார். சங்கரானந்த், 'உங்கள் இஷ்டத்திற்கு உங்கள் எதிர்ப்பு அறிக்கையை எல்லாம் பதிவு செய்ய முடியாது. இது விசாரணை. விசாரணை இறுதி அறிக்கை மட்டுமே இடம் பெறும்' என்று கூறிவிடுகிறார்.

ஆனால் ஆலடி அருணாவிற்கு இந்த எதிர்ப்பு அறிக்கையை எப்படியாவது பதிவு செய்யவேண்டும் என்று ஆர்வம்.

என்ன செய்வது என்று தவித்த அவர், நாடாளுமன்றத்தில் உறுப்பினராக இருந்த பேராசிரியர் மதுதண்டவதேயிடம் சொல்லி, கேள்வி நேரத்தின்போது, 'எந்த வகையான விசாரணை கமிஷனாக இருந்தாலும், அறிக்கை கொடுக்க கமிஷனுக்கு உரிமை இருக்கிறது. அதே கமிஷனின் உறுப்பினர் எதிர்ப்பு அறிக்கை கொடுக்கும் உரிமை மட்டும் எப்படி இல்லாமல் போய்விடும்? இது ஜனநாயகத்திற்கு எதிரான நடவடிக்கை அல்லவா?' என்று கேள்வி எழுப்பினார்.

இதை ஏற்றுக்கொண்ட சபாநாயகர், ஆலடி அருணாவின் எதிர்ப்பு அறிக்கையை நாடாளுமன்றக் கூட்டுக் குழுவின் அறிக்கையோடு சேர்க்க உத்தரவிட்டார். அப்படித்தான், ஆலடி அருணாவின் எதிர்ப்பு பதிவு செய்யப்பட்டது. ஆலடி அருணாவின் அந்த அறிக்கையைப் பார்த்து, சங்கரானந்த், ராஜிவ் உட்பட அனைவரும் பயந்தார்கள். அப்படி என்னதான் இருந்தது அந்த அறிக்கையில்?

> 'போபர்ஸ் நிறுவனம் மற்ற நிறுவனங்களைவிட இந்திய அரசாங்கத்தால் முன்னுரிமை கொடுக்கப்பட்டது. போபர்ஸ் பீரங்கிகளை வாங்கியதில், இடைத்தரகர்கள் யாருமே இல்லை என்பது நம்ப முடியாத கட்டுக்கதை. இடைத்தரகர்கள் எந்த வேலையையும் செய்யாமல், வெறும் கமிஷனை மட்டும் வாங்கியிருக்கிறார்கள். '
>
> இடைத்தரகர்களுடனான ஒப்பந்தத்தை முறிப்பதற்கு கொடுக்கப்பட்ட 'வைண்டிங் சார்ஜஸ்' என்ற போபர்ஸின் வாதத்தை ஏற்றுக் கொள்ள முடியாது. ஸ்வென்ஸ்கா மற்றும் ஏ.ஈ. சர்வீசஸ் நிறுவனங்கள் எந்த வேலையும் செய்யாத சூழலில் ஸ்வீடன்

கரன்ஸியில் 319 க்ரோனர்கள், இந்த நிறுவனத்தின் பெயரைச் சொல்லி இந்தியர்கள் யாராவது பெற்றிருக்க வேண்டும்.

பிசினஸ் ரகசியங்களை வெளியில் சொல்ல முடியாது என்ற போபர்ஸின் வாதம் உண்மைக் குற்றவாளிகளை மறைக்கவே. ராஜிவுக்கு நேரடியாக இந்த ஊழலில் தொடர்பு இருப்பதற்கான ஆதாரங்கள் இதுவரை கிடைக்கவில்லை என்றாலும், ராஜிவ் காந்தி இந்த போபர்ஸ் பீரங்கி வாங்குவதில் மிக அதிகப்படியான ஆர்வத்தைக் காட்டியிருக்கிறார் என்பது மட்டும் தெளிவாகத் தெரிகிறது.'

இதுதான் அந்த அறிக்கையின் சுருக்கம்.

இந்த அறிக்கையைப் பார்த்து ராஜிவ் கோபம் அடைந்தது இயல்பு தானே?

நாடாளுமன்றக் கூட்டுக் குழு விசாரணையை ஏற்கெனவே எதிர்க்கட்சிகள் புறக்கணித்து விட்டதால், அந்த அறிக்கையை யாரும் கண்டுகொள்ளவில்லை.

ஊடகங்கள் தொடர்ந்து பல்வேறு ஆதாரங்களை வெளியிட்ட வண்ணம் இருந்தன. அவ்வாறு வெளியிடப்பட்ட ஆதாரங்கள் தெரிவித்த விஷயங்கள் இரண்டு. ஒன்று, 'பிட்கோ' என்ற இடைத்தரகு நிறுவனத்தின் பின்னணியில் இருந்தது இந்துஜா சகோதரர்கள். 'ஸ்வென்ஸ்கா'வின் பின்னணியில் இருந்து செயல் பட்ட நபர் வின்சத்தா.

ஏ.ஈ. சர்வீஸின் பின்னணியில் இருப்பது யார் என்பது நெடு நாட்களுக்கு மர்மமாகவே இருந்தது. பிறகு பல நாட்கள் கழித்து இவ்விவகாரம் வெளிவந்தது.

வின்சத்தாவும், இந்துஜா சகோதரர்களும் இந்த விவகாரத்தில் தங்களுக்குத் தொடர்பில்லை என்று ஆரம்பம் முதலே சொல்லி வந்தாலும், போபர்ஸ் ஊழல் தொடர்பான ஆவணங்களை ஸ்வீடன் அரசாங்கம் வெளியிடப் போகிறது என்ற தகவல் தெரிந்ததுமே, ஸ்வீடன் நீதிமன்றத்தில் ஆவணத்தை அளிக்கக்கூடாது என்று வழக்குத் தொடர்ந்தார்கள்.

இவ்வாறு இவர்கள் வழக்குத் தொடர்ந்ததே, இவர்கள்மீது பெருத்த சந்தேகத்தை ஏற்படுத்தியது.

18 ஜூலை 1989-ல் நாடாளுமன்றக் கூட்டுக்குழு அறிக்கை நாடாளுமன்றத்தில் தாக்கல் செய்யப்பட்டது. இந்த அறிக்கை போபர்ஸ் ஊழல் தொடர்பான விவகாரத்தை பொதுமக்களின் கவனத்திலிருந்து அகற்றும் என்று ராஜிவ் நம்பினார். அதனால்தான்,

நாடாளுமன்ற விசாரணைக்கே உத்தரவிட்டார். தலைவலிபோய் திருகுவலி வந்தது என்பார்களே, அப்படித்தான் ஆனது, ராஜிவுக்கு அந்த நாடாளுமன்றக் கூட்டுக் குழு அறிக்கை.

அடுத்த சில மாதங்களில் தேர்தல் வந்தது. அந்த தேர்தலில் விலைவாசியோ, மின்வெட்டோ, பஞ்சமோ, வறுமையோ தேர்தல் பிரச்னை ஆகவில்லை. அந்தத் தேர்தலில் ஒரே ஒரு பிரச்னைதான். 'போபர்ஸ்'. எங்கு பார்த்தாலும் போபர்ஸ் பீரங்கி விவகாரம் வெடித்துச் சிதறியது.

டெல்லி நகர வீதிகளை போபர்ஸ் பீரங்கியின் கட் அவுட்டுகள் நிறைத்தன. பாரதிய ஜனதா கட்சி ஒருபுறம், இடதுசாரிகள் ஒருபுறம் என இந்த போபர்ஸ் பீரங்கி பேரத்தில் ராஜிவ் காந்திக்குப் பெரும்பங்கு இருக்கிறது, அதனால்தான் விசாரணை நடக்கவிடாமல் மறைத்தார் என்ற பெரும் பிரசாரம் மேற்கொள்ளப்பட்டது.

இந்திய வரலாற்றில் மிகப்பெரிய திருப்பத்தை ஏற்படுத்திய மற்றொரு விஷயத்தை இந்த போபர்ஸ் ஊழல் உருவாக்கியது. அதுதான் வி.பி.சிங் மற்றும் ராஜிவ் விவகாரம்.

1984-ம் ஆண்டு, மிகப் பெரும்பான்மையுடன் ஆட்சிக்கு வந்த ராஜிவ் காந்தி, வி.பி.சிங்கை நிதி அமைச்சராக்குகிறார்.

வி.பி.சிங் நிதி அமைச்சரானதும், இதுவரை இந்தியாவே கண்டிராத வகையில் நிதி அமைச்சகம் செயல்பட்டது. அதுவரை மீளா உறக்கத்தில் ஆழ்ந்திருந்த அமலாக்கப் பிரிவு, திடீரென்று வேகம் பிடித்து, அந்நியச் செலாவணி ஏய்ப்பில் ஈடுபட்ட பல்வேறு நிறுவனங்கள்மீது வேகமாக நடவடிக்கை எடுக்கத்தொடங்கியது. வருமான வரி சோதனைகள் வேறு தீவிரமாக நடத்தப்பட்டன.

இந்தத் தீவிரமான நடவடிக்கைகளுக்கு ஆளானவர்கள், உங்களையும் என்னையும்போல சாதாரண நபர்கள் அல்ல. பெரும் செல்வந்தர்கள், தொழிலதிபர்கள். அவ்வாறு நடவடிக்கைக்கு ஆளானவர்கள் இருவர் பெயரைச் சொன்னாலே, வி.பி.சிங் நடவடிக்கைகள் ஏற்படுத்திய பாதிப்பைப் புரிந்துகொள்ளலாம்.

அதில் ஒருவர் திருபாய் அம்பானி, மற்றொருவர் வட இந்திய சூப்பர் ஸ்டார் அமிதாப் பச்சன். நிதி அமைச்சகத்தின் இதுபோன்ற தீவிர நடவடிக்கைகள் ராஜிவ் காந்திக்கு எரிச்சலையும் நெருக்கடியையும் உண்டு பண்ணியது.

ஆனாலும், வெளிப்படையாக வி.பி.சிங் மீது நடவடிக்கை எடுக்க முடியாதபடி வி.பி.சிங் பொதுமக்கள் மத்தியில் பெரும் புகழடைந்து இருந்தார். ஆனாலும் காங்கிரஸ் கட்சிக்குத் தேர்தலில் பணம்

கொடுக்கும் தொழிலதிபர்களைப் பகைத்துக்கொண்டு ஆட்சியிலிருக்க முடியுமா?

வி.பி.சிங்கை நிதி அமைச்சகத்திலிருந்து பாதுகாப்பு அமைச்சகத்திற்கு மாற்றுகிறார் ராஜிவ். அவ்வளவுதான், வாலு போயி கத்தி வந்தது கதையாக, பாதுகாப்பு அமைச்சகத்தில் இந்திய ராணுவத் தளவாடங்கள் வாங்கியதில் உள்ள ஊழலைத் தோண்ட ஆரம்பித்தார் சிங். அந்தக் கோப்புகளை ஆராய்ந்ததில் பல்வேறு முறைகேடுகள் நடந்திருப்பது தெரியவந்ததோடு அல்லாமல் போபர்ஸ் ஊழல் பற்றியும் தகவல்கள் கிடைத்தன.

வி.பி.சிங் இதுபோல போபர்ஸ் ஊழலைப்பற்றி தகவல்கள் சேகரிக்கிறார் என்பது, பிரதமராக இருந்த ராஜிவுக்குத் தெரியாமல் போகுமா என்ன? தெரிந்தது. தெரிந்தவுடன் என்ன நடக்கும்? வி.பி.சிங்கின் சீட்டைக் கிழித்தார். அமைச்சரவையைவிட்டு டிஸ்மிஸ் செய்தார்.

போபர்ஸ் ஊழலைப்பற்றி விசாரித்துவந்த வி.பி.சிங், ராஜிவால் டிஸ்மிஸ் செய்யப்பட்டார் என்ற தகவல் வெளியானதுமே, போபர்ஸ் ஊழலில் ராஜிவ் சம்பந்தப்பட்டுள்ளார் என்ற கருத்து வலுவடைந்தது. பொதுமக்கள் மத்தியில் பெருத்த ஆவேசம் உருவானது. இந்த ஆவேசத்தோடுதான் பொதுத் தேர்தலை சந்தித்தார் ராஜிவ் காந்தி.

மிஸ்டர் மர்ம 'க்யூ'

வி.பி.சிங்கின் பதவி நீக்கமும், ராஜிவ் காந்தியின் அகங்காரமும் சேர்ந்து உருவாக்கியதுதான் 'தேசிய முன்னணி'. போபர்ஸ் ஊழலை வெளியே கொண்டுவந்துவிடுவார் என்று அஞ்சி ராஜிவ் காந்தி வி.பி.சிங்கை பதவி நீக்கம் செய்ய, அதே வி.பி.சிங், ராஜிவ் காந்தியை எதிர்க்கட்சி வரிசையில் அமர வைத்தார்.

நவம்பர் 1989-ல் நடந்த பொதுத் தேர்தலில், விலைவாசி உயர்வோ, பஞ்சமோ, பெட்ரோல் விலை உயர்வோ எதுவுமே பிரச்னை ஆகவில்லை. 'போபர்ஸ்' என்ற ஒற்றை வார்த்தைதான் அந்தத் தேர்தல் முடிவைத் தீர்மானித்தது.

காங்கிரஸ் கட்சியோடு உள்ள உறவை யாருமே பிரிக்க முடியாது என்றும், எத்தனை நெருக்கடிகள் வந்தாலும் காங்கிரசைவிட்டுப் பிரியேன்' என்றும் இன்று வசனம் பேசுகிறது தி.மு.க. அன்றைய தேர்தலில் தெருவுக்குத் தெரு, பீரங்கி கட் அவுட்டுகளை வைத்து, அதன் கீழ் 'பீரங்கித் திருடன்' என்று தியாகத் திருவிளக்கின் கணவருடைய பெயரை எழுதி வைத்ததும் இந்த தி.மு.க.தான்.

வி.பி.சிங்கின் தேசிய முன்னணி, என்.டி.ராமாராவ் தலைமையில் சென்னையில் தொடங்கப்பட்டது. அடுத்து வந்த தேர்தலில், ராஜீவ் காந்தி எதிர்பாராத தோல்வியைச் சந்தித்தார். அதற்கு முந்தைய தேர்தலில் 409 இடங்களில் வெற்றி பெற்று, வெற்றிக் களிப்பிலிருந்த ராஜீவ் காந்தி, அதற்கு சரி பாதிக்கும் கீழ் 197 இடங்களை மட்டுமே பெற்றார். நாடு முழுவதும் காங்கிரஸ் கட்சி தோல்வியடைந்தாலும், தமிழகத்தில் காங்கிரஸ் - அ.தி.மு.க. கூட்டணி வெற்றி பெற்றது. தி.மு.க.வுக்கு ஓர் இடம்கூட கிடைக்கவில்லை.

யாருக்கும் அறுதிப் பெரும்பான்மை கிடைக்காத நிலையில், கூட்டணி அரசாங்கம் அமைந்தது. வி.பி.சிங் பிரதமரானார். அவர் பிரதமரானவுடன், போபர்ஸ் நிறுவனம் இந்தியாவுடன் எந்த ஒப்பந்தமும் செய்துகொள்ளக்கூடாது என்று உத்தரவிட்டார். கையோடு, சி.பி.ஐ. இந்த விவகாரத்தில் முதல் தகவல் அறிக்கையைப் பதிவு செய்யவேண்டும் என்றும் உத்தரவிட்டார்.

1990 ஜனவரி 22-ம் தேதி சி.பி.ஐ. முதல் தகவல் அறிக்கையைப் பதிவு செய்கிறது. துரிதமாக நடவடிக்கை எடுக்கப்பட்டு நான்கே நாட்களில் சுவிட்சர்லாந்தில் உள்ள ஸ்வென்ஸ்கா மற்றும் ஏ.ஈ. சர்வீசஸ் நிறுவனங்களின் கணக்குகள் முடக்கப்பட்டன. வி.பி.சிங்கின் முனைப்பான நடவடிக்கைகளால், போபர்ஸ் வழக்கில் குற்றவாளிகள் மீது நடவடிக்கை எடுக்கப்படும் என்ற நம்பிக்கை லேசாக துளிர்க்கத் தொடங்குகிறது.

போபர்ஸ் ஊழலில் ராஜீவ் காந்தி, நேரடியாக பணம் பெற்றார் என்பதற்கான ஆதாரங்கள் இதுவரை கிடைக்கவில்லை. ஆனாலும் ராஜீவ் காந்தி ஏன் பயந்தார்? அதற்குக் காரணம் இருக்கிறது. அதுதான் அந்த மர்மமான 'க்யூ'.

ராஜீவ் ஆட்சியை இழக்கக் காரணமான அந்த 'க்யூ'தான் ஒட்டோவியோ குவாத்ரோச்சி. இவர் பணம் பெற்றதுதான் ராஜீவை வருத்தியது. இத்தாலி நாட்டின் சிசிலி நகரில் பிறந்த குவாத்ரோச்சி, 1960-ல் இந்தியா வருகிறார். இந்தியா வந்த பிறகு, சோனியா காந்தியின் இத்தாலி பிறப்பை அடிப்படையாகக்கொண்டு, ராஜீவ் குடும்பத்தோடு மிகுந்த நெருக்கமாகிறார்.

ராஜீவ் இந்தியன் ஏர்லைன்ஸில் பைலட்டாக இருந்தபோது தொடங்கிய இவர்கள் உறவு, செல்வாக்கான நபராக ராஜீவ் அரசில் குவாத்ரோச்சி தலையிடுவதில் போய் முடிந்தது. உலக நாடுகள் அனைத்திலும் உள்ள நிறுவனங்களுக்கு, குவாத்ரோச்சியை அணுகினால் இந்தியாவில் காண்ட்ராக்ட்டுகளைப் பெறலாம் என்பது வெளிப்படையாகத் தெரிந்தது.

இத்தாலி நிறுவனமான ஸ்னாம்ப்ரோகெட்டி என்ற நிறுவனத்துக்கு 1981 முதல் 1987வரை, பல கோடி ரூபாய் மதிப்புள்ள 60 காண்ட்ராக்ட்டுகளை இந்தியாவிலிருந்து குவாத்ரோச்சி பெற்றுத் தந்திருக்கிறார் என்றால் பார்த்துக்கொள்ளுங்கள்.

அதாவது, ஆ. ராசாவுக்கு சாதிக் பாட்சாபோல், ராஜிவ் காந்திக்கு குவாத்ரோச்சி விளங்கினார்.

அதிகாரிகள் மட்டத்திலும், குவாத்ரோச்சி என்ற பெயரைக் கேட்டாலே ஒரு நடுக்கம் உண்டாகும். அதற்குக் காரணம் இல்லாமல் இல்லை. 1985-ம் ஆண்டு, ஹஜிரா - பீஜாப்பூர் - ஜக்தீஷ்பூர் வழியாக எண்ணெய்க் குழாய் அமைக்கும் பணிக்கு ஒப்பந்தம் போடப் படுகிறது. அந்த ஒப்பந்தத்தில், மற்ற நிறுவனங்களைவிட, ஸ்பீகேபாக் என்ற பிரெஞ்சு நிறுவனம், குறைவாக டெண்டர் கொடுத்திருந்ததால், காண்ட்ராக்ட் அந்த நிறுவனத்திற்குப் போகிறது.

விளைவு, நவால் கிஷோர் சர்மா, தனது பெட்ரோலியத் துறை அமைச்சர் பதவியை இழக்கிறார். கேபினெட் செயலர் பி.கே.கவுல் பதவிக் காலம் முடியும் முன்பாகவே மாற்றப்படுகிறார். பெட்ரோலியத் துறை செயலர் ஏ.எஸ். கில் மாற்றப்பட்டு, அவருக்கு வரவேண்டிய கேபினெட் செயலாளர் பதவியை இழக்கிறார். இந்திய வாயுக் கழகத்தின் எச்.எஸ்.சீமாவும் பதவி இழக்கிறார். இதுதான் குவாத்ரோச்சியின் பலம்.

போபர்ஸ் ஊழலில் இந்த குவாத்ரோச்சியின் பங்கு என்ன என்பது, போபர்ஸ் நிறுவனத்தின் தலைவர் மார்ட்டின் அர்ப்தோ என்பவரின் டைரி மூலமாக வெளிவருகிறது. அவர் தனது டைரியில், 'க்யூ'க்கு 'ஆர்' உடன் இருக்கும் நெருக்கம் காரணமாக 'ஆர்' க்கு பிரச்னைகள் வரலாம் என்று எழுதி வைத்திருந்தார். இதில் க்யூ என்றால் குவாத்ரோச்சி என்றும், ஆர் என்றால் ராஜிவ் காந்தி என்பதும் பட்ட வர்த்தனமாகத் தெரிந்தது.

குவாத்ரோச்சி ஏ.ஈ. சர்வீசஸ் என்ற நிறுவனத்தின் மூலம் போபர்ஸ் பீரங்கி பேரத்தில் கமிஷன் பெற்று, அந்தக் கமிஷனை பல்வேறு வங்கிகளுக்கு மாற்றம் செய்து அபேஸ் செய்தார் என்பது சி.பி.ஐ. விசாரணையில் தெரியவந்தது.

விசாரணை நடந்துகொண்டிருந்தபோதே, வெளியிலிருந்து ஆதரவு அளித்துவந்த பி.ஜே.பி. தனது ஆதரவை விலக்கிக்கொண்டதால், வி.பி.சிங் ஆட்சி கவிழ்ந்தது. ராஜிவ் மரணத்துக்குப் பிறகு நரசிம்மராவ் 1991-ல் பிரதமராகப் பொறுப்பேற்றார்.

அதுவரை ஒழுங்காகச் சென்றுகொண்டிருந்த போபர்ஸ் ஊழல் விசாரணை, காங்கிரஸ் அரசு பதவியேற்றதும், பல்வேறு இடங்களுக்குத் தடம் மாறி இன்றுவரை இலக்கில்லாமல் சென்று கொண்டிருக்கிறது.

இந்த வழக்கு விசாரணை நடந்துகொண்டிருக்கும்போதே, நரசிம்மராவ் அரசாங்கத்தில் வெளியுறவுத் துறை அமைச்சராக இருந்த மாதவ் சிங் சோலங்கி சுவிட்சர்லாந்து வெளியுறவுத் துறை அமைச்சர் ரினி ஃபெல்பரிடம் கைப்பட எழுதிய ஒரு குறிப்பை அளிக்கிறார். அந்தக் குறிப்பில், 'போபர்ஸ் விசாரணை தொடர்பாக வேகம் காட்டவேண்டாம்' என்று குறிப்பிட்டிருந்தார். இந்தத் தகவல் ஊடகங்கள் சார்பாக வெளியானதும், மாதவ் சிங் சோலங்கி பதவி விலக நேர்ந்தது.

நாங்கள் யாரும் போபர்ஸ் ஊழலில் எந்த லஞ்சமும் வாங்கவில்லை என்று சாதித்து வந்த இந்துஜா, வின் சத்தா, மற்றும் மர்ம மனிதர் குவாத்ரோச்சி ஆகியோர் சுவிட்சர்லாந்து நீதிமன்றத்தில் வழக்குத் தொடுக்கின்றனர். 'போபர்ஸ் ஊழல் தொடர்பாக இந்திய அரசு கேட்கும் வங்கி ஆவணங்களை இந்தியாவிடம் வழங்கக்கூடாது' என்று அதில் குறிப்பிடுகின்றனர். இந்தத் தகவல் வெளியான பின்னரே, இவர்கள் அனைவருமே, போபர்ஸ் ஊழலில் சம்பந்தப் பட்டிருக்கிறார்கள் என்பது வெளிச்சத்திற்கு வந்தது.

சுவிட்சர்லாந்து நீதிமன்றம் இந்த வழக்கைத் தள்ளுபடி செய்ததும், இந்தியாவுக்கு ஆவணங்கள் கிடைக்க வழி ஏற்படுகிறது.

இந்த வழக்கு நடந்துகொண்டிருந்த நேரத்தில், இந்தியன் எக்ஸ்பிரஸ் பத்திரிகை, 'ஏ.ஈ. சர்வீஸுக்குக் கொடுக்கப்பட்ட பணம், பல்வேறு வங்கிகளுக்கு மாற்றப்பட்டு, இறுதியாக குவாத்ரோச்சியை அடைந்திருக்கிறது' என்று செய்தி வெளியிடுகிறது. இனியும் இந்தியாவிலிருந்தால் ஆபத்து என்பதை உணர்ந்த குவாத்ரோச்சி, 1993 ஜூலை மாதம் மலேசியாவுக்குத் தப்பி ஓடுகிறார்.

இந்த ஓட்டம் நரசிம்மராவுக்கு நன்கு தெரிந்திருந்தும் சோனியாவின் நெருக்கடியாலேயே, இவ்வாறு அனுமதித்தார் என்று எதிர்க்கட்சிகள் குற்றம்சாட்டின. ஏனெனில் எதிர்க்கட்சிகள், குவாத்ரோச்சியின் பாஸ்போர்ட்டை முடக்கவேண்டும் என்று எழுப்பிய கோரிக்கை களுக்கு இறுதிவரை செவிசாய்க்கவில்லை நரசிம்மராவ்.

தாமதமாக விழித்துக்கொண்ட சி.பி.ஐ. நீதிமன்றத்தின் மூலமாக குவாத்ரோச்சியைத் தேடப்படும் குற்றவாளியாக அறிவித்தது. தொடர்ந்து சர்வதேச காவல்துறையான இன்டர்போல், குவாத்ரோச்சி இந்தியாவில் தேடப்படும் குற்றவாளி என அறிவிக்கிறது.

இந்த அறிவிப்பைத் தொடர்ந்து அர்ஜென்டினா நாட்டு விமான நிலையத்தில் 2007 பிப்ரவரி மாதம் குவாத்ரோச்சி கைது செய்யப் படுகிறார். உடனடியாக இந்தக் கைது குறித்து அர்ஜென்டினா, இந்தியாவுக்கு எழுத்துபூர்வமாகத் தெரிவிக்கிறது, உடனடியாக நடவடிக்கை எடுத்து, குவாத்ரோச்சியை இந்தியாவுக்குக் கொண்டு வந்திருக்கவேண்டிய சி.பி.ஐ. இந்தக் கடிதத்தைப் பார்த்து அமைதியாக இருந்தது.

பிப்ரவரி 23 அன்று ஊடகங்கள் இச்செய்தியை வெளியிட்டதும், அப்போதைய சி.பி.ஐ. டைரக்டர் விஜய் சங்கர், கைது செய்தியை மறுக்கிறார். பிறகு வேறு வழியின்றி, உண்மையை ஒப்புக்கொண்டு, 'குவாத்ரோச்சியை இந்தியா கொண்டு வருவதற்கு சி.பி.ஐ. நடவடிக்கை எடுக்கும்' என்று தெரிவிக்கிறார்.

குவாத்ரோச்சி கதை ஒருபுறம் இருக்க, யார் யார் ரகசியமாக போபர்ஸ் பணத்தை முதலீடு செய்திருக்கிறார்கள் என்பதைக் கண்டுபிடிக்க உதவும்வகையில், 1997 ஜனவரியில் சுவிஸ் அரசாங்கம் 500 பக்க ஆவணங்களை இந்தியாவுக்கு அளிக்கிறது. ஆவணங்கள் வந்ததும், சி.பி.ஐ. தனது விசாரணையை தீவிரப்படுத்துகிறது.

இறுதியாக, 1999-ம் ஆண்டு, பி.ஜே.பி. அரசாங்கம் ஆட்சிக்கு வந்ததும், இவ்வழக்கில் குற்றப்பத்திரிகை தாக்கல் செய்யப் படுகிறது. ராஜிவ் காந்தி, அவரது குடும்ப நண்பர் குவாத்ரோச்சி, அவரது மனைவி மரியா, முன்னாள் வெளியுறவுத் துறை அமைச்சர் மாதவ் சிங் சோலங்கி, ராஜிவ் காந்தியின் செயலாளர் கோபி அரோரா, பாதுகாப்புச் செயலாளர் பட்நாகர், வின்சத்தா, அவரது மனைவி கான்ட்டா, அவர்கள் மகன், ஹர்ஷ் சத்தா ஆகியோர் சி.பி.ஐ. குற்றவாளிகளாக காட்டப்படுகிறார்கள்.

1987-ல் வெளிவந்த ஓர் ஊழல் புகாரில் வழக்குப் பதிவுசெய்து குற்றப்பத்திரிகை தாக்கல் செய்வதற்கு சி.பி.ஐ. எடுத்துக்கொண்ட கால அவகாசம் 12 ஆண்டுகள். அந்த ஊழலின் மொத்தத் தொகை 66 கோடி.

இந்தியாவின் சாபக்கேடு

போபர்ஸ் வழக்கில் குற்றப்பத்திரிகை தாக்கல் செய்யப்பட்டது என்றதும் கொஞ்சம் சந்தோஷப்பட்டிருப்பீர்களா? அவசரப் படாதீர்கள். இதில் சம்பந்தப்பட்டிருப்பது காங்கிரஸ் கட்சி என்பதால் அவ்வளவு எளிதில் விசாரணை நடந்து விடுமா என்ன?

இந்தியா சந்தித்த பெரிய ஊழல்களை கணக்கெடுத்துப் பார்த்தால், அத்தனை ஊழல்களிலும், ஒரே குடும்பம் சம்பந்தப்பட்டிருப்பது தெரியவரும். அந்தக் குடும்பம்தான் பல ஆண்டுகளாக, இந்தியாவை

ஆண்டு கொண்டிருப்பதும், இனியும் ஆளப் போவதுமான இந்தியாவின் சாபக்கேடு.

1999-ம் ஆண்டு, பி.ஜே.பி. அரசாங்கத்தில் சி.பி.ஐ. 'முதல் குற்றப் பத்திரிகை தாக்கல் செய்தவுடன், அடுத்த ஆண்டே 'இரண்டாவது குற்றப் பத்திரிகையையும்' தாக்கல் செய்கிறது. இதில் குற்றம் சாட்டப் பட்டவர்கள் இந்துஜா சகோதரர்கள். இதன் நடுவே, குவாத்ரோச்சி மலேசியாவில் இருக்கும் தகவல் தெரியவந்தவுடன், மலேசியாவில் குவாத்ரோச்சியை கைது செய்ய ஏற்பாடுகள் நடைபெற்றன. கைது செய்யப்பட்ட குவாத்ரோச்சி, மலேசிய நீதிமன்றத்தில், நாட்டை விட்டு வெளியேறக் கூடாது என்ற நிபந்தனையுடன், 50 லட்ச ரூபாய் கட்டி ஜாமீன் பெறுகிறார்.

ஆனால், இந்தியாவுக்கு குவாத்ரோச்சியைக் கொண்டு வரவேண்டும் என்ற சி.பி.ஐ. கோரிக்கையை மலேசிய நீதிமன்றம் நிராகரிக்கிறது. இப்படியே நத்தைபோல ஊர்ந்து கொண்டிருந்த விசாரணை, ஜூன் 2003- ம் ஆண்டு சூடுபிடிக்கிறது.

லண்டனில் உள்ள வங்கிக் கணக்கில், இன்டர்போலால் தேடப்படும் போபர்ஸ் குற்றவாளி, ஒட்டாவியோ குவாத்ரோச்சி கணக்கு வைத்திருப்பதும், அந்தக் கணக்கில் 21 கோடி பணமிருப்பதும் இந்தியாவுக்குத் தெரியப்படுத்தப்படுகிறது. இந்தத் தகவல் தெரிந்ததும், சி.பி.ஐ. உடனடியாக லண்டனில் உள்ள சி.பி.எஸ் எனப்படும் க்ரவுன் ப்ராசிக்யூஷன் சர்வீஸ் அலுவலகத்தைத் தொடர்பு கொண்டு, குவாத்ரோச்சியின் கணக்குகளை முடக்கக் கேட்டுக் கொள்கிறது. அதன்படியே கணக்குகளும் முடக்கப்படுகின்றன.

இதனிடையில், டெல்லி நீதிமன்றத்தில் போபர்ஸ் வழக்கு விசாரணை நடைபெறுகிறது. தொடக்கம் முதலே, போபர்ஸ் விசாரணையில் சுணக்கம் காட்டிய சி.பி.ஐ. வழக்கு விசாரணையை பத்திரிகைகளின் நெருக்கடி காரணமாகவே தொடர்ந்து நடத்தியது. ஆனாலும், காமா சோமாவென்று, விசாரணை நடத்தியதன் விளைவு, சி.பி.ஐ., நீதிமன்றத்தில் குற்றச்சாட்டுகளை சரிவர நிரூபிக்க முடியாமல், குற்றம் சாட்டப்பட்ட ராஜிவ் உள்ளிட்ட சிலரை விடுதலை செய்கிறது.

இத்தீர்ப்பு பிப்ரவரி 2004-ம் ஆண்டு வழங்கப்படுகிறது. அப்போது யு.பி.ஏ. அரசாங்கம் உருவாகவில்லை. ராஜிவ் மற்றும் வேறு சிலர் இவ்வழக்கில் விடுவிக்கப்பட்டாலும், குவாத்ரோச்சிக்கு எவ்வித நிவாரணமும் கிடைக்கவில்லை. அவர் தொடர்ந்து குற்றவாளியாகவே உள்ளார்.

ராஜிவ் மீதான குற்றச்சாட்டுகள் நிரூபிக்கப்படவில்லை என்ற தீர்ப்பு வந்ததும், சோனியா '17 வருடகாலமாக எங்கள் குடும்பம் மீது இருந்த களங்கம் துடைக்கப்பட்டது. எனது கணவரின் பெயரைக் களங்கப்

படுத்த எடுக்கப்பட்ட முயற்சிகள் அனைத்தும் முறியடிக்கப்பட்டு விட்டன' என்று கூறினார்.

இத்தோடு இந்த வழக்கு நிறைவுக்கு வந்ததா என்றால் இல்லை. ஓயாத அலைகள்போல போபர்ஸ் அலை வீசிக்கொண்டேதான் இருந்தது. லண்டனில் உள்ள வங்கியில் குவாத்ரோச்சியின் இரண்டு கணக்குகள் முடக்கப்பட்டதைத் தொடர்ந்து, 2004 டிசம்பரில், ஸ்டீபன் ஹெல்மேன் என்ற லண்டனின் அரசு வழக்கறிஞர், குவாத்ரோச்சியின் கணக்குகளை தொடர்ந்து முடக்கி வைக்க, குவாத்ரோச்சியை 'தேடப்படும் குற்றவாளி' என்று அறிவிக்கும் வாரண்ட் ஒன்றைப் பிறப்பிக்குமாறு கேட்டுக் கொள்கிறார்.

அதன்படி சிபி.ஐ. இந்திய அரசிடம் கோரிக்கை வைக்கிறது. அரசு கூடுதல் வழக்கறிஞர் தத்தா சட்ட அமைச்சகம் சார்பில், லண்டன் அரசுக்கு பதில் அனுப்புகிறார். அதில், 'குவாத்ரோச்சி இந்தியக் குடிமகனோ, தற்போது இந்தியாவில் குடியிருப்பவரோ இல்லை. அப்படியிருக்கும்போது, அவரைத் தேடப்படும் குற்றவாளியாக அறிவிப்பதற்கு சட்டத்தில் வழி வகை இல்லை' என்று எழுதுகிறார்.

தத்தாவுக்கு நேர்மாறான நிலைப்பாட்டை சிபி.ஐ. எடுத்தது. குவாத்ரோச்சி ஏற்கெனவே தேடப்படும் குற்றவாளியாக, அறிவிக்கப் பட்டவர். அதன் அடிப்படையில்தான் அவரது வங்கிக் கணக்கு முடக்கப்பட்டது, அவர் மலேசியாவில் கைது செய்யப்பட்டார். அதனால், குவாத்ரோச்சி தேடப்படும் குற்றவாளி என்ற அறிவிப்பு செல்லும் என்று பதில் அளித்தது.

ஆனால், சட்ட அமைச்சகம் முடிவெடுத்த பின், சி.பி.ஐ. சொல்வது எடுபடுமா என்ன? லண்டன் அரசுக்கு பதில் அளிக்க வழக்கறிஞர் தத்தா நேராக லண்டன் செல்கிறார். அப்போது, அவரோடு சி.பி.ஐ. அதிகாரி ஒருவர் செல்லவேண்டும் என்ற சி.பி.ஐ. கோரிக்கையை மத்தியப் பணியாளர் அமைச்சகம், நிராகரிக்கிறது.

தத்தா மட்டும் லண்டன் சென்று, மலேசிய நீதிமன்றம் குவாத்ரோச்சியை இந்தியாவுக்கு அனுப்ப மறுத்து அளித்த உத்தரவு, டெல்லி நீதிமன்றம் ராஜிவ் உள்ளிட்டவர்களை வழக்கிலிருந்து விடுவித்து அளித்த தீர்ப்பு ஆகியவற்றை முக்கிய ஆவணங்களாக லண்டனில் தாக்கல் செய்கிறார். இதன் அடிப்படையில் முடக்கப் பட்ட அந்த குவாத்ரோச்சியின் கணக்குகள் விடுவிக்கப்படுகின்றன.

ஓரளவுக்கு ஒழுங்காகச் சென்றுகொண்டிருந்த வழக்கு திடீரென அந்தர்பல்டி அடிக்கிறதே என்று சந்தேகமாக இருக்கிறதா? சோனியா தலைமையிலான காங்கிரஸ் கட்சி ஆட்சிக்கு வந்தபிறகுதான் இந்த சம்பவங்கள் நடந்தன என்றால் புரிகிறது இல்லையா?

குவாத்ரோச்சியின் வங்கிக் கணக்குகள் இந்திய அரசின் பரிந்துரையின் அடிப்படையில் விடுவிக்கப்பட்ட விவரம் ஊடகங்களில் வெளியானதும், சட்டத்துறை அமைச்சர் பரத்வாஜிடம் கேள்வி எழுப்பப்படுகிறது. 2010ல் கர்நாடகாவில் கவர்னராக இருந்துகொண்டு, ஊழலுக்கு எதிரானவராக, தன்னை காட்டிக்கொண்டு, எடியூரப்பா மீது வழக்குத் தொடர அனுமதி அளித்தாரே அதே பரத்வாஜ்தான்!

சட்ட அமைச்சர் பரத்வாஜ், 'லண்டன் அரசு, வழக்கின் நிலை குறித்துக் கேட்டுள்ளது. சி.பி.ஐ. அந்த இரண்டு வங்கிக் கணக்குகளுக்கும், குவாத்ரோச்சிக்குமான தொடர்பை உறுதிப்படுத்தத் தவறிவிட்டது. இந்நிலையில், ஒரு தனி நபரின் வங்கிக் கணக்கை எப்படி முடக்கி வைக்க முடியும், அவருக்கு எப்படி தண்டனை அளிக்க முடியும்?' என்று பதிலுக்கு கேள்வி எழுப்பினார்.

இதனிடையேஉச்சநீதிமன்றத்தில் அஜய் அகர்வால் என்ற வழக்கறிஞர் இந்த தகிடுதத்தங்களைப்பற்றி ஒரு பொதுநல வழக்கு தாக்கல் செய்கிறார். இந்த வழக்கு விசாரணையின்போது, வழக்கில் 'ஸ்டேட்டஸ் கோ மெயிண்ட்டெயின்'(தற்போது உள்ள நிலை) செய்யப்படவேண்டும் என்றும், குவாத்ரோச்சியின் கணக்குகளில் உள்ள பணம் எடுக்கப்படாமல் பாதுகாக்கப்படவேண்டும் என்றும், உச்சநீதிமன்றம் உத்தரவிட்டு, ஒரு வாரத்திற்கு வழக்கு விசாரணையைத் தள்ளி வைத்தது.

ஒரு வாரம் கழித்து பதில் மனு தாக்கல் செய்த மத்திய அரசு, 'சைக்கிள் கேப்புல, குவாத்ரோச்சி அந்தப் பணத்தை வித் ட்ரா செய்துவிட்டார்' என்று துளி வெட்கம் இல்லாமல் பதில் சொன்னது. இதற்குள் சி.பி.ஐ. வழிக்குக் கொண்டுவரப்பட்டு, 'ஆம் வங்கிக் கணக்குகளின் முடக்கத்தை நீக்க, பரிந்துரை செய்தது, சி.பி.ஐ. முடிவே' என்று அந்தர்பல்டி அடிக்கிறது.

இது குறித்து கருத்துத் தெரிவித்த மன்மோகன் சிங் என்ன சொன்னார் தெரியுமா? 'சட்டம் தன் கடமையைச் செய்யும். சி.பி.ஐ. விவகாரங்களில் அரசு தலையிடுவதில்லை. வங்கிக் கணக்கை முடக்க பரிந்துரை செய்தது, முடக்கத்தை நீக்கச் செய்தது இரண்டு முடிவுகளையும் சி.பி.ஐ.தான் எடுத்தது. அரசுக்கு அதில் தொடர்பில்லை.'

சோனியா காந்தி, 'சிபி.ஐ. அந்தக் கணக்குகளை முடக்கத்திலிருந்து நீக்கம் செய்யவேண்டும் என்று முடிவெடுத்தது குறித்து, அரசுக்குப் பின்னர்தான் தெரியும். முன்னதாகவே தெரியாது' என்று தன் பங்குக்குச் சொன்னார்.

கடைசியாக, முடக்கி வைக்கப்பட்டிருந்த அந்தப் பணமும் போனது. வின்சத்தா இறந்துவிட்டார், ராஜிவ் இறந்துவிட்டார், இந்துஜா

சகோதரர்களையும் நீதிமன்றம் விடுவித்துவிட்டது. 2005ம் ஆண்டு மே 31ம் தேதி டெல்லி ஹைகோர்ட் இந்த வழக்கை தள்ளுபடி செய்தது. இத்தோடு போபர்ஸ் விவகாரத்தை குழி தோண்டி புதைத்தாகி விட்டது என்றுதான், சோனியாவும், காங்கிரஸாரும் மகிழ்ந்து கொண்டிருந்தனர்.

அப்போதுதான், வருமான வரித்துறையின் மேல் முறையீட்டுத் தீர்ப்பாயம் அளித்த உத்தரவு, இடியை இறக்கியது. வின்சத்தா தனக்கு விதிக்கப்பட்ட வருமான வரியை எதிர்த்துத் தொடர்ந்த வழக்கில் இத்தீர்ப்பு வழங்கப்பட்டது.

போபர்ஸ் பீரங்கி வாங்கியதில் வின்சத்தா கமிஷன் பெற்றது உண்மை என்றும், அதற்கு வரி செலுத்தவேண்டும் என்றும் உத்தரவிட்ட தீர்ப்பாயம், 'வின்சத்தாமீது வருமான வரித்துறை நடவடிக்கை எடுத்திருந்தாலும், கமிஷன் பெற்ற மற்ற நபர்களான ஏ.ஈ. சர்வீசஸ் மற்றும் ஒட்டாவியோ குவாத்ரோச்சி ஆகியோர்மீது நடவடிக்கை எடுக்கப்படவில்லை என்பது தெரிகிறது. குவாத்ரோச்சி பல ஆண்டுகள் இந்தியாவிலேயே இருந்துள்ளார். குவாத்ரோச்சி நிச்சயமாக இந்த கமிஷனுக்கான வரி கட்டியிருக்கவேண்டும்' என்றும் தீர்ப்பில் கூறியிருந்தது.

இந்தத் தீர்ப்புக்கு அரசு எடுத்த நடவடிக்கை என்ன தெரியுமா? குவாத்ரோச்சியிடம் இருந்து வரி வசூல் செய்திருக்கவேண்டும் என்று தீர்ப்பை எதிர்த்து மேல் முறையீடு செய்யப் போகிறோம் என்று அறிவித்தது. 2013ல் குவாத்ரோச்சியும் இறந்துவிட்டார்,

இந்த நிலையில், போபர்ஸ் ஊழல் வழக்கில் திடீர் திருப்பமாக சுப்ரீம் கோர்ட்டில் பிப்ரவரி 2018ல் சி.பி.ஐ. மீண்டும் அப்பீல் செய்துள்ளது. 13 வருடங்கள் கழித்து சி.பி.ஐ.யிடம் சில வலுவான ஆதாரங்கள் இருப்பதால்தான் மேல்முறையீடு செய்யப்பட்டுள்ளதாக தகவல்கள் தெரிவிக்கின்றன.

இந்த வழக்கை உச்ச நீதிமன்றத் தலைமை நீதிபதி தீபக் மிஸ்ரா, நீதிபதிகள் டி.ஒய். சந்திரசூட், ஏ.எம்.கான்வில்கர் ஆகியோர் அடங்கிய அமர்வு விசாரித்து வந்தது. இந்தச் சூழ்நிலையில்தான், இந்த வழக்கில் இன்னுமொரு திருப்பம் நிகழ்ந்துள்ளது.

போபர்ஸ் வழக்கு மீதான விசாரணை 14.02.2018 அன்று நடைபெற்றது. அப்போது, இந்த வழக்கிலிருந்து தாம் விலகிக் கொள்வதாக ஏ.எம். கான்வில்கர் திடீரென அறிவித்தார். எனினும், தனது இந்த முடிவுக்கு அவர் எந்தக் காரணத்தையும் தெரிவிக்க வில்லை. இதையடுத்து, போபர்ஸ் வழக்கை விசாரிக்க, மார்ச் 28-ம்

தேதி புதிய அமர்வு அமைக்கப்படும் என உச்ச நீதிமன்றம் அறிவித்துள்ளது.

இவ்வளவில் எதிர்பாராத திருப்பங்களுடன் பயணித்துக் கொண்டிருந்த போபர்ஸ் வழக்கு 2 நவம்பர் 2018 அன்று இறுதிக் கட்டத்தை எட்டியது. போபர்ஸ் வழக்கில் அத்தனை போரையும் விடுவித்து, டெல்லி உயர்நீதிமன்றம் 2005ஆம் ஆண்டு தீர்ப்பு வழங்கியது. பனிரெண்டு ஆண்டுகள் தாமதத்தை மன்னித்தும் , டெல்லி உயர்நீதிமன்றத் தீர்ப்பை எதிர்த்தும் சிபியி தொடர்ந்த மேல் முறையீட்டு மனுவை, தலைமை நீதிபதி ரஞ்சன் கோகோய் அடங்கிய அமர்வு 2018 ஆம் ஆண்டு நவம்பர் 2 அன்று தள்ளுபடி செய்தது.

இதுநாள்வரையிலும் ஒருவரும் இந்த ஊழல் குற்றச்சாட்டில் தண்டிக்கப்படவில்லை. ஆனாலும், இதில் ஒரு முக்கிய விஷயத்தைப் பார்க்கவேண்டும். இந்திராவின் மறைவுக்குப் பிறகு அவரது மகனாக, அப்பழுக்கில்லாத மனிதனாக அறியப்பட்ட ராஜிவின் மீது படிந்த அந்த ஊழல் கறை, இதுவரை நீங்கவில்லை.

5

செயிண்ட் கீட்ஸ் ஊழல்:
ஒரு மோசடி குற்றச்சாட்டு

ஊழல் செய்த ஒருவர், ஊழல் செய்யாத இன்னொருவர் மீது பழி சுமத்தி, அவரை தீராப் பழிக்கு ஆளாக்குவதுதான் இருப்பதிலேயே மிகப் பெரிய அயோக்கியத்தனம். அந்த வேலையை ஓர் அரசாங்கமும், அதன் அமைச்சர்களும் சேர்ந்து செய்தால்?

அதுதான் செயின்ட் கீட்ஸ் விவகாரத்தில் நடந்தது. இந்தியா இதுவரை சந்தித்த அரசியல்வாதிகளில் மிகச் சிறந்த மனிதரும், அரசியல் வாதியுமான, வி.பி.சிங்கின்மீது கறை படிய வைத்து, அவரை ஓர் ஊழல் பேர்வழியாக சித்திரிக்க நடந்த மோசடிதான் செயின்ட் கீட்ஸ். இந்தியாவின் மிக மோசமான ஊழல் பேர்வழியாக இன்றுவரை கருதப்படும் நரசிம்மராவ்தான் அந்த மோசடியின் சூத்ரதாரி.

'பொன்செய் கொல்லன் தன்சொல் கேட்ட
யானோ அரசன் யானே கள்வன்
மன்பதை காக்கும் தென்புலம் காவல்
என் முதல் பிழைத்தது கெடுகவென் ஆயுள்'

- சிலப்பதிகாரம்.

‘பொற்கொல்லனின் சொல்லைக் கேட்டு அதனை உண்மையென்று நம்பி ஒருவனைக் கொலை செய்த நானும் ஓர் அரசனா? குடிமக்களைப் பாதுகாக்கிற பாண்டியர் ஆட்சியின் சிறப்பு என்னால் பிழைபட்டு விட்டதே. ஆதலால் என் ஆயுளும் முடியட்டும்’ என்று கூறி கீழே விழுந்து இறந்து போகிறான் பாண்டிய மன்னன். ஆனால், வெளியுறவுத்துறை அமைச்சராக இருந்து, அபாண்டமான குற்றச்சாட்டுகளை ஒருவர் மீது சுமத்தி, அக்குற்றமும் வீதிக்கு வந்து அம்பலமான பின்னர், அந்தக் குற்றச்சாட்டுகளை சுமத்திய நபர், இந்நாட்டின் பிரதமராகிறார் என்றால், இது போன்ற சாபக்கேடு வேறு எதுவும் இருக்க முடியுமா?

இந்த மோசடிக்கெல்லாம் வி.பி.சிங் ஆளாக்கப்பட்டதற்குக் காரணம், அவர் போபர்ஸ் ஊழலை வெளிக்கொண்டு வர முயற்சித்தது தான். ஆனால் இந்த பொய்க் குற்றச்சாட்டுகளும் எடுபடாமல், வி.பி.சிங் அப்பழுக்கற்ற மனிதராகவே வெளிவந்தார்.

வி.பி.சிங்கை மக்கள் அன்போடு ‘மண்டாவின் ராஜா’ என்று அழைத்தனர். பதவிக்காக தன் சுயமரியாதையை விட்டுக்கொடுத்து சிலர் அலையும் நேரத்தில், தேசிய முன்னணி வெற்றி பெற்று ஆட்சியைப் பிடிக்கப் போகும் சூழ்நிலையில் நடந்த எம்பிக்கள் கூட்டத்தில், ‘தேவிலாலை பிரதமர் பதவிக்கு, முன்மொழிகிறேன்’ என்று அறிவித்தவர் வி.பி.சிங். தேவிலால் மறுத்ததாலேயே, அப்பதவியை ஏற்றுக்கொண்டார் வி.பி.சிங் அவருக்கு யாரும் ‘தியாகத் திருவிளக்கு’ என்ற பட்டத்தைக் கொடுக்கவில்லை, அவரும் அதை எதிர்பார்க்கவில்லை.

இந்தியாவையே இன்று டாடா, அம்பானி போன்ற தொழில் அதிபர்கள் நடத்திக் கொண்டிருக்கும் நிலையில், *1990*ல், லார்சன் அண்ட் டூப்ரோ நிறுவனத்தைக் கையகப்படுத்த, திருபாய் அம்பானி முயற்சி செய்தபோது, பொதுத்துறை நிறுவனங்களான எல்.ஐ.சி. போன்ற நிறுவனங்கள் மூலம், அம்முயற்சியை முறியடித்தவர், வி.பி.சிங்.

1989 ஆகஸ்ட் *20* ‘அரப் டைம்ஸ்’ என்ற அரபு நாட்டிலிருந்து வெளிவரும் நாளிதழ் ஒரு செய்தியை வெளியிடுகிறது. கரீபியன் தீவான செயின்ட் கீட்ஸில் உள்ள ஒரு வங்கிக் கணக்கு வி.பி.சிங்குக்குச் சொந்தமானது. அந்தத் தீவில் உள்ள இன்னொரு வங்கிக் கணக்கு வி.பி.சிங்கின் மகன் அஜேயாவுக்குச் சொந்தமானது. வங்கியிலிருந்த *21* மில்லியன் அமெரிக்க டாலர்களும், விபி.சிங்குக்குச் சொந்தமானது என்று செய்தியை வெளியிடுகிறது.

ஆகஸ்ட் 22 முதல், இந்திய ஊடகங்கள் அந்தச் செய்தியை வெளியிடத் தொடங்குகின்றன. பிரதமர் ராஜிவ் காந்தி விசாரணைக்கு உத்தரவிடுகிறார். அந்த ஆண்டு தேர்தல் ஆண்டாக இருந்ததால், ஊடகங்களும் செய்தியை பெரிதுபடுத்தி வெளியிடுகின்றன. செயின்ட் கிறிஸ்டோபர் மற்றும் செயின்ட் நெவிஸ் ஆகிய தீவுகள் கரீபியன் தீவுகளைச் சேர்ந்தவை. இந்தத் தீவுகள் மொத்தமாக செயின்ட் கீட்ஸ் என்று அழைக்கப்படுகின்றன. இந்தத் தீவுகளின் மொத்த பரப்பளவே 261 சதுர கிலோமீட்டர்கள்தான். மொத்த ஜனத்தொகை 45 ஆயிரம். இப்படிப்பட்ட ஒரு தீவில், ஜார்ஜ் மெக்லீன் என்பவர் ஒரு 'ஃபர்ஸ்ட் ட்ரஸ்ட் கார்ப்பரேஷன்' என்ற ஒரு நிறுவனத்தை நடத்திவருகிறார். அந்த நிதி நிறுவனத்தில்தான் வி.பி.சிங் ரகசிய கணக்கு வைத்திருக்கிறார் என்று புகார் கூறப்பட்டது.

சில ஆண்டுகளுக்கு முன், ஜெர்மனியின் லீசென் ஸ்டீன் வங்கியில், இந்தியர்கள் பல்லாயிரக்கணக்கான கோடி ரூபாய் கறுப்புப் பணத்தை பதுக்கி வைத்திருக்கிறார்கள் என்ற செய்தி வந்தது. இந்திய அரசாங்கம் அந்தத் தகவல்களைப் பெற எந்த முயற்சியும் எடுக்காததும், இதை ஒட்டி உச்ச நீதிமன்றத்தில் வழக்குத் தொடுக்கப்பட்டதும் நினைவிருக்கிறதா?

'கறுப்புப் பணம், இந்த தேசத்தின் சொத்து. மிகப் பெரிய குற்றத்தைப் பற்றி நாம் பேசிக்கொண்டிருக்கிறோம். தேசத்தின் சொத்துக்கள் சூறையாடப்படுவதை அனுமதிக்கமுடியாது'

என்று கடுமையான கருத்துக்களை உச்சநீதிமன்றம் அப்போது தெரிவித்தது. உச்சநீதிமன்றம் தலையிடும்வரை, கறுப்புப் பணத்தைப் பற்றி எந்த நடவடிக்கையும் எடுக்காத ஓர் அரசு, வி.பி.சிங் விவகாரத்தில் மட்டும் மிக மிகத் துரிதமாக நடவடிக்கை எடுத்தது.

1976-ம் ஆண்டு லண்டனுக்கு மேற்படிப்புக்காகச் சென்ற அஜேயா சிங், அங்கே சார்ட்டர்ட் அக்கவுண்டன்சி படித்துவிட்டு, அங்கேயே வேலை பார்த்துவந்தார். பிறகு அமெரிக்காவில் உள்ள ட்ரேடிஷன் பேரிஸ்போர்டு என்ற ஒரு தனியார் நிறுவனத்தில் வேலை பார்த்து வந்தார். குற்றச்சாட்டுகள் வெளிவந்தவுடன், அஜேயா சிங், இந்தியா திரும்பி வருகிறார். அந்தக் குற்றச்சாட்டுகளை முழுமையாக மறுக்கிறார்.

அவர் பத்திரிகைகளுக்கு அளித்த அறிக்கையில், 'நான் இந்திய அரசின் ஏதாவது ஒரு சட்டத்தை மீறி நடந்திருக்கிறேன் என்று அரசு கருதுமானால், அதற்காக என்னுடைய வங்கிக் கணக்கு ரகசியங்கள் அனைத்தையும், பகிரங்கமாக்குகிறேன். இதற்காக வங்கிக் கணக்கு

வைத்திருப்பவருக்கு உண்டான ரகசிய பாதுகாப்பு உரிமையையும் விட்டுக்கொடுக்கிறேன். இது தொடர்பான முழுமையான விசாரணை நடத்துவதற்கும், அனைத்து ஆவணங்களையும் பார்வையிடு வதற்கும், அரசுக்கு முழு ஒத்துழைப்புக் கொடுக்கிறேன்' என்றார்.

ஆனால், அன்று ராஜிவ் காந்தி இருந்த அகந்தை மனநிலையில், இதையெல்லாம் ஏற்றுக்கொள்ளும் பக்குவம் அவருக்கு இருக்க வில்லை. அஜேயா சிங் சொன்ன தகவல்களை காது கொடுத்துக் கூட யாரும் கேட்கவில்லை. ராஜிவோ, 'போபர்ஸ் ஊழல் குற்றச்சாட்டை என்மீது சுமத்திய என் எதிரியை ஒழித்துக் கட்டுகிறேன் பார்' என்று கங்கணம் கட்டிக்கொண்டு வேலை செய்தார்.

தனது தந்தை வி.பி.சிங்கோடு 28, லோதி எஸ்டேட்டில் தங்கியிருந்த அஜேயா சிங்குக்கு பெரா சட்டத்தை மீறியதாக நோட்டீஸ் அனுப்பப் படுகிறது. எடுத்த எடுப்பிலேயே, விசாரணை தொடங்குவதற்கு முன்பாகவே, சிறைத் தண்டனை என்ற மிரட்டல் விடப்படுகிறது. இந்திய அமலாக்கப் பிரிவுதான் அன்று முன்னின்று அந்த மோசடியை அரங்கேற்றியது. அமலாக்கப் பிரிவின் இயக்குநராக இருந்த கே.எல்.வர்மா என்ற நபரே இந்த வேலையைச் செய்து முடித்தார்.

ஊடகங்களில் வி.பி.சிங் மீதான இந்தக் குற்றச்சாட்டுகள் வெளி வந்தவுடன், ராஜிவ் அரசு, உடனடியாக விசாரணைக்கு உத்தரவிடுகிறது. இந்த விசாரணைக்கு உத்தரவிட்ட விவரங்களும் ஊடகங்களில் வெளியிடப்படுகின்றன. ஏ.பி. நந்தே என்ற அமலாக்கப் பிரிவு அதிகாரி விசாரணை அதிகாரியாக நியமிக்கப்படுகிறார். அந்த அதிகாரி உடனடியாக செயின்ட் கீட்ஸ் தீவுக்கும் அமெரிக்காவுக்கும் செல்கிறார். சென்றுவிட்டு, அக்டோபர் 1989-ல் தனது அறிக்கையை அளிக்கிறார். அந்த அறிக்கையில் வேறு என்ன இருக்கும் ?

'வி.பி.சிங்குக்கு செயின்ட் கீட்ஸ் தீவில் கணக்கு இருப்பது உண்மை. அந்தப் பணம் எப்படி வந்தது, வரி ஏய்ப்பு எப்படி நடந்தது என்பதைப் பற்றியெல்லாம் விரிவாக விசாரணை நடத்தவேண்டும்' என்று அந்த அறிக்கையில் சொல்லியிருந்தார். விசாரணை முடிந்து அறிக்கை 1989 அக்டோபர் மாதம் நாடாளுமன்றத்தில் சமர்ப்பிக்கப்படுகிறது. அப்போது துணை நிதி அமைச்சராக இருந்த எடுவேர்டோ ஃபெலைரோ இவ்வறிக்கையை நாடாளுமன்றத்தில் சமர்ப்பிக்கிறார். அந்த அறிக்கையும், 'வி.பி.சிங்குக்கு செயின்ட் கீட்ஸ் தீவில் வங்கிக் கணக்கு இருப்பது உண்மை' என்று கூறியது.

1989-ம் ஆண்டின் பெரும்பான்மையான நாட்களில், போபர்ஸ் ஊழலில் ராஜிவ் காந்தியின் அராஜகப் போக்கை காணச் சகியாமல்,

எதிர்ப்புத் தெரிவித்து, ஏறக்குறைய அனைத்து எதிர்க்கட்சிகளும் நாடாளுமன்றத்தைப் புறக்கணித்தன. அப்போதைய நாடாளுமன்றம் ராஜிவின் ஜால்ராக்களை மட்டுமே கொண்டிருந்ததால், நாடாளுமன்றத்தில் ஜால்ரா சத்தம் காதைப் பிளந்தது.

நம்ம ஊர் சட்டசபையில், எதிர்க்கட்சிகளை பேச விடாமல், எதிர்த்துப் பேசும் உறுப்பினர்களை சபாநாயகரைவிட்டு வெளியேற்று வதில்லையா? முழுப் பெரும்பான்மை இல்லாத நிலையிலேயேகூட ஆளுங்கட்சி சட்டசபையில் இதைச் செய்யும்போது, அப்போதைய நாடாளுமன்றத்தில், ஏறக்குறைய எதிர்க்கட்சி உறுப்பினர்களே இல்லாத நிலையில், கேட்கவாவேண்டும்? பின்னி எடுத்தார்கள்.

ஆனால், நாடாளுமன்றத்தின் வெளியே இந்திய மக்கள், ராஜிவ் காந்தி அரசின் இந்த பச்சைப் பொய்யை நம்பத் தயாராக இல்லை.

போபர்ஸ் ஊழல் பிரச்னை மிகப் பெரிய விவகாரமாக உருவெடுத்து வருவதைக் கண்டு அஞ்சிய ராஜிவ் அரசாங்கம், எப்படியாவது, இந்தக் குற்றச்சாட்டுகளுக்குக் காரணமான வி.பி.சிங்கை அசிங்கப் படுத்தவேண்டும். மக்களுக்கு அவர்மீதுள்ள நம்பிக்கையைக்குலைக்க வேண்டும் என்றுதிட்டமிட்டு நடத்திய சதிச் செயல்களை மக்கள் நிராகரித்தார்கள்.

அடுத்த மாதமே பொதுத்தேர்தல். நவம்பர் மாதம் நடைபெற்ற பொதுத் தேர்தலில், ராஜிவ் அரசு தோல்வி அடைந்தது. டிசம்பர் மாதம் வி.பி.சிங் பிரதமரானார். வி.பி.சிங் பிரதமரானதும், அவருக்கு இந்த விவகாரத்தில் என்னதான் நடந்திருக்கிறது என்பதைத் தெரிந்து கொள்ளவேண்டும் என்ற ஆவலில், இரண்டு நேர்மையான சி.பி.ஐ. அதிகாரிகளைத் தேர்ந்தெடுத்து, செயின்ட் கீட்ஸ் தீவுக்கு அனுப்புகிறார். அவர்கள் அத்தனை ஆதாரங்களையும் அள்ளி வருகிறார்கள்.

அந்த ஆதாரங்களையும், இந்தியாவில் சி.பி.ஐ. சேகரித்த மற்ற ஆதாரங்களையும் வைத்துத்தான் சி.பி.ஐ, தனது முதல் தகவல் அறிக்கையை இந்த விவகாரத்தில் பதிவு செய்கிறது. சி.பி.ஐ.யின் விசாரணை, அரசியலில் பழிவாங்கும் உணர்ச்சி எப்படி அதிகாரத்தை துஷ்பிரயோகம் செய்ய வைக்கிறது என்பது மட்டுமல்லாமல், பல முக்கியப் பிரமுகர்கள் இந்த விவகாரத்தின் பின்னணியில் இருக்கிறார்கள் என்பதை வெளிச்சம் போட்டுக் காட்டியது.

கவனிக்க மறந்த கையெழுத்து

செயின்ட் கீட்ஸ் விவகாரத்தின் பின்புலத்தில் யார்தான் இருக்கிறார்கள் என்பதைப் பார்த்துவிடவேண்டும் என்றுதான் விசாரணைக்கு உத்தரவிடுகிறார், வி.பி.சிங்.

வி.பி.சிங் அரசாங்கம் என்பதால், சி.பி.ஐ.யில் சில அதிகாரிகள் நேர்மையாகப் பணியாற்ற முடிந்தது. ஏனென்றால் அப்போது சி.பி.ஐ. 'சென்ட்ரல் ப்யூரோ ஆஃப் இன்வெஸ்டிகேஷனாக' இருந்தது. 'காங்கிரஸ் ப்யூரோ ஆஃப் இன்வெஸ்டிகேஷனாக' இருந்திருந்தால், ரெய்டுக்கு வரப்போகிறோம் என்று முன்கூட்டியே தகவல் சொல்லி விட்டு, நள்ளிரவில் யாருக்கும் தெரியாமல் ரெய்டு நடத்தி, உச்ச நீதிமன்றத்தில் அறிக்கை தாக்கல் செய்திருக்கும். எஃப். ஐ.ஆர். பதிவு செய்து ஒன்றரை ஆண்டுகள் கழித்து விசாரணை தொடங்கியிருக்கும். கூட்டணிப் பேச்சுவார்த்தையில் ஏற்படும் முன்னேற்றங்களைப் பார்த்து, விசாரணையின் போக்கைத் தீர்மானித்திருக்கும்.

ஆனால், அது வி.பி.சிங் அரசாங்கமாக இருந்ததால் சரியாகவே நடந்தது.

பூர்வாங்க விசாரணையை நடத்தி முடித்திருந்த சி.பி.ஐ. தனது முதல் தகவல் அறிக்கையை தாக்கல் செய்கிறது. அமலாக்கப் பிரிவின் இயக்குநர் கே.எல்.வர்மா, இணை இயக்குநர் நந்தே, பணக்காரச் சாமியார் சந்திரா சுவாமி, அவரது உதவியாளர் கே.என்.அகர்வால் என்கிற மாமாஜி, சர்வதேச ஆயுத வியாபாரி அட்னான் கஷோகியின் மருமகன் லாரி கோல்ப் மற்றும் செயின்ட் கீட்ஸில் உள்ள ஃபர்ஸ்ட் ட்ரஸ்ட் கார்ப்பரேஷனின் இயக்குநர் ஜார்ஜ் மேக்லீன் ஆகியோர்மீது சி.பி.ஐ. தனது முதல் தகவல் அறிக்கையில் குற்றம் சாட்டியிருந்தது. இந்த வழக்கின் புலன் விசாரணை என்.கே.சிங் என்ற ஐ.பி.எஸ். அதிகாரியிடம் ஒப்படைக்கப்படுகிறது. அந்த அதிகாரி, நேர்மையான முறையில் தனது விசாரணையை நடத்துகிறார்.

ராஜிவ் அரசாங்கத்தில் வெளியுறவுத் துறை இணை அமைச்சராக இருந்த கே.கே.திவாரி என்பவர், வி.பி.சிங்கின் மகன்கள் அஜேயா சிங் மற்றும் அபய் சிங்கின் பாஸ்போர்ட் விண்ணப்பப் படிவங்களை வெளியுறவுத் துறை அமைச்சகத்திலிருந்து பெறுகிறார். வி.பி.சிங்கின் இளைய மகன் அபய் சிங், வெளிநாடு செல்வதற்காக பாஸ்போர்ட்டில் கூடுதல் காகிதங்கள் வேண்டுமென்று விண்ணப்பிக்கிறார். அவரது விண்ணப்பம் முழுமையாக சரியாக இருந்தும், திவாரியின் உத்தரவின் பேரில், கொடுக்கப்படவேண்டிய காகிதங்கள் தாமதப்படுத்தப் படுகின்றன.

வி.பி.சிங்கின் மகன் அபய் சிங், பாஸ்போர்ட் அலுவலகம் சென்று 'என்ன ஆனது எனது பாஸ்போர்ட்டுக்கு' என்று கேட்டால் எந்த இடத்திலும் ஒழுங்கான பதில் இல்லை. பிறகு இந்த விவகாரம், அப்போதைய வெளியுறவுத் துறை அமைச்சர் நரசிம்மராவ் மற்றும் இணை அமைச்சர் திவாரியால் விவாதிக்கப்பட்டு, 'தரலாம். ஆனால்,

மொத்த கோப்புகளின் நகல்கள் எடுத்து வைக்கப்படவேண்டும்' என்று முடிவெடுக்கப்படுகிறது. இதெல்லாம் எதற்காக என்றால், வி.பி.சிங்கின் இரு மகன்களின் கையெழுத்தை எடுத்து, அதை வைத்து வெளிநாட்டு வங்கியில் அவர்கள் பெயரில் வங்கிக் கணக்கு தொடங்குவதற்காகத்தான்.

அடுத்து மூத்த மகன் அஜேயா சிங்கின் பாஸ்போர்ட் பேப்பர்கள் வெளியுறவுத் துறை அமைச்சகத்திலும், உலகின் முக்கிய நாடுகளில் உள்ள இந்தியத் தூதரகங்களிலும் தேடுதல் வேட்டை நடக்கிறது. ஆனாலும் அந்த பேப்பர்கள் கிடைத்தபாடில்லை. இறுதியாக இங்கிலாந்து நாட்டில் உள்ள இந்தியத் தூதரகத்தில் அஜேயா சிங்கின் கையெழுத்து அடங்கிய பேப்பர் கிடைக்கிறது. அது 1977-ம் ஆண்டு அஜேயா சிங் சமர்ப்பித்த பாஸ்போர்ட் விண்ணப்பம். இந்தத் தகவல் திவாரியிடம் தெரிவிக்கப்பட்டதும், திவாரி உடனடியாக இது தொடர்பாக எந்தவிதமான, கடிதப் போக்குவரத்தும் வேண்டாம். தொலைபேசியில் கூறுங்கள் என்று தூதரக அதிகாரிகளுக்கு உத்தரவிடுகிறார் (அப்போது ஒட்டுக் கேட்கும் டெக்னாலஜி இப்போது இருக்கும் அளவுக்கு வளரவில்லை).

ரகசிய வங்கிக் கணக்குபற்றித் தகவல் வெளியானதும் விசாரணையைத் தொடங்க, வி.பி.சிங் வங்கிக் கணக்கு வைத்திருக்கிறார் என்று கல்பனாத் ராய் மற்றும், ரத்னாகர் பாண்டே ஆகிய இரு எம்.பி.க்கள் அளித்த இரண்டாண்டு பழசான புகார் ஒன்று தூசி தட்டி எடுக்கப்பட்டு விசாரணை நடக்கிறது. இந்த இரண்டு எம்பிக்களில் ஒருவர், பின்னாளில் தாவூத் இப்ராஹிம்மின் கூட்டாளி என்று அடையாளம் காணப்பட்டு, 'தடா' சட்டத்தின் கீழ் சிறையிலிருக்கிறார் என்பது முக்கிய செய்தி.

இவ்வளவு தெளிவாக சதித் திட்டம் தீட்டிய திவாரியும் நரசிம்மராவும், கவனிக்க மறந்த ஒரு விஷயம், வி.பி.சிங்கின் மகன் அஜேயா சிங், தனது கையெழுத்துப் போடும் ஸ்டைலை மாற்றிவிட்டார் என்பது. 1986-ம் ஆண்டு வாக்கில் இவ்வாறு மாற்றுகிறார். ஆனால், இந்த சதிக் கூட்டணி இவர் போலி வங்கிக் கணக்கை, அவரது 1977-ம் ஆண்டு விண்ணப்பத்திலிருந்த கையெழுத்தை வைத்து உருவாக்கியது.

சி.பி.ஐ. விசாரணையில் தெரிய வந்த சதித் திட்டத்தின் தொடர்ச்சியாக, அமலாக்கப் பிரிவு விசாரணைக்கு உத்தரவிடப்பட்டதும், அமலாக்கப் பிரிவு அதிகாரிகள் செயின்ட் கீட்ஸ் தீவுக்குப் பயணமாகிறார்கள். இவர்கள் நேராக செயின்ட் கீட்ஸ் தீவுக்குச் சென்று விசாரணை நடத்தியது போலவும், அங்கே அஜேயா சிங் பெயரில் ரகசியக்

கணக்கு இருப்பதாகவும், அந்தக் கணக்கில் உள்ள பணம் அனைத்தும் வி.பி.சிங்கைச் சென்றடையும் என்று ஓர் ஒப்பந்தம் இருப்பதாகவும், ஆவணங்களை 'தயாரித்து' வருகின்றனர். வருபவர்கள் நேராக இந்தியா வராமல், நியூயார்க் செல்கிறார்கள். நியூயார்க்கில் அந்த நேரம் இருந்தவர், நரசிம்மராவ். சி.பி.ஐ. விசாரணையில் தெரிய வந்த மற்றொரு அதிர்ச்சிகரமான விஷயம், நரசிம்மராவ் அமெரிக்காவுக்கான இந்தியத் தூதரை தனது அறைக்கு அழைத்து, அமலாக்கப் பிரிவு அதிகாரிகள் செயின்ட் கீட்ஸிலிருந்து எடுத்து வந்ததாகச் சொல்லப்படும் ஆவணங்களை 'அட்டெஸ்ட்' செய்யச் சொல்கிறார். அந்த அதிகாரியும் அதன்படியே 'அட்டெஸ்ட்' செய்கிறார். அதாவது கொடுக்கப்பட்டுள்ள சான்றுகளில் உண்மைத் தன்மை இருக்கிறதென்ற ஒப்புதல் முத்திரையுடன் கூடிய கையொப்பம் இடப்பட்டது. நரசிம்மராவ் வெளியுறவுத் துறை அமைச்சராக இருந்ததால், அவரை மீறி ஒன்றும் செய்ய இயலாதென்றே அந்தத் தூதர் அவ்வாறு செய்கிறார்.

இந்த சமயத்தில் வைத்திருந்த விஷயம் வெளியானதை அடுத்து, அவர்மீது விசாரணை நடத்தவேண்டும் என்று காங்கிரஸ் கட்சியினர், குரல் கொடுக்கின்றனர். பாராளுமன்றத்தில் இந்தப் புகார் உண்மை தான் என நிரூபிக்கவேண்டும் என்பதற்காக செயின்ட் கீட்ஸ் தீவின் பிரதமரிடமிருந்து 'இந்த ரகசியக் கணக்குத் தொடர்பாக செயின்ட் கீட்ஸ் அரசு விசாரணை நடத்தி வருகிறது' என்று ஒரு கடிதத்தைப் பெற கடும் முயற்சி நடைபெற்றது. ஸ்பெயின் நாட்டுக்கான இந்தியத் தூதர்தான் செயின்ட் கீட்ஸ் தீவுக்கும் பொறுப்பு. அப்போது தூதராக இருந்தவர் ஷிவ் குமார் என்பவர். அவர் இதுபோல ஒரு கடிதத்தைப் பெற்றுத் தரவேண்டும் என்று கடும் நெருக்கடிக்கு உள்ளாகிறார். இதில் ஒரு கொடுமையான விஷயம் என்னவென்றால், இந்திய அரசின் தூதரை, செயின்ட் கீட்ஸ் தீவில் இந்தியப் பிரதமருக்கு இணையான அந்தஸ்து உள்ள ஒருவரை, யார் தெரியுமா மிரட்டியது? சந்திராசுவாமியின் 'எடுப்பாக' இருந்த மாமாஜி. 1989-ம் ஆண்டு அக்டோபர் 16-ம் தேதி இந்தியத் தூதரை தொடர்பு கொண்டு, 'நான் ஒரு பிசினெஸ் மேன். வெளியுறவுத் துறை அமைச்சர் நரசிம்மராவின் நெருங்கிய நண்பர். அதனால், உடனடியாக செயின்ட் கீட்ஸ் பிரதமரைத் தொடர்புகொண்டு, வி.பி.சிங்கின் ரகசியக் கணக்குத் தொடர்பாக விசாரணை நடக்கிறது என்று ஒரு கடிதம் வாங்கித் தாருங்கள்' என்று கூறுகிறார்.

விசாரணையின் போது, நரசிம்மராவின் நியூயார்க் பயணம், அவர் தங்கிய விவரம் மற்றும் அவர் தொலைபேசி பட்டியல்களை பரிசீலித்தபோது, அவர் நியூயார்க்கில் தங்கியிருந்தார் என்பதும், அந்த

நேரத்தில் சந்திரா சுவாமியும் தங்கியிருந்தார் என்பதும், ஆயுத வியாபாரி அட்னான் கஷோகியின் வீட்டிலிருந்த தொலைபேசியில் இருந்து நரசிம்மராவுக்குத் தொலைபேசி அழைப்பு வந்திருக்கிறது என்பதும் தெரியவந்தது.

வெளியுறவு அமைச்சகம் பிரதமரின் நேரடி மேற்பார்வையில் செயல்படும் ஓர் அமைச்சகம். வெளியுறவுத்துறை அமைச்சராக இருக்கும் நரசிம்மராவ் இவ்வாறு செயல்பட்டுள்ளார் என்றால் பிரதமர் ராஜிவ் காந்தி உத்தரவில்லாமலா செயல்பட்டிருப்பார்? அப்போது இந்த விசாரணையை நடத்திக்கொண்டிருந்த ஒரு சி.பி.ஐ. அதிகாரி தெரிவித்த கருத்து, 'நரசிம்மராவை சாட்சியாக இந்த வழக்கில் எடுத்துக்கொண்டால், ராஜிவ் காந்திதான் முதல் குற்றவாளி. அவ்வாறு வழக்குப் பதிவு செய்யாமல்விட்டது, வி.பி.சிங்கின் பெருந்தன்மையே' என்றார்.

புலனாய்வு அதிகாரி என்.கே.சிங், இவ்வழக்கில் முக்கியப் பங்கு வகித்த சந்திரா சுவாமியை விசாரிக்கவேண்டும் என கடும் முயற்சி எடுக்கிறார். '2ஜி வழக்கில் சி.பி.ஐ. சம்மன் அனுப்பி நீரா ராடியா ஆஜரானாரே', அதேபோல சந்திரா சுவாமிக்கு சி.பி.ஐ. பலமுறை சம்மன் அனுப்புகிறது. ஆனால் சந்திரா சுவாமி அந்த சம்மன்களை சட்டை செய்வதாக இல்லை. வெளிநாட்டிலிருக்கும் அந்த ஆளை எப்படி வரவழைப்பது என்று சி.பி.ஐ. யோசித்துக்கொண்டிருக்கும் வேளையில், வி.பி.சிங் அரசு கவிழ்ந்தது.

இந்தத் தகவல் அறிந்த சந்திரா சுவாமி, வெளிநாட்டில் இருந்தபடியே, இடைக்கால முன்ஜாமீன் பெறுகிறார். அதைத் தொடர்ந்து அவர், இந்தியா திரும்பி, மீண்டும் 'அருளாசி' வழங்குகிறார். சந்திராசுவாமி மீது மொத்தம் மூன்று சி.பி.ஐ. வழக்குகள் நிலுவையிலிருந்தன. அதில் ஒரு வழக்கில், டெல்லி உயர்நீதிமன்றத்தில் தந்திரமாக ஒரு மனு தாக்கல் செய்து, மீண்டும் வெளிநாடு கிளம்ப ஆயத்தமாகிறார் சந்திரா சுவாமி. இந்தத் தகவலை அறிந்த சி.பி.ஐ. அதிகாரி என்.கே.சிங், உடனடியாக டெல்லி உயர்நீதிமன்றத்தை அணுகி, சந்திராசுவாமியை வெளிநாடு செல்வதற்கு முன், சி.பி.ஐ. முன்பு ஆஜராகவேண்டுமென மனு தாக்கல் செய்கிறார். உயர்நீதிமன்றமும் அவ்வாறே உத்தரவிடுகிறது. ஏறக்குறைய வழக்கின் கிளைமாக்ஸ் வந்து விட்டதல்லவா? சி.பி.ஐ. எப்போது சந்திரா சுவாமியைக் கைது செய்யும் என்று ஆவலோடு எதிர்பார்த்துக் கொண்டிருக்கையில் ஓர் அதிரடியான திருப்பம்.

சந்திராசுவாமி வழக்கின் புலனாய்வு அதிகாரி என்.கே.சிங்கை மாற்றி எல்லைப் பாதுகாப்புப் படைக்கு அனுப்புகிறார்கள். எப்பூடி...!

அடுத்து நரசிம்மராவ் பிரதமராகிறார். அதற்குப் பிறகு ஒரு வார இதழுக்கு நரசிம்மராவ் அளித்த பேட்டியில், 'செயின்ட் கீட்ஸ் வழக்கில், சட்டம் தன் கடமையைச் செய்யும்'. இதைப் படித்த உடனேயே, வழக்கை ஊத்தி மூடிவிட்டார்கள் என்று புரிந்திருக்குமே... அதுதான் நடந்தது.

புலன் விசாரணை முடிந்து, நரசிம்மராவ், சந்திரா சுவாமிமீது குற்றப்பத்திரிகையும் தாக்கல் செய்யப்படுகிறது.

செப்டம்பர் 96-ல் நரசிம்மராவ், சந்திராசுவாமி உள்ளிட்டோர் மீது குற்றப்பத்திரிகை தாக்கல் செய்யப்படுகிறது. அதற்குப் பிறகு என்ன நடக்கும்? ஒவ்வொருவராக, வழக்கிலிருந்து விடுவிக்கப்பட்டு, இறுதியாக அக்டோபர் 2004-ல், சந்திரா சுவாமியும் நீதிமன்றத்தால் விடுவிக்கப்பட்டார்.

நீதி என்பது சில நேரங்களில் சட்டப் புத்தகங்களில் இல்லாமல் அரசியல்வாதிகள் நினைத்தால் வளைக்கக்கூடிய வகையிலும் இருக்கும் என்பதற்கு இது ஒரு உதாரணம்.

6

மாட்டுத் தீவன ஊழல்:
மொத்தம் 63 வழக்குகள்

கிராமப்புறங்களில் 'போடா புண்ணாக்கு' என்று திட்டுவதைக் கேட்டிருப்பீர்கள். புண்ணாக்கு, பருத்திக்கொட்டை போன்ற சொற்பிரயோகங்கள் பெரும்பாலும் வசவுச் சொல்லாகவே பயன்பட்டு வந்திருக்கின்றன. ஆனால், இந்தப் புண்ணாக்கும், பருத்திக் கொட்டையுமே பல கோடிகளை அள்ளித் தந்திருக்கின்றன என்றால் நம்ப முடிகிறதா?

ஸ்பெக்ட்ரம் விவகாரத்தை மத்திய கணக்காயர் அலுவலகம் எப்படி வெளிச்சத்துக்குக் கொண்டுவந்ததோ, அதேபோலத்தான் மாட்டுத் தீவன ஊழலும் மத்திய கணக்காயர் அலுவலகத்தால் வெளிச்சம் போட்டுக் காட்டப்பட்டது.

மாட்டுத் தீவன ஊழல், அடிப்படையில் காற்றிலிருந்து கயிறு திரிப்பதற்கு ஒப்பானது. அரசு அலுவலகங்களில் பட்ஜெட் தயாரிப்பார்கள். பட்ஜெட்டில் ஒரு துறைக்கு இத்தனை கோடி அல்லது லட்சம் என்று ஒதுக்கப்படும். உதாரணத்துக்கு அரசு ஊழியர் ஊதியம், பயணப்படி, மக்கள் நலத்திட்டங்கள் என்று தனித்தனியாக நிதி ஒதுக்கப்படும். அவ்வாறே, கால்நடை பராமரிப்புத்

துறைக்கெனவும், ஆண்டுதோறும் நிதி ஒதுக்கீடு செய்யப்படும். அந்த ஒதுக்கப்பட்ட நிதியை மீறி அரசுக் கருவூலத்திலிருந்து கோடிக் கணக்கான ரூபாய்கள் எடுக்கப்பட்டன என்பதுதான் இந்த ஊழலின் சாரமே.

மாவட்டந்தோறும், மாட்டுத் தீவனம் வாங்கவேண்டும் என்று, இல்லாத மாடுகளுக்குத் தீவனம் வாங்கியதாகக் கணக்கெழுதி பணம் கையாடல் செய்யப்பட்டது. மத்திய கணக்காயர் அலுவலகம், முதன் முதலில் 1992-ம் வருடம் இதுகுறித்து பீகார் மாநிலத் தலைமைச் செயலாளருக்கு ஒரு கடிதத்தை எழுதுகிறது. அந்தக் கடிதத்தில், 'ஏராளமான அரசுப் பணம், மாடுகளுக்குத் தீவனம் வாங்கவேண்டும் என்பதைக் காரணம் காட்டி தொடர்ந்து எடுக்கப்பட்டு வருகின்றது. இது மிகுந்த சந்தேகத்தை ஏற்படுத்துகிறது. ஆகையால் உடனடியாக ஒரு விசாரணையை நடத்தவேண்டும்' என்று கேட்டுக்கொள்கிறார். தொடர்ந்து 1993, 1994 என அடுத்தடுத்த வருடங்களிலும் கடிதம் எழுதிக் கொண்டே இருக்கிறார். அந்தக் கடிதங்கள் அனைத்தும், அரசு அலுவலகத்தின் கோப்புகளில் மீளாத் துயிலில் ஆழ்ந்தன. இறுதியாக கணக்காயர், பீகார் மாநில முதலமைச்சருக்கே கடிதம் எழுதுகிறார். மத்திய அரசின் முக்கிய அதிகாரி, மாநில அரசுக்கு ஒரு கடிதம் எழுதுகிறார் என்றால், பெயரளவுக்காவது அதன்மீது நடவடிக்கை எடுத்ததுபோல் நாடகமாடவேண்டும் அல்லவா? அதன்படியே, பீகார் மாநில நிதித்துறைச் செயலாளர் வி.எஸ்.துபே, அனைத்து மாவட்ட கருவூலங்கள், மாவட்ட ஆட்சியர்கள் என அனைவருக்கும், நிதி ஒதுக்கீட்டை மீறி, கூடுதலாக எவ்வளவு பணம் ஒதுக்கப் பட்டுள்ளது என்பதைக் கண்டுபிடித்து அறிக்கை அளிக்குமாறு உத்தரவிட்டு கடிதம் அனுப்புகிறார்.

லாலு பிரசாத் யாதவை யாராவது கேள்வி கேட்க முடியுமா என்ன? இந்த ஊழல் குறித்து எதுவும் அறியாத மாடுகள் புல்லைத் தின்று விட்டு அசை போட்டுக்கொண்டு இருந்ததைப்போலவே, லாலுவும், புகையிலையை மென்று அசை போட்டுக்கொண்டு, அமைதியாக இருந்தார். பீகார் மாநிலத்தில், மிகுந்த செல்வாக்கோடு, வெறித்தன மான தொண்டர்களைக் கொண்டிருந்த லாலு, அசைக்க முடியாத சாம்ராஜ்யத்தை நடத்தி வந்தார். ஆனாலும் காலச் சக்கரத்தின் சுழற்சி அப்படியே விட்டுவிடுமா என்ன? லாலுவின் ஊழ்வினை அவரைப் பின்தொடர்ந்தது.

இந்நேரத்தில், கணக்காயரின் கடிதமும், இந்த ஊழலைப் பற்றிய செய்திகளும், மெல்லமெல்ல ஊடகங்களில் கசியத் தொடங்குகிறது. இதற்கு முன்னதாக, 1992-ம் ஆண்டே, பீகார் மாநில லஞ்ச ஒழிப்புத்

துறையின் ஆய்வாளர் பூஷண் திரிவேதி என்பவர், இந்த ஊழலைக் கண்டுபிடித்து, இது குறித்து விரிவான அறிக்கை ஒன்றைத் தயார் செய்து தனது உயர் அதிகாரியிடம் அளிக்கிறார். அந்த அறிக்கை உயர் அதிகாரியிடம் சென்றதும், துரிதமாக நடவடிக்கை எடுக்கப்பட்டது. என்ன நடவடிக்கை தெரியுமா? விரிவான விசாரணை நடத்த வேண்டும் என்று அறிக்கை கொடுத்த ஆய்வாளர் பூஷண் திரிவேதி பீகார் லஞ்ச ஒழிப்புத் துறையிலிருந்து மாற்றப்படுகிறார். ஓர் அற்ப காரணத்தைக் காண்பித்து, பணி இடைநீக்கம் செய்யப்படுகிறார்.

இதற்குப் போட்டியாக, அந்த நேரத்தில் பெரும் ஊழல் வேறு எதுவும் இல்லாததால், மாட்டுத் தீவன ஊழல்தான் அப்போது தலைப்புச் செய்தி. இந்தியாவின் பெரும்பாலான ஊடகங்கள் இந்த ஊழலை தலைப்புச் செய்தியாக்குகின்றன. மேலும், ஜனவரி 1996-ல், அமித் காரே என்ற அதிகாரி, பீகார் மாநிலத்தில் சாய்பாசா என்ற மாவட்டத்தில் உள்ள கால்நடை பராமரிப்புத் துறை அலுவலகத்தில் அதிரடி சோதனை நடத்துகிறார். இந்தச் சோதனையில், கோடிக் கணக்கான ரூபாய் மதிப்புள்ள ஊழல் தொடர்ந்து நடைபெற்று வருவதற்கான ஆதாரங்கள் சிக்கின. வெறும் அறிக்கையாக அனுப்பினால், இந்த ஆதாரங்கள் அழிக்கப்பட்டு, இந்த வழக்கு கல்லறையில் புதைக்கப்படும் என்பதை உணர்ந்த அமித் காரே, பத்திரிகையாளர்கள் சந்திப்பு நடத்தி, சோதனை நடத்தியதையும், அச்சோதனையில் கண்டுபிடித்த ஆவணங்கள் மற்றும் கோடிக் கணக்கான ரூபாய்க்கான ஊழல் நடைபெற்றிருப்பதையும் வெளியிட்டார்.

இதையொட்டி, இந்த ஊழல் குறித்து ஏதாவது ஒரு விசாரணை நடத்தியே ஆகவேண்டும் என்ற நெருக்கடி பீகார் அரசுக்கு ஏற்படுகிறது. ஊழலை ஊத்தி மூடவேண்டும் என்றால் என்ன செய்யவேண்டும்? கமிஷன் போடவேண்டும் என்பது, இந்திய அரசியல்வாதிகளுக்கு பால பாடமல்லவா! அதைத்தான் செய்தார் லாலுவும். இந்த ஊழலை விசாரிக்கவென்று, இரண்டு ஒரு நபர் கமிஷன்கள் அமைக்கப் படுகின்றன.

முதல் கமிஷன்தான் மிகவும் சிறப்பான கமிஷன். பீகாரின் வளர்ச்சி ஆணையரான ஃபூல்சந்த் சிங் என்பவர்தான் இந்த கமிஷனின் தலைவர். 30 ஜனவரி 1996 அன்று இந்த கமிஷன் அமைக்கப்படுகிறது. ஒரு நபர் கமிஷன் வழக்கமாகச் செயல்படுவதுபோல மந்தமாகச் செயல்படவில்லை. ‘மிக மிக மந்தமாகச் செயல்பட்டது.’ அதற்குக் காரணம் என்னவென்றால், இந்த ஊழலில் முக்கியப் பங்கு வகித்து, பின்னாளில் சி.பி.ஐ. குற்றப் பத்திரிகையில் இடம் பெற்ற, ஃபூல்சந்த் சிங்தான் இந்த விசாரணை ஆணையத்தின் தலைவர். இந்தக் கமிஷன்

அமைக்கப்பட்ட உடனேயே, பீகாரில் வரும் உள்ளூர் ஊடகங்கள் முதல், தேசிய ஊடகங்கள்வரை, விசாரணை ஆணையத் தலைவரின் வண்டவாளங்களைப்பற்றி எழுதுகின்றன. என்னடா இப்படி மாட்டிக்கொண்டோம் என்று வருந்திய லாலு, அந்தக் கமிஷனை கலைத்துவிட்டு, அன்வர் அலி என்ற ஓய்வு பெற்ற நீதிபதி தலைமையில் 1996 மார்ச்சில் புதியதாக ஒரு கமிஷன் அமைக்கிறார். அந்த கமிஷனும், மந்த கதியில் விசாரணையைத் தொடங்கி நடத்திக்கொண்டே இருக்கிறது.

இதை இப்படியேவிட்டால் சரியாகாது, நியாயம் கிடைக்காது என்று உணர்ந்த எதிர்க்கட்சிகள், பீகார் உயர்நீதி மன்றத்தில் ஒரு வழக்குத் தொடுக்கின்றன. அந்த வழக்கில், இந்த மாட்டுத் தீவன ஊழலின் பூர்வாங்க விவரங்களைக் கொடுத்தும், ஒவ்வொரு முறையும் விசாரணையை தாமதப்படுத்தவும், விசாரணையே நடக்காமல் தடுக்கவும் எடுக்கப்பட்ட முயற்சிகளையும், பீகாரில் லாலு பிரசாத் யாதவ் முதலமைச்சராக இருப்பதால், இவ்வழக்கில் உண்மை வெளிவராது என்றும் வழக்குத் தொடுக்கப்படுகிறது.

பாட்னா உயர்நீதிமன்றமும், சி.பி.ஐ. விசாரணைக்கு உத்தரவிடுகிறது. ஆனால் லாலு சும்மா இருக்கவில்லை. உயர் நீதிமன்றத்தில் வழக்கு நடக்கும்போதே, சி.பி.ஐ. விசாரணைக்கு உத்தரவிடுவதை அரசு வழக்கறிஞரை நியமித்து கடுமையாக எதிர்க்கிறார். ஆனாலும், பாட்னா உயர்நீதிமன்றம், சி.பி.ஐ. விசாரணைக்கு உத்தரவிடுகிறது.

இதை எதிர்த்து லாலு அரசாங்கம் உச்சநீதிமன்றத்துக்குச் செல்கிறது. உச்சநீதிமன்றமும், லாலுவின் கோரிக்கையை நிராகரித்து சி.பி.ஐ. விசாரணைக்கு உத்தரவிட்ட பாட்னா உயர்நீதிமன்றத்தின் ஆணையை உறுதி செய்கிறது.

சி.பி.ஐ. புலன் விசாரணை தொடங்குகிறது. ஒரே ஒரு நல்ல அதிகாரி இருந்தால், அவர் தனக்கு இடப்பட்ட பணியை எவ்வித பாரபட்சமும் இன்றி, நேர்மையாக மனசாட்சிப்படி செயல்பட்டார் என்றால், அவரது பணி நிச்சயமாக வரலாற்றில் பதிவு செய்யப்படும். இதுபோல, பல்வேறு நல்ல அதிகாரிகளை வரலாறு பார்த்திருக்கிறது. இதுபோன்ற அதிகாரிகளில் ஒருவர்தான் யு.என்.பிஸ்வாஸ். இவர் இந்த ஊழல் வெளிவந்த சமயத்தில் சி.பி.ஐ. இணை இயக்குநராக உள்ளார்.

உச்சநீதிமன்றமும் சி.பி.ஐ. விசாரணைக்குத் தடை விதிக்க மறுத்ததையடுத்து, விசாரணை தொடங்குகிறது. சி.பி.ஐ. இணை இயக்குநர் பிஸ்வாஸின் நேரடி மேற்பார்வையில் விசாரணை நடைபெறுகிறது.

சி.பி.ஐ. தனது விசாரணையைத் தொடங்கியது. அவர்களுக்கு காத்திருந்தது அதிர்ச்சி மேல் அதிர்ச்சி. இந்த ஊழல் பல ஆண்டுகளாக நடைபெற்று வருவதும், லாலுவுக்கு முன்பு இருந்த காங்கிரஸ் முதலமைச்சர் ஜெகந்நாத் மிஸ்ரா காலத்திலிருந்து நடைபெறுவதும் தெரிய வந்தது. அத்தனை ஊழல்களையும் கணக்கில் எடுத்துக் கொண்ட சி.பி.ஐ., இந்த மாட்டுத் தீவன ஊழல்கள் தொடர்பாக மொத்தம் 63 வழக்குகளைப் பதிவு செய்கிறது. லாலுவுக்கு முன்பாக முதலமைச்சராக இருந்த ஜெகந்நாத் மிஸ்ரா உட்பட பல்வேறு ஐ.ஏ.எஸ். அதிகாரிகளும், இந்த வழக்குகளில் முக்கிய குற்றவாளி களாகச் சேர்க்கப்படுகின்றனர்.

ஆனால் அந்த விசாரணையில்தான் எத்தனை முட்டுக்கட்டைகள்?

தேவைப்பட்டால் ராணுவத்தை அழையுங்கள்!

சட்டம் படித்த லாலு, மாணவர் தலைவராக தனது அரசியல் வாழ்வைத் தொடங்கி 29 வயதில் நாடாளுமன்றத்தில் இளம் எம்.பி.யாக நுழைந்தவர். அதிலிருந்து லாலுவின் அரசியல் வாழ்க்கை ஏறுமுகம்தான். பீகார் அரசியலில் மிகப் பெரிய சக்தியாக உருவெடுத்த லாலு, ஏறக்குறைய 15 ஆண்டுகள் பீகாரின் முதலமைச்சராக இருந்தார்.

தொடர்ந்து ஏறுமுகத்திலிருந்த லாலுமீது பாய்ந்த வழக்குகள், சிறிது காலத்திற்கு அவரது அரசியல் வாழ்க்கைக்கு இறங்குமுகத்தை ஏற்படுத்தினாலும் மீண்டும் நாடாளுமன்றத்தில் நுழைந்த லாலு, மிக மிக வெற்றிகரமான ரயில்வே அமைச்சரானார்.

நீதிமன்ற உத்தரவின் அடிப்படையில் சி.பி.ஐ. வழக்குப் பதிவு செய்து விசாரணையைத் தொடங்கினாலும், விசாரணையை தடை செய்வதற்கு ஒவ்வொரு கட்டத்திலும் முயற்சிகள் மேற்கொள்ளப் பட்டன. பீகாரில் உள்ள அரசியல்வாதிகளும், அதிகாரிகளும் சி.பி.ஐ. விசாரணைக்கு ஆவணம் தர மறுத்தார்கள். இன்னும் ஒருபடி மேலே போய், பீகார் மேலவையில், சி.பி.ஐ.மீது உரிமை மீறல் பிரச்னை வேறு கொண்டுவரப்பட்டது. குற்றச்சாட்டு என்னவென்றால், 'சி.பி.ஐ. உத்தரவு கேட்டு உயர்நீதிமன்றத்தில் நடந்த வழக்கு விசாரணையின் போது தவறானத் தகவலை சி.பி.ஐ. அதிகாரிகள் கொடுத்துவிட்டார்கள்' என்பதுதான். எப்படியாவது சி.பி.ஐ. அதிகாரிகளை மேலவைக்கு அழைத்து தண்டித்து, இந்த வழக்கை அவர்கள் விசாரிக்கவிடாமல் செய்துவிடலாம் என்பதுதான், அவர்களின் 'மாஸ்டர் பிளான்'. ஆனால் சி.பி.ஐ. அதிகாரியான யு.என்.பிஸ்வாஸ், இந்தத் தந்திரத்தைப் புரிந்து கொண்டு, பீகார் மேலவை முன்பு ஆஜராகி, நிபந்தனையற்ற மன்னிப்புக் கோரினார்.

வேறு வழியின்றி சி.பி.ஐ. மீதான உரிமை மீறல் பிரச்னை கைவிடப் பட்டது.

அடுத்தகட்டமாக தனது புலன் விசாரணையை அதிரடியாகத் தொடங்கியது சிபி.ஐ. லாலு மீது வழக்குத் தொடர அனுமதி கேட்டு, ஆளுநருக்கு, ஆவணங்களை 1997-ல் அனுப்பியது. சி.பி.ஐ. அனுமதி கேட்டு கடிதம் அனுப்பிய அதே நாள், ஹரீஷ் சானடேல்வால் என்ற தொழிலதிபர் மர்மமான முறையில் ரயில் தண்டவாளத்தில் அடிபட்டு இறந்து கிடந்தார். அவர் அருகே, 'சி.பி.ஐ. லாலு பிரசாத் யாதவுக்கு எதிராக என்னை சாட்சி சொல்லச் சொல்லி மிகவும் நெருக்கடி கொடுத்ததால், நான் தற்கொலை செய்து கொள்கிறேன்' என்ற குறிப்பு இருந்தது. ஆனால், சி.பி.ஐ. அதிகாரிகள் இதையெல்லாம் கண்டுகொள்ளாமல், தங்கள் வேலையில் கவனமாக இருந்தனர்.

பின்னாளில் 2ஜி விவகாரத்தில் உச்சநீதிமன்றம் சி.பி.ஐக்கு எப்படி நெருக்கடி கொடுத்து, விசாரணையை உற்று நோக்கி வந்ததோ, அதுபோலவே அப்போது பாட்னா உயர்நீதிமன்றமும், மாட்டுத்தீவன ஊழல் வழக்கை உற்று நோக்கிக்கொண்டிருந்தது. திடீரென்று ஒருநாள் 'லாலு' ஏன் கைது செய்யப்படவில்லை?' என்ற கேள்வியை உயர்நீதிமன்றம் எழுப்ப, 'அவரைக் கைது செய்தால் சட்டம் ஒழுங்கு பிரச்னை ஏற்படும்' என்று கூறப்பட்டதைக் கேட்டு உயர்நீதிமன்றம் வெகுண்டெழுந்தது. 'சட்டம் ஒழுங்கு பிரச்னை என்ற காரணத்தைச் சொல்லாதீர்கள். தேவைப்பட்டால் ராணுவத்தை அழைக்க உங்களுக்கு நீதிமன்றம் அனுமதி அளிக்கும்' என்று கூறியது.

இதையடுத்து, வழக்கை மேற்பார்வை செய்துகொண்டிருந்த சி.பி.ஐ.யின் இணை இயக்குநர் யு.என்.பிஸ்வாஸ் பீகாரிலிருந்த தானாபோர் ராணுவ தளத்தின் உதவியை எழுத்துப்பூர்வமாகக் கோருகிறார். பிஸ்வாஸின் இந்தச் செயல், நாடாளுமன்றத்திலும் எதிரொலித்தது. அப்போது உள்துறை அமைச்சராக இருந்த, முதுபெரும் கம்யூனிஸ்ட் தலைவர் இந்திரஜித் குப்தா இதற்கு தன்னுடைய கண்டனதைத் தெரிவித்தார். ''லாலுவினைக் கைது செய்வதற்கு ஆகஸ்ட் ஆறாம் தேதி வரை நீதிமன்றம் காலஅவகாசம் அளித்துள்ள நிலையில் ஜூலை 26ஆம் தேதி இரவே சிபிஐ கைது செய்வதற்கு அவசரம் காட்டியிருக்க வேண்டிய அவசியம் எதுவும் இல்லை. வருபவர், போகிறவர் எல்லாம் உள்மாநில நிர்வாகத்திற்கு ராணுவத்தின் உதவியைக் கேட்பதை நாங்கள் விரும்பவில்லை. சிபிஐ விதிமுறைகளை உதாசீனப்படுத்துகிறது'' என்று அவையில் தெரிவித்தார்.

இதையடுத்து, பிஸ்வாஸ்மீது சி.பி.ஐ. துறை ரீதியான நடவடிக்கை எடுத்தது. இந்த விவகாரம் பாட்னா உயர் நீதிமன்றத்தின்

கவனத்துக்குக் கொண்டு செல்லப்பட்டபோது நடந்த நிகழ்வுகள் மிகவும் சுவையானது. சி.பி.ஐ. சார்பாக உயர்நீதிமன்றத்தில் ஆஜரான வழக்கறிஞர், 'பிஸ்வாஸ்மீது தொடரப்பட்ட துறை ரீதியான நடவடிக்கையைக் கைவிட சி.பி.ஐ. தயாராக இருக்கிறது. ஆனால், அதற்குப் பதிலாக பிஸ்வாஸ், மாட்டுத் தீவன ஊழல் வழக்கின் விசாரணை அதிகாரி என்ற பொறுப்பிலிருந்து விடுவிக்கப்படுவார்' என்று கூறியது. 'இதை அப்படியே ஒரு பிரமாண வாக்குமூலமாக சி.பி.ஐ. இயக்குநர் தாக்கல் செய்யட்டும்' என்று உயர்நீதிமன்றம் உத்தரவிட்டது.

அதன் பின்னர், சி.பி.ஐ. இயக்குநர், உச்சநீதிமன்றம் சென்று பீகார் உயர்நீதிமன்றத்தின் உத்தரவுக்குத் தடை பெற்றார். பிஸ்வாஸ்மீது எடுக்கப்பட்ட துறை ரீதியான நடவடிக்கையையும் உயர்நீதிமன்றம் ரத்து செய்தது.

இதற்கு மத்தியில், லாலு கைது செய்யப்பட்டார். லாலு கைது செய்யப்படுவதைத் தவிர்க்க முடியாது என்பதை அறிந்த அவரது எதிர்ப்பாளர்கள், 15 ஆண்டுகளுக்கும் மேலாக பதவியிலிருந்த அவரை கீழே தள்ளுவதற்கு வேலையைத் தொடங்கினார்கள். 'ஊழல் புகாரில் சம்பந்தப்பட்ட லாலு, உடனடியாக ராஜினாமா செய்ய வேண்டும்' என்ற குரல் மற்ற கட்சிகளிடமிருந்து மட்டுமல்லாமல், லாலுவின் ஜனதா தளம் கட்சியிலிருந்தே எழுந்தது.

ஆனால், லாலு இதற்கெல்லாம் சளைத்தவரா என்ன? ஜனதா தளம் கட்சியையே உடைத்து, 'ராஷ்ட்ரிய ஜனதா தளம்' என்ற புதிய கட்சியைத் தொடங்குகிறார். தனது முதலமைச்சர் பதவியை ராஜினாமா செய்துவிட்டு, தனது மனைவி ராப்ரி தேவியை முதல்வராக அமர வைக்கிறார்.

லாலு கைது செய்யப்பட்டு, சிறையில் அடைக்கப்படாமல், பீகாரின் ராணுவ கெஸ்ட் ஹவுஸில் தங்க வைக்கப்படுகிறார். நீதிமன்றக் காவலிலிருக்கும் ஒரு கைதியை கெஸ்ட் ஹவுஸில் வைத்திருப்பதைக் கேள்விப்பட்டிருக்கிறீர்களா? இந்தியாவில் எதுதான் நடக்காது? ஆனால், மீண்டும் இதில் தலையிட்ட உயர்நீதிமன்றத்தின் உத்தரவின் பேரில் லாலு, சிறையில் அடைக்கப்படுகிறார்.

சிறையிலிருந்து வெளியில் வந்த லாலுவுக்கு மீண்டும் ஓர் அதிர்ச்சி காத்திருந்தது. அது சி.பி.ஐ. லாலுமீதும், அவரது மனைவி ராப்ரி தேவி மீதும் தொடர்ந்த வருமானத்திற்கு அதிகமான சொத்துக் குவிப்பு வழக்கு. லாலு இந்த வழக்கு தன்மீது அரசியல் காரணங்களுக்காகத் தொடரப்பட்ட வழக்கு என்ற பழகிப்போன பாட்டைப் பாடத்

தொடங்கினார். தனக்குப் போட்டியாக லாலுவைக் கருதி, அவர்மீது சி.பி.ஐ. கடும் நெருக்கடி கொடுத்து வழக்கு தொடர்வதாகக் கூறினார்.

ஆண்டிமுத்து ராசாவை சி.பி.ஐ. விசாரிக்கும் முன்பு 'ஊடகப் பேரவை' என்ற போர்வையில், 'ராசா தலித், என்பதால் அவர் மீது ஊடகங்களும், சி.பி.ஐ.யும் நெருக்கடி கொடுக்கின்றன' என்று பேசினார்கள். முதல்வர் கருணாநிதிகூட, ராசாவை 'தகத் தகாய கதிரவன்' என்று புகழாரம் சூட்டி, 'தலித் என்பதால் நெருக்குகிறார்கள்' என்று அறிக்கை வெளியிட்டார்.

இதுபோல லாலுவும் 'பிற்படுத்தப்பட்ட வகுப்பைச் சேர்ந்தவர் களுக்கு, உயர்சாதி இந்துக்கள் தரும் நெருக்கடி' என்றார்.

அப்போது மத்தியில் ஆட்சியிலிருந்த பா.ஜ அரசாங்கத்தைச் சேர்ந்த, 'வாஜ்பாய், அத்வானி, நிதி அமைச்சர் யஷ்வந்த் சின்ஹா மற்றும் ஜார்ஜ் பெர்ணான்டஸ் ஆகியோர் தனக்கெதிராக சதி செய்கிறார்கள்' என்று கூறினார். இஸ்லாமியர்களுக்கு ஆதரவாகத் தான் எடுத்த நடவடிக்கைகள் பிடிக்காமல்தான் இதுபோல, தான் கைது செய்யப்படுவதாகவும் தெரிவித்தார்.

ஆனால், இதுபோன்ற பேச்சுக்கள் எதுவுமே லாலு சிறை செல்வதி லிருந்தும், வழக்கை எதிர்கொள்வதிலிருந்தும் காப்பாற்றவில்லை.

சி.பி.ஐ.யின் குற்றப்பத்திரிகை இந்த ஊழலில் லாலு வகித்த பங்கைப் பற்றி விரிவாக விவாதித்திருந்தது. பல கோடி ரூபாய்களை சைபாசா மாவட்ட கருவூலத்திலிருந்து எடுத்த அதிகாரிக்கு லாலு பதவி உயர்வு கொடுத்து, மாறுதல் செய்யாமல் அதே இடத்தில் வைத்திருந்தது தெரியவந்தது. கால்நடை பராமரிப்புத் துறைக்கு தீவனம் வழங்கும் தீபேஷ் சந்தக் என்பவர், பலமுறை பணத்தை டெல்லியிலிருந்து பாட்னாவுக்கு எடுத்துச்சென்று கொடுத்ததை தனது வாக்குமூலத்தில் கூறியுள்ளார். பீகார் மாநில லஞ்ச ஒழிப்புத் துறை விசாரணை தொடங்கியபோது, 'சட்டப்பேரவையின் பொதுக் கணக்குக் குழு விசாரிக்கிறது. ஆகையால் இரண்டு விசாரணை நடத்த இயலாது' என்று அந்த விசாரணை முடக்கப்பட்டு, பொதுக் கணக்குக் குழுவின் உறுப்பினர்கள் இரண்டு பேர் இந்த ஊழலை மூடி மறைத்ததற்காக பின்னர் சிறையில் அடைக்கப்பட்டார்கள். இந்த ஊழலில் முக்கியப் பங்கு வகித்த சின்ஹா என்ற அதிகாரி, தான் ஓய்வு பெறும் மாதத்தில் தனக்கு இரண்டு ஆண்டுகள் பதவி நீட்டிப்புவேண்டும் என்று கடிதம் எழுதியதும், லாலு பதவி நீட்டிப்பை வழங்கியதும், பல்வேறு தீவன காண்ட்ராக்டர்கள் லாலுவுக்குப் பணம் வழங்கியதும் குற்றப் பத்திரிகையில் தெரியவந்தது.

மற்ற வழக்குகளைப்போல அல்லாமல் இந்த வழக்கில் 274 நபர்களுக்கு நீதிமன்றம் தண்டனை வழங்கியுள்ளது.

ஒருமுறை ஊழலில் ஈடுபட்டால், எத்தனை ஆண்டுகளானாலும், அந்த அவப்பெயரை துடைக்க முடியாது என்பதற்கு லாலுவின் வழக்கு ஓர் உதாரணம்.

பின்னொரு நாளில் அளித்த ஒரு பேட்டியில் லாலு, 'இந்த மாட்டுத் தீவன ஊழல் வழக்கு, தனது நண்பர்களைத் தூர அனுப்பியது, பிரதமர் ஆகவேண்டும் என்ற தனது கனவை நொறுக்கிப்போட்டது. அரசியல் வாழ்க்கையைத் தவிர்த்து தனிப்பட்ட முறையிலும் நிறைய இழப்புகளைச் சந்தித்திருக்கிறேன்' என்று தெரிவித்தார்.

மதவாத சக்திகளுக்கு எதிராகவும், இட ஒதுக்கீட்டுக்கு ஆதரவாகவும், மிகப் பெரிய தலைவராக உருவாகிய லாலுவை, மிக மிகப் பின்தங்கிய மாநிலமான பீகாரின் மக்களே நிராகரித்து, இரண்டாவது முறையாக நிதீஷ் குமாரைத் தேர்ந்தெடுத்திருப்பதே, 'ஊழ்வினை உருத்து வந்து ஊட்டும்'' என்ற சிலப்பதிகார வரிகளை உறுதி செய்கிறது.

7

ஊழல் 1; ஊழல் 2; ஊழல் 3: பிரதமரின் மொத்தக் குத்தகை

முந்த்ரா ஊழல், நகர்வாலா ஊழல், மாட்டுத் தீவன ஊழல், போபர்ஸ் ஊழல் என்று அழைக்கப்பட்டாலும், அவை எல்லாம் தனி நபரைச் சுற்றியே நடந்திருக்கும். அமைச்சர்கள் அளவில் சிக்கியிருப்பார்கள். ஆனால், பிரதமர் பதவியிலிருந்த ஒருவர் ஊழல் பேர்வழிகளோடு தொடர்பிலிருந்தார் என்ற வரலாற்றை அடுத்தக் கட்டத்துக்கு எடுத்துச் சென்றவர் பி.வி.நரசிம்மராவ். இந்தியாவின் ஊழல் கறை படிந்த பிரதமர் என்று அவரை அழைத்தால் துளியும் மிகையாகாது. பல்வேறு ஊழல் வழக்குகளுக்காக நீதிமன்றப் படியேறிய முதல் பிரதமர் என்ற பெயரை நரசிம்மராவ் பெற்றார்.

1962-ல் ஆந்திராவில் அமைச்சராக தனது அரசியல் வாழ்வைத் தொடங்கியவர் நரசிம்மராவ். படிப்படியாக உயர்ந்து பிரதமராக உயர்ந்தார். ஆனால், அவர் இறந்த பின்னர், அவரது உடல் அகில இந்திய காங்கிரஸ் தலைமை அலுவலகத்தினுள் அனுமதிக்கப்பட வில்லை. அவர் உடலைப் புதைக்க தலைநகர் டெல்லியில் அனுமதி வழங்கப் படவில்லை. இதுதான் ஊழல்வாதிகளுக்குக் கிடைக்கும் மிகப் பெரிய தண்டனை.

ஆரம்பத்தில் நரசிம்மராவ் மீது ஏகப்பட்ட எதிர்பார்ப்புகள் இருந்தது. தாராளமயமாக்கல் கொள்கையை தைரியமாக அறிமுகப்படுத்திய போது, இந்தியாவை வல்லரசாக்கப் போகிறார் என்றார்கள். ஆனால் அவரோ, ஊழல் பாதையில் அழைத்துச் செல்வார் என்று யாரும் எதிர்பார்க்கவில்லை.

நரசிம்மராவ் ஆட்சிக்கு வந்ததும் இந்தியா புதிய பொருளாதார சக்தியாக வளர ஆரம்பித்தது. பங்குச் சந்தை பற்றி தெரியாதவர்கள் கூட, அதில் முதலீடு செய்து லாபம் அடையலாம் என்று பரவலாகப் பேசப்பட்டது, சாதாரண நடுத்தர மக்களும் பங்குச் சந்தையில் முதலீடு செய்ய ஆரம்பித்தனர். பங்குச் சந்தையில் முதலீடு செய்யத் தவறியவர்கள் ஏமாளிகள் என்று கருதப்பட்டார்கள்.

அந்த சூழலில்தான், மிக மிக அதிர்ச்சி தரக்கூடிய ஊழல் வெளிச்சத்திற்கு வந்தது. தேசிய மயமாக்கப்பட்ட வங்கிகளில் உள்ள பணத்தை ஹர்ஷத் மேத்தா என்ற தரகர் பங்கு சந்தைகளில் முதலீடு செய்து, செயற்கையாக பங்குகளின் விலையேற்றத்திற்குக் காரணமாக இருந்தார். இதனால் பல்வேறு தேசிய மயமாக்கப்பட்ட வங்கிகள் ஆயிரக்கணக்கான கோடி பணத்தை இழந்ததும் தெரியவந்தது. இந்த அதிர்ச்சியிலிருந்து இந்தியா மீளமுடியாமல் இருந்தது. இந்த நேரத்தில் மேலும் ஒரு குண்டை தூக்கிப் போட்டார், இந்த ஊழலின் சூத்ரதாரியான ஹர்ஷத் மேத்தா.

பிரதமர் நரசிம்ம ராவை நோக்கி அவர் கையை நீட்டினார். 'பிரதமருக்கு ஒரு கோடி ரூபாய் லஞ்சமாகக் கொடுத்தேன்' என்று பகிரங்கமாகச் சொன்னார். பல்லாயிரக்கணக்கான கோடி ரூபாயைச் சுருட்டியவர் என்பதால் ஹர்ஷத் மேத்தா சொன்ன புகாரை யாரும் பெரிதாக எடுத்துக் கொள்ளவில்லை. என்றாலும், இந்தப் புகார், ராவ் மீது ஒரு பெரிய களங்கத்தை ஏற்படுத்தியது. ஹர்ஷத் மேத்தா, தனது புகாருக்கு ஆதாரமாக எந்த சூட்கேசில் பணத்தை அடுக்கி எப்படி எடுத்துச் சென்று நரசிம்மராவிடம் கொடுத்தேன் என்று பத்திரிகையாளர் முன்னிலையில் 'செயல்முறை விளக்கம் அளித்தார். உண்மை கண்டறியும் சோதனைக்கு நான் தயார். நரசிம்மராவ் தயாரா?' என்று பகிரங்கமாக சவால் விடுத்தார். அதோடு, தன்னை அந்த சோதனைக்கும் உட்படுத்திக் கொண்டார்.

ஹர்ஷத் மேத்தா கொடுத்த ஷாக்கிலிருந்து மீள்வதற்கு முன்பே, அடுத்த குற்றச்சாட்டை எடுத்துவிட்டார், 'ஊறுகாய் மன்னன்' லக்குபாய் பதக். அவர் தன்னுடைய புகாரில், '1983-ம் ஆண்டு நரசிம்மராவ் வெளியுறவுத்துறை அமைச்சராக இருந்தார். அப்போது,

சந்திரா சுவாமி எனக்கு நரசிம்மராவை அறிமுகப்படுத்தினார். 'நரசிம்மராவ் இந்தியாவின் மிக சக்தி வாய்ந்த அமைச்சர். உங்களுக்கு என்னவேண்டுமானாலும் செய்துகொடுப்பார்' என்று நம்பிக்கை அளித்தார், சந்திரா சுவாமி. இதைத் தொடர்ந்து, ஒரு லட்சம் அமெரிக்க டாலர்களை என்னிடம் இருந்து பெற்றார்.' என்றார். 1987-ம் ஆண்டு அவர் கொடுத்த புகாரின் அடிப்படையில் சந்திரா சுவாமி மற்றும் அவரது உதவியாளர் மாமாஜியின் மீது வழக்குப் பதிவு செய்தது, சி.பி.ஐ.

நரசிம்மராவ் ஆட்சிக் காலத்தில், டெல்லி நீதிமன்றம் பதக்கின் வாக்குமூலத்தைப் பதிவு செய்தபோது, 'நரசிம்மராவ் அருகிலிருந்ததால், அவரை நம்பித்தான் நான் பணம் கொடுத்தேன்' என்று கூறியதும், என்ன செய்வதென்று தெரியாமல் சி.பி.ஐ. விழித்தது. அரசுத் தரப்பில், லக்குபாய் பதக்கின் வாக்குமூலத்திற்கு சி.பி.ஐ. வழக்கறிஞர் எதிர்ப்பு தெரிவித்தார். லக்குபாய் பதக், தன்னுடைய வாக்குமூலத்தில் 'நரசிம்மராவின் பெயரைப் பயன்படுத்தி சந்திரா சுவாமி பல்வேறு தொழிலதிபர்களை இதுபோல ஏமாற்றியிருக்கிறார்' என்றும் குறிப்பிட்டார்.

1987 முதலே தான் ஏமாற்றப்பட்டு விட்டோம் என்பதை உணர்ந்த லக்குபாய் பதக், நரசிம்மராவுக்குத் தொடர்ந்து கடிதங்கள் எழுதி இருக்கிறார். இனி பணம் திரும்பி வராது என்பதை உணர்ந்த பதக், இறுதியாக நரசிம்மராவ் பிரதமர் ஆனதும் அவருக்கு எழுதிய கடிதத்தில், 'நீங்கள் ஒன்றுமே இல்லை. புழுதியைவிடக் கேவலமானவர். உங்கள் வீழ்ச்சி உறுதி செய்யப்பட்ட ஒன்று. நீங்கள் வீழும்போது, கேவலமாகவும், அவமானப்பட்டும் வீழ்வீர்கள். அப்போது உங்களைக் காப்பாற்ற உலகின் எந்த குருவும், ஸ்வாமிஜியும் இருக்க மாட்டார்கள்' என்று எழுதினார்.

ஜூலை 96-ல் லக்குபாய் பதக் சி.பி.ஐ. நீதிபதி அஜித் பாரி ஹோக் முன்னிலையில் நரசிம்மராவின் பெயரைக் குறிப்பிட்ட பின்னர், நிறைய தொல்லைகளை அனுபவிக்க வேண்டியது இருந்தது.

நரசிம்மராவின் கெட்ட நேரமோ என்னவோ தெரியவில்லை, வழக்கு ஒரு நேர்மையான நீதிபதியிடம் சிக்கிக்கொண்டது. 1987-ம் ஆண்டு பதக் அளித்த புகாரில், நரசிம்மராவின் பெயர் இல்லை என்றாலும், 1996-ல் அவர் நீதிபதி முன்பு அளித்த வாக்குமூலத்தை வைத்து, நரசிம்மராவ் மீது, கிரிமினல் சதித் திட்டம் தீட்டி ஏமாற்ற முயற்சித்ததாக, இந்திய தண்டனைச் சட்டப் பிரிவுகள் 120பி மற்றும் 420-ன் கீழ் வழக்குப் பதிவு செய்து, நரசிம்மராவை நீதிமன்றம் முன்பு

ஆஜராக உத்தரவிட்டார் டெல்லி தலைமை பெருநகர நீதிபதி பிரேம் குமார். இந்த உத்தரவு நாட்டையே அதிர்ச்சிக்குள்ளாக்கியது.

இந்நிலையில், உச்சநீதிமன்றத்தில் ஒரு பொதுநல வழக்கு தாக்கல் செய்யப்பட்டது. அந்த வழக்கில், சந்திரா சுவாமி, மாமாஜிமீது பல்வேறு புகார்கள் சொல்லப்பட்டது. மும்பை குண்டு வெடிப்பில் தொடர்புடைய தாவூத் இப்ராஹிமின் கூட்டாளி பாப்லு ஸ்ரீவத்சவா, சந்திரா சுவாமிக்கும் தாவூத் இப்ராஹிமுக்கும் இடையே உள்ள தொடர்புகளை வெளிப்படையாகக் கூற, சந்திரா சுவாமிக்கு தலைவலி ஆரம்பமானது. இதையடுத்து, அவர் கைது செய்யப்பட்டு சிறையில் அடைக்கப்பட்டார்.

தாவூத் இப்ராஹிம் 1992-ம் ஆண்டு முதல் இந்தியாவைவிட்டு வெளியே இருக்கிறார். ஆனாலும் இந்தியாவின் பல்வேறு ஊழல்களில் மிகப் பெரிய பங்கு வகிக்கிறார் என்பதை கவனத்தில் கொள்ளவேண்டும். நரசிம்மராவ் ஆட்சிக் காலத்தில், சந்திரா சுவாமியோடு தொடர்பு வைத்துக்கொண்டு, இந்தியப் பொருளாதாரத்தை நிலைகுலையச் செய்தார் தாவூத். இப்போது, அவரது மற்றொரு கூட்டாளியான டி.பி. ரியாலிட்டீஸின் உரிமையாளர் ஷாகித் பல்வா மூலமாக, இந்தியாவின் மிக முக்கிய சொத்தான ஸ்பெக்ட்ரத்தை கபளீகரம் செய்திருக்கிறார். எத்தனை வேதனையான செய்தி?

சி.பி.ஐ. நரசிம்மராவைக் காப்பாற்ற முயற்சி எடுத்தது. ஆனால், நீதிபதி பிரேம்குமார் தெளிவாகவே தனது உத்தரவைப் போட்டார்.

'நரசிம்மராவிடம் லக்குபாய் பதக்கை அறிமுகப்படுத்தியது சந்திரா சுவாமிதான். 1983-ம் வருடம் டிசம்பர் 22-ம் தேதி மான்ஹாட்டன் ஹோட்டலில் இந்த சந்திப்பு நடந்திருக்கிறது. ஹோட்டல் அறையில் நரசிம்மராவும், சந்திரா சுவாமியும் ஒரு மணி நேரத்துக்கும் மேலாக ரகசியமாக உரையாடிக்கொண்டிருந்தனர். இந்தச் சந்திப்பின்போது, பதக்கிடம் பேசிய ராவ், 'உங்களைப் பற்றியும், உங்கள் வேலைகளைப் பற்றியும் எல்லா விவரங்களையும் சுவாமிஜி சொன்னார். உங்கள் வேலை முடிக்கப்படும்' என்று உறுதி கொடுத்துள்ளார். 'வேலையை முடித்துக்கொடுக்கிறேன்' என்ற ராவின் உத்தரவாதமும், தனி அறையில் ஒரு மணி நேரம் விவாதித்ததும், கூட்டுச் சதிக்கான தெளிவான ஆதாரங்கள்' என்று நீதிபதி குறிப்பிட்டார்.

சி.பி.ஐ. தாக்கல் செய்த முதல் தகவல் அறிக்கையில் நரசிம்மராவின் பெயர் இல்லாவிட்டாலும், லக்குபாய் பதக்கின் வாக்குமூலத்தை வைத்து, ராவின் பெயரை குற்றப்பத்திரிகையில் சேர்க்க உத்தரவிட்ட

நீதிபதி பிரேம்குமார், 'யாராக, இருப்பினும், சட்டத்தின் முன் சமமே.' என்று கூறினார்.

நீதிபதி சொன்னதுபோல எல்லா காலங்களிலும் நடப்பது இல்லையே... இந்தியாவின் மிகப் பெரிய ஊழலால் பலனடைந்தவர் களை கேள்வி கேட்க சி.பி.ஐ. தயங்குவதைப் பார்த்துக் கொண்டு தானே இருக்கிறோம்.

சி.பி.ஐ.யின் 'உள்குத்து' நடவடிக்கைகளையும் மீறி, லக்குபாய் பதக் வழக்கில் நரசிம்மராவ், நீதிமன்றப் படிக்கட்டுகளில் ஏறி இறங்கத்தான் செய்தார். ஆனால், நரசிம்மராவுக்கு இது பெரிய தண்டனை கிடையாது. இந்த வழக்குகளால் அவருக்கு ஏற்பட்ட மற்ற பிரச்னைகள்தான் அவருக்கு தண்டனை.

லக்குபாய் பதக் வழக்கில் நீதிமன்றம் அவர் பெயரைச் சேர்க்க உத்தர விட்டதுமே, அவருக்கு சொந்த கட்சியிலிருந்தே தலைவலி ஆரம்பித்தது. அவர், 'கட்சித் தலைவர் பதவியை ராஜினாமா செய்ய வேண்டும்' என்று குரல் எழுப்பப்பட்டது. இந்தப் பிரச்னையை சமாளிப்பதற்குள் ராவுக்கு அடுத்தடுத்து பிரச்னைகள் வந்த வண்ணம் இருந்தன.

லக்குபாய் பதக் வழக்கு டிசம்பர் 2003-ல் முடிவுக்கு வந்தது. மிக மிக முக்கியமான தீர்ப்பு அது. என்ன தெரியுமா? 'குற்றச்சாட்டுகள் நிரூபிக்கப்படாததால், சந்தேகத்தின் பலனை எதிரிக்கு அளித்து, இந்த வழக்கிலிருந்து விடுவிக்கிறேன்.'

தீர்ப்பு வெளியானதும், நரசிம்மராவ் சொன்னது. 'கடந்த எட்டாண்டு களாக இந்தத் தருணத்திற்காகக் காத்திருந்தேன். நீதிமன்றத்தின்மீது எனக்கு மிகுந்த நம்பிக்கை உண்டு. மீண்டும் பிறந்ததாக உணர்கிறேன்.'

ஆனால், ராவின் பிரச்னைகள், லக்குபாய் வழக்கோடு முடியவில்லை.

யூரியா ஊழல்

லக்குபாய் பதக் வழக்கு ஒரு பக்கம் தொந்தரவு கொடுத்துக் கொண்டிருக்க, 133 கோடி ரூபாய் யூரியா இறக்குமதி ஊழல், நரசிம்மராவுக்கு பெரும் தலைவலியை உண்டாக்கியது. இந்த அரசியல்வாதிகள், மக்களின் வரிப்பணத்தைச் சூறையாட எப்படி எப்படியெல்லாம் நவீன வழிகளைக் கண்டுபிடித்துக் கொள்ளை யடிக்கிறார்கள் என்பதை அறிந்தால் மனது பதை பதைக்கிறது.

மத்திய அரசின் பொதுத்துறை நிறுவனமான தேசிய உர நிறுவனம், வெளிநாட்டிலிருந்து இரண்டு லட்சம் டன் யூரியாவை இறக்குமதி செய்கிறது. துருக்கி நாட்டைச் சேர்ந்த கர்சான் என்ற நிறுவனத்துக்கு இதற்கான ஆர்டர் கிடைக்கிறது. இதற்காக கர்சான் நிறுவனத்துக்கு வழங்கப்பட்ட மொத்தத் தொகை 133 கோடி ரூபாய். ஆர்டர் கொடுத்து பல நாட்கள் ஆன பின்பும், ஒரு குண்டுமணி யூரியாகூட இந்தியா வந்து சேரவில்லை. சரி, அந்த நிறுவனத்துக்குக் கொடுத்த பணத்தை நிறுத்தலாம் என்று பார்த்தால், அதற்குள் பத்து பைசாகூட வைக்காமல் துடைத்து எடுத்துவிட்டார்கள்.

இந்த விவகாரம் ஏழு மாதங்கள் கழித்து வெளிச்சத்துக்கு வந்ததும் சி.பி.ஐ. விசாரணைக்கு உத்தரவிடப்படுகிறது. சி.பி.ஐ. தொடர்ந்து விசாரணை நடத்தினாலும், ஒரு குண்டுமணி யூரியா இந்தியாவுக்கு வராததுபோலவே, இதில் சம்பந்தப்பட்ட ஊழல் பணத்தில் ஒரு பைசாவைக்கூட, மீட்க முடியவில்லை.

சி. பி. ஐ. விசாரணையைத் தொடங்கியவுடன், துருக்கியில் உள்ள இந்தியத் தூதரகத்தை அணுகி, ஆர்டர் பெற்ற கம்பெனி துருக்கியில் எங்கே இருக்கிறது என்று கேட்கிறார்கள். 133 கோடி ரூபாய் பணத்தை ஒரே நாளில் ஆட்டையைப் போட்ட, கர்சான் நிறுவனம், துருக்கி நகரில், ஒரு மூன்றாந்தர ஹோட்டலில் ஓர் அறையின் பாதியில் செயல் பட்டு வருகிறது என்றத் தகவலை இந்தியத் தூதரகம் தெரிவிக்கிறது.

அந்த நிறுவனத்தின் இந்திய ஏஜெண்டாக செயல்பட்ட சாம்பசிவ ராவ் என்பவரை, சி.பி.ஐ. விசாரித்ததில், கர்சான் நிறுவனத்தின் தலைமை நிர்வாகியின் பெயர் துங்கே அலாங்கூஸ் (என்னா பேருங்க இது?) என்று தெரிவிக்கிறார். அவரைப் பற்றி துருக்கியில் சி. பி. ஐ. விசாரித்தால், அந்த அலாங்கூஸ், கர்சான் நிறுவனத்தை, பெரிய திண்டுக்கல் பூட்டு போட்டுப் பூட்டிவிட்டு, கஜகிஸ்தான் நாட்டில் புதிய நிறுவனத்தைத் தொடங்கிவிட்டது தெரியவந்தது.

மேலும் விசாரணை நடத்தியதில், இந்த ஊழலில் முக்கியப் பங்கு வகித்த நபர்கள், பிரபாகர் ராவ் மற்றும் பிரகாஷ் யாதவ் என்ற விவரம் வெளிவந்தது. இந்த பிரபாகர் ராவ் வேறு யாரும் அல்ல. நரசிம்மராவின் சொந்த மகன். பிரகாஷ் யாதவ், அப்போது மத்திய அமைச்சராக இருந்த, ராம் லக்கன் சிங் யாதவின் மகன்.

இந்த இருவரையும் சிபி.ஐ. விசாரித்தபோது, விசாரணைக்கு எந்த ஒத்துழைப்பும் கொடுக்காமல், 'தெரியாது, ஞாபகம் இல்லை' என்ற பதிலையே சொன்னார்கள். அதிலும் பிரபாகர் ராவ், 'யூரியாவா, அப்படின்னா?' என்ற ரீதியிலேயே பதில் அளித்ததாக சி. பி. ஐ.

அதிகாரிகள் தெரிவித்தனர். பல நாடுகளுக்குச் சென்று விசாரணை நடத்திய பிறகு, ஒருவழியாக சி.பி.ஐ. குற்றப்பத்திரிகையை தாக்கல் செய்தது.

ஆனால், அந்தக் குற்றப்பத்திரிகையில், நரசிம்மராவின் மகன் பிரபாகர் ராவ் பெயர் இல்லை. இந்தக் குற்றப்பத்திரிகையைப் பார்த்து எரிச்சலான சி.பி.ஐ. நீதிமன்றம், ஏன் பிரபாகர் ராவை குற்றவாளி யாகச் சேர்க்கவில்லை என்று கடும் கேள்விகளை எழுப்பியது. இதையடுத்து, பிரபாகர் ராவை சி.பி.ஐ. மற்றும் அமலாக்கப் பிரிவு தேடத் தொடங்கியது. ஆனால், அவரைக் கண்டுபிடிக்க முடியவில்லை. இதில் விசித்திரம் என்ன தெரியுமா? பிரபாகர் ராவுக்கு இஸட் பிரிவு பாதுகாப்பு வழங்கப்பட்டிருந்தது. கறுப்புப் பூனைப் படையுடனேயே தலைமறைவாகத் திரிந்தார். கடைசியாக ஐதராபாத், மெஹபூப் நகரில், அமலாக்கப் பிரிவு அதிகாரிகள் பிரபாகர் ராவை கைது செய்தனர்.

குற்றப்பத்திரிகை தாக்கல் செய்யப்பட்டவுடன், இதில் குற்றம் சாட்டப்பட்டவர்கள், இந்த வழக்கை இழுத்தடிக்க ஒரு தந்திரத்தைக் கையாண்டார்கள். அதாவது எதிர்த்தரப்பு சாட்சியான, ரஷ்யாவைச் சேர்ந்த செட்ரோவிச் என்பவரை இந்தியா வரவழைக்கவேண்டும் என்று சி.பி.ஐ./நீதிமன்றத்தில் மனுத்தாக்கல் செய்தனர். இவர் பெயரில்தான், சுவிட்சர்லாந்து நாட்டில் யூரியா ஊழல் சம்பந்தப்பட்ட பணம் பதுக்கப்பட்டிருந்தது. 1998-லேயே இறந்துபோன இந்த நபரை உயிரோடு இருப்பதாக நீதிமன்றத்தை நம்ப வைத்து ஏமாற்றினார்கள்.

இந்த செட்ரோவிச் இறந்துவிட்டார் என்பது தெரிய வந்தபோது, இறப்பை வைத்து முடக்கி வைக்கப்பட்டிருந்த சுவிட்சர்லாந்து வங்கிப் பணத்தையும் எடுத்துவிட்டார்கள். இந்த வழக்கு விசாரணை, இன்னும் நடைபெற்று வருகிறது, ஆனால் சம்பந்தப்பட்ட குற்றவாளிகள் மற்றும் சாட்சிகளில் முக்கியமானவர்கள் இறந்து விட்டார்கள். ஒருவேளை, மீதம் உள்ளவர்களும் இயற்கையாகவே இறக்கும்வரை, வழக்கு, விசாரணை நடைபெறுமோ என்னவோ?

நரசிம்மராவின் அப்போதைய அரசாங்கம், மைனாரிட்டி அரசாங்க மாகத்தான் இருந்தது. நரசிம்மராவ், ஒரு பிறவி அரசியல்வாதி என்று சொன்னால் மிகையாகாது. 1993-ல் நரசிம்மராவின் எதிரிகளும், எதிர்க்கட்சிகளும் சேர்ந்து கொண்டுவந்த நம்பிக்கை இல்லாத் தீர்மானம், மிக மிகத் திறமையாக நரசிம்மராவால் முறியடிக்கப் பட்டது. எப்படி இதை நரசிம்மராவ் நிகழ்த்திக் காட்டினார் என்று அனைவரும் வியந்து கொண்டிருந்ததற்கான விடை, 1996-ல் கிடைத்தது.

ஜார்க்கண்ட் முக்தி மோர்ச்சாவின் தலைவர் ரவீந்தர் குமார், சி.பி.ஐ. அலுவலகம் சென்று, ஜார்க்கண்ட் முக்தி மோர்ச்சாவின் நான்கு எம்பிக்கள் லஞ்சம் பெற்றுக்கொண்டு, நரசிம்மராவ் அரசுக்கு ஆதரவாக வாக்களித்ததாக புகார் அளித்தார். (இவருக்கு பங்கு கிடைக்கலையோ?) இதையடுத்து, சி.பி.ஐ. நான்கு எஃப்.ஐ.ஆர்களை பதிவு செய்கிறது. ஜே.எம்.எம். கட்சியின் சிபு சோரன், சூரஜ் மண்டல், சிமோன் மராண்டி மற்றும் ஷைலேந்திர மகாத்தோ ஆகியோர் குற்றவாளிகளாகச் சேர்க்கப்படுகிறார்கள். ஆனால், யாருடைய அரசாங்கம் காப்பாற்றப்படுவதற்காக லஞ்சம் வழங்கப்பட்டதோ, அந்த நரசிம்மராவின் பெயர் சேர்க்கப்படவில்லை. இதையடுத்து, ரவீந்தர் குமார் சி.பி.ஐ. நீதிமன்றத்தை அணுகி, நரசிம்மராவ்மீது எஃப்.ஐ.ஆர். பதிவு செய்ய ஆணை பெறுகிறார். இதையடுத்து, நரசிம்மராவ் முன்ஜாமீன் பெறுகிறார்.

வழக்கின் புலனாய்வை விரைவாகவே முடித்த சி.பி.ஐ. 20 பேர் மீது குற்றப்பத்திரிகைகளை தாக்கல் செய்கிறது. ‘சட்டம் ஒரு கழுதை’ என்று சார்லஸ் டிக்கன்ஸ் குறிப்பிடுவார். அப்படியெனில், அந்தக் கழுதையை எப்படிவேண்டுமானாலும் இழுக்க முடியும்தானே? அப்படித்தான் இதில் சம்பந்தப்பட்ட குற்றவாளிகள் செய்தார்கள். உச்சநீதிமன்றத்தில், ‘பாராளுமன்றத்தில் வாக்களிப்பது பாராளுமன்ற உரிமை. அதனால், அது தொடர்பான குற்றமாக இருப்பதால், நீதிமன்றத்துக்கு அதை விசாரிக்க உரிமை இல்லை’ என்று வழக்குத் தொடுக்கிறார்கள்.

உச்ச நீதிமன்றம், மூன்றுக்கு இரண்டு என்ற பெரும்பான்மை தீர்ப்பில், பாராளுமன்றத்தில் வாக்களித்தது தொடர்பாக எந்த வழக்கும் தொடர சட்டத்தில் இடமில்லை என்று தீர்ப்பளித்தது. ஆனால், நரசிம்மராவ் மீதான வழக்குத் தொடரவேண்டும் என்றும் தீர்ப்பளித்தது. இதுவரை இருந்த உச்சநீதிமன்றத் தலைமை நீதிபதிகளில் 6 பேர் நிச்சயம் ஊழல் நீதிபதிகள் என்று, வழக்கறிஞர் பிரசாந்த் பூஷண் கூறியதை, இதோடு தொடர்புபடுத்தவேண்டாம்.

இந்தத் தீர்ப்பு பெரும் விவாதத்தை ஏற்படுத்தியது. இந்தத் தீர்ப்பை மறுபரிசீலனை செய்யவேண்டும் என்ற சீராய்வு மனுவையும் உச்சநீதிமன்றம் நிராகரித்தது. டெல்லி சி.பி.ஐ./நீதிமன்றம், நரசிம்மராவ் மீதான வழக்கு விசாரணை முடிவில் அவருக்கும் பூட்டாசிங்குக்கும் மூன்று ஆண்டுகள் கடுங்காவல் தண்டனை விதித்து தீர்ப்பளித்தது.

இதை எதிர்த்து மேல் முறையீடு செய்த நரசிம்மராவ், டெல்லி உயர்நீதிமன்றத்தால் விடுவிக்கப்பட்டார். இந்த வழக்கில் சி.பி.ஐ., விசாரணையைத் தொடங்கிய நாள் முதலாகவே, நரசிம்மராவைக்

காப்பாற்ற கடும் முயற்சி எடுத்து வந்ததை இவ்வழக்கில் புகார் கொடுத்த ரவீந்தர் குமார் குறிப்பிட்டார். இந்த வழக்கு விசாரணை நடந்தபோது, நரசிம்மராவ் சார்பாக, தன்னை அணுகிய சமாஜ்வாடி கட்சியைச் சேர்ந்த அமர்சிங், 50 கோடி ரூபாய் பணமும், இரண்டு எம்.பி. சீட்டுகளும் தருவதாகப் பேசியதையும், மற்றொரு வழக்கறிஞர் 5 கோடி ரூபாய் தருவதாகக் கூறியதையும் அந்த உரையாடல்களை தான் பதிவு செய்து வைத்திருப்பதையும் குறிப்பிட்டார்.

பாராளுமன்றத்தில் வாக்களிப்பதற்காக லஞ்சம் பெற்ற எம்.பி.க்களின் இந்த வழக்கு, மிக மிக முக்கியத்துவம் வாய்ந்தது. மேலும் நரசிம்மராவ் போன்ற ஒரு நபர், இத்தனை ஊழல் புகார்கள் சுமத்தப்பட்டும் ஒருமுறைகூட சிறை செல்லாமல், சட்டத்தில் உள்ள அத்தனை ஓட்டைகளையும் பயன்படுத்தி, எப்படித் தப்பிக்க முடியும் என்பதையும் இந்த வழக்கு விளக்கியது.

சரி, நரசிம்மராவ் எந்த தண்டனையையும் அனுபவிக்கவே இல்லையா? சிறை சென்றால்தான் தண்டனை என்று இல்லை. சிந்திக்கத் தெரிந்த அத்தனை மனிதனுக்கும் அவன் சந்திக்கும் அவமானங்கள்தானே தண்டனை? நரசிம்மராவ், சி.பி.ஐ. நீதிமன்றத்தால் தண்டிக்கப்பட்டதும், நரசிம்மராவின் வாழ்க்கைப் பற்றி, எட்டாம் வகுப்பில் படிக்கும் மாணவர்களுக்கு வைக்கப் பட்டிருந்த பாடம் நீக்கப்பட்டது. ராவோடு நெருங்கிப் பழகிய பல நண்பர்கள் ராவைவிட்டு விலகிச் சென்றனர்.

தன்னுடைய இறுதிக் காலத்தில், வழக்கறிஞர்களுக்குத் தரவேண்டிய கட்டணத்தைத் தராமல் இறந்துவிடுவோமோ என்று ராவ் அஞ்சியதாக அவரது நண்பர்கள் தெரிவிக்கின்றனர். வழக்கறிஞர் களுக்குக் கட்டணம் தரவேண்டியதற்காக பஞ்சாரா மலைப் பகுதியில் உள்ள அவரது வீட்டை விற்கச் சொல்லி ராவ் உத்தரவிட்டதாகத் தெரிகிறது. 2004-ம் ஆண்டு தனது 83-வது வயதில் நரசிம்மராவ் மாரடைப்பால் இறந்த பிறகு, புதுடெல்லியில் அவரைப் புதைக்க வேண்டும் என்ற அவரது உறவினர்களின் கோரிக்கை நிராகரிக்கப் பட்டது. மிக மிக சாமர்த்தியமாக, கட்சிக்குள்ளேயே இருந்த பல்வேறு எதிரிகளைச் சமாளித்து, எதிர்க்கட்சிகளைச் சமாளித்து, ஐந்தாண்டுகள் திறம்பட ஆட்சி நடத்தியவர் என்றாலும், நரசிம்மராவ் என்றவுடன் நமது நினைவுக்கு உடனே வருவது, 'ஊழல் பேர்வழி' என்ற இமேஜ்தானே?

'இருந்தாலும் மறைந்தாலும் பேர் சொல்லவேண்டும் இவர் போல யார் என்று ஊர் சொல்லவேண்டும்' என்ற வாலியின் வரிகள்தான் இங்கு நினைவுக்கு வருகிறது !

8

சர்க்காரியா கமிஷன்:
அந்த பழுப்பு நிறக் கவர்!

சர்க்காரியா என்ற பெயரைக் கேட்டால் இன்றும் தி.மு.க.வினருக்கு கிலி எடுக்கும். அப்படி பயமுறுத்தும் அளவுக்கு அது யார் சர்க்காரியா என்று தெரிந்துகொள்ள ஆர்வமாக இருக்கிறதா? அவர் ரஞ்சித் சிங் சர்க்காரியா! உச்ச நீதிமன்றத்தில் பணியாற்றி ஓய்வுபெற்ற, திறமையான, நியாயமான நீதிபதி.

1975 ஜூன் 15 இந்திய ஜனநாயகத்தின் கறுப்பு நாள். அன்றுதான் இந்திரா காந்தியால் நாட்டில் நெருக்கடி நிலை அறிவிக்கப்பட்டது. இதையடுத்து, 1976-ல், தி.மு.க. அரசை இந்திரா காந்தி டிஸ்மிஸ் செய்கிறார். அரசு டிஸ்மிஸ் செய்யப்பட்டவுடன், உச்ச நீதிமன்ற நீதிபதி சர்க்காரியா தலைமையில் தி.மு.க. அரசின் ஊழல்களை விசாரிக்க ஒரு விசாரணை கமிஷனை அமைத்தார் இந்திரா காந்தி.

நீதிபதி சர்க்காரியா ஒரு நீண்ட விசாரணையை நடத்தி, தனது அறிக்கையை சமர்ப்பிக்கிறார். இந்த விசாரணை அறிக்கையும் மற்ற ஊழல் விசாரணைகளைப்போலவே கிடப்பில் போடப்பட்டது. ஆனாலும், அன்றைய தி.மு.க. ஆட்சி, நிர்வாகம் எப்படி இருந்தது என்பதையும் அந்த விசாரணை அறிக்கை தெளிவாகத் தெரிவிக்கிறது.

தி.மு.க. ஆட்சி நடத்திய லட்சணம் தெரிந்துவிடும் என்பதற்காக, அந்த அறிக்கையின் நகல்கள் அழிக்கப்பட்டுவிட்டதாகவும் கூறப்படுகிறது. நெருக்கடி நிலையின் அத்துமீறல்களை விசாரிப்பதற் கென்று அமைக்கப்பட்ட 'ஷா' கமிஷனின் அறிக்கையை இந்திரா காந்தி, இது போலத்தான் ஒரு நகல்விடாமல் அழித்துவிட்டதாகத் தெரிகிறது. முன்னாள் ஜனதா கட்சித் தலைவர் செழியனின் முயற்சியால், அந்தப் புத்தகம் இப்போது புதிய வடிவில் கிடைக்கிறது. ஆனால், சர்க்காரியா கமிஷன் அறிக்கைக்கு அந்த பாக்கியமெல்லாம் இல்லை. ஏறக்குறைய அனைத்து நகல்களுமே அழிக்கப்பட்டு விட்டன.

தி.மு.க.வின் ஆட்சியில் அதிகாரிகள் நடவடிக்கை குறித்து சர்க்காரியா இவ்வாறு கூறுகிறார். 'சில முதுநிலை ஐ.ஏ.எஸ். அதிகாரிகள், தாங்கள் தவறாக நடக்கிறோம் என்று தெரிந்தே கடமையிலிருந்து தவறியுள்ளனர். 'அமைச்சர் வாய்மொழியாகப் பிறப்பித்த கட்டளை களை நிறைவேற்றியதைத் தவிர, வேறு வழி ஏதும் தங்களுக்கு இல்லை' என்று அவர்கள் கூறியுள்ளனர். அமைச்சர் சார்பில் பேச்சு வார்த்தைகளை நடத்தி லஞ்சம் வாங்கித் தரும் ஆளாக தங்களை பயன்படுத்திக்கொள்வதை அவர்கள் அனுமதித்துள்ளனர்.

அரசு அதிகாரிகள் அமைச்சரிடம் நற்பெயரைப் பெறவேண்டும் என்பதற்காக முறைதவறிச் செயல்பட்டிருக்கிறார்கள். அசட்டை யாகவும், மெத்தனமாகவும், அஞ்சிச் சாகும் கோழைகளாகவும் உள்ள இத்தகைய அரசு அதிகாரிகளால் அதிகாரவர்க்கம் முழுவதும் நேர்மை கெட்டுவிடுகிறது. அதனால் அவர்களிடம் பரிவு எதுவும் காட்ட வேண்டியதில்லை' என்று காட்டமாகக் குறிப்பிடுகிறார்.

சர்க்காரியா நடத்திய விசாரணையில் மற்றொரு முக்கிய விஷயத்தையும் குறிப்பிட வேண்டும். வழக்கமாக விசாரணை கமிஷன்களுக்கென்று ஓர் அளவுகோல் உண்டு. அந்த கமிஷனை அமைத்த ஆட்சியாளர்கள் என்ன விரும்புகிறார்களோ, அவ்வாறே அறிக்கை கொடுப்பதற்கு வசதியாக, நீதிமன்றங்களில் கடைப் பிடிக்கப்படும் 'சந்தேகத்திற்கு இடமில்லாமல் குற்றம் நிரூபிக்கப் பட்டது' என்ற அளவுகோலைப் பின்பற்றாமல், தங்கள் இஷ்டத்திற்கு விசாரணையை நடத்துகிறார்கள்.

ஆனால் சர்க்காரியா, ஒரு குற்றவியல் நீதிமன்றத்தில் கடைப்பிடிக்கப் படும் அனைத்து நடைமுறைகளையும் தவறாமல் கடைப்பிடித்தார். பல குற்றச்சாட்டுகளில் பூர்வாங்கமான ஆதாரங்களிருந்தும், சந்தேகத்திற்கு இடமில்லாதவகையில் குற்றச்சாட்டுகள் நிரூபிக்கப்பட வில்லை என்று பல குற்றச்சாட்டுகளை நிராகரித்தார்.

இவ்வளவு சிறப்பாக விசாரணை நடத்தி, கொடுக்கப்பட்ட அறிக்கை, அரசியல் காரணங்களுக்காக குப்பைத் தொட்டியில் போடப்பட்டது. நெருக்கடி நிலைக்குப் பிறகு, தி.மு.க.வோடு காங்கிரஸ் கூட்டணி சேர்ந்தது. இதனால் இந்த விசாரணை கமிஷனின் பரிந்துரையை குப்பையில் போட்டார் இந்திரா காந்தி.

அப்போதைய நிலைமைக்கும், இப்போதைய நிலைமைக்கும் உள்ள முக்கிய வித்தியாசம் என்ன தெரியுமா? திமு.க., இந்திரா காந்தியுடன் கூட்டணி வைத்ததால், சர்க்காரியா விசாரணையை கல்லறைக்குள் புதைத்து கொடுத்த வாக்கைக் காப்பாற்றினார் இந்திரா. இன்றும், தி.மு.க. காங்கிரஸுடன் கூட்டணி வைத்திருக்கிறது. ஆனால், ஸ்பெக்ட்ரம் விசாரணையில், தி.மு.க.வுக்கு காங்கிரஸ் அந்த அளவுக்கு உதவி செய்யவில்லை. 'மீனுக்குத் தலையையும், பாம்புக்கு வாலையும்' என்பதுபோல, 'உதவி செய்கிறோம். ஆனால் செய்ய மாட்டோம்' என்று தண்ணி காட்டியது. அவர் 'இந்திரா'. இவர் 'தந்திரா' இல்லையா?

சரி, புதைக்கப்பட்ட அந்த சர்க்காரியா கமிஷன் அறிக்கை சொல்லியது தான் என்ன?

உங்களுக்கு பரம்பரைக் கட்டடம் ஒன்று இருக்கிறது. அந்தக் கட்டடத்தில் பல ஆண்டுகளாக ஒருவர் குடியிருக்கிறார். அந்தக் கட்டடத்தில் வைத்து அவர் தொழில் செய்வதால், அவருக்கு மாதந்தோறும் ஒரு லட்ச ரூபாய் வருமானம் வருகிறது. ஆனால், உங்களுக்கு அவர் வருடத்துக்கு 10 ஆயிரம் ரூபாய்தான் வாடகை தருகிறார் என்றால் ஒப்புக்கொள்வீர்களா? இதே கதைதான் சென்னை அண்ணாசாலையிலிருந்த குளோப் தியேட்டரின் கதையும்.

அண்ணாசாலை எல்.ஐ.சி. அருகே, ஒரு பெரிய கட்டடம் இருக்கிற தல்லவா? அது, முதலில் குளோப் தியேட்டராக இருந்து, நியூ குளோபாக மாறி, பிறகு அலங்கார் தியேட்டராக மாறி, இப்போது வணிக வளாகமாக ஆகியிருக்கிறது. அந்தக் கட்டடம் குஷால் தாஸ் என்பவரின் பரம்பரைச் சொத்தாகும், அந்தக் கட்டடத்தை வரதராஜப் பிள்ளை என்பவர் 25 ஆண்டுகளாக குத்தகைக்கு எடுத்திருக்கிறார். குத்தகைக் கட்டணமாக குஷால் தாஸுக்கு ஆண்டுதோறும் 5000 ரூபாய் கொடுக்கிறார் வரதராஜன். ஆனால், தியேட்டர் நடத்துவதால் வரதராஜனுக்கு வாரந்தோறும் 8000 ரூபாய் வருமானம் கிடைக்கிறது. அதாவது, ஆண்டுக்கு நாலு லட்சத்து பதினான்காயிரம் ரூபாய். வரதராஜப் பிள்ளைக்கு கிடைக்கும் இந்த வருமானத்தைப் பார்த்தும், எதிர்ப்புத் தெரிவிக்காத குஷால் தாஸ், குத்தகை காலம்

முடிவடைந்ததும், 'குத்தகையை புதுப்பிக்க விருப்பமில்லை' என்று தெரிவிக்கிறார்.

வாரம் 8000 ரூபாய் வருமானம் பார்க்கும் வரதராஜப் பிள்ளை விடுவாரா? 'கட்டடத்தை எனக்கே விற்று விடுங்கள்' என்று அடிமாட்டு விலைக்குக் கேட்கிறார். இதனால் குஷால் தாஸ் வழக்குத் தொடுக்கிறார். இந்த வழக்கு, பல்வேறு விசாரணைக்குப் பிறகு உச்ச நீதிமன்றத்துக்குச் செல்கிறது. உச்ச நீதிமன்றம், குஷால் தாஸுக்கு ஆதரவாகத் தீர்ப்பளிக்கிறது. அது மட்டுமல்லாமல் ஆறு வார காலத்திற்குள் இடத்தைக் காலி செய்து, உரிமையாளரிடம் ஒப்படைக்கவேண்டும் என்றும் உத்தரவிடுகிறது.

கட்டடத்தின் மீதிருந்த ஆசையால், சட்டத்தையே மாற்ற நினைத்த வரதராஜன், தி.மு.க. அரசின் அதிகார மையங்களை அணுகுகிறார். அப்போதெல்லாம் அமைச்சர்களும் அதிகார மையங்களாக இருந்தார்கள். முக்கிய அதிகார மையமாக முரசொலி மாறன் இருந்தார்.

சர்க்காரியா கமிஷனில் அளிக்கப்பட்டுள்ள சாட்சியங்களின்படி, வரதராஜப் பிள்ளை முதலில் முரசொலி மாறனை அணுகுகிறார். அவர் அமைச்சர் ப.உ.சண்முகத்தை சந்திக்குமாறு அறிவுறுத்துகிறார். ப.உ.சண்முகம், 'சட்டத் திருத்தத்தைக் கொண்டு வருவதற்கு ஒரு லட்ச ரூபாய் ஆகும்' என்று தெரிவிக்கிறார். முதல் தவணையாக 40 ஆயிரம் ரூபாய் ப.உ.சண்முகத்துக்குக் கொடுக்கப்படுகிறது.

அப்போதைய முதலமைச்சர் கருணாநிதியை சந்தித்த வரதராஜப் பிள்ளையிடம், 'ஒரு லட்ச ரூபாய் கேட்டால், வெறும் 40 ஆயிரம்தான் கொடுத்திருக்கிறீர்கள். சட்டத்தைத் திருத்த மேலும் 60 ஆயிரம் தேவைப்படும்' என்று கருணாநிதி கூறியதாகவும் வாக்குமூலங்கள் பதிவு செய்யப்பட்டிருக்கிறது. ஆனால், வரதராஜப் பிள்ளை தன்னிடம் 60 ஆயிரம் இல்லை என்றும், 30 ஆயிரம்தான் மேற்கொண்டு தர முடியும் என்றும் சொல்கிறார். அதை ஏற்றுக்கொண்ட கருணாநிதி, 30 ஆயிரத்தை ஒரு பழுப்பு நிறக் கவரில் வைத்து பெற்றுக் கொண்டதாகவும் வாக்குமூலங்கள் பதிவு செய்யப்பட்டுள்ளது.

பொதுவாகவே, மந்த கதியில் செயல்படும் அரசு இயந்திரம் இந்தப் பணத்தை பெற்றபிறகு, மின்னல் வேகத்தில் செயல்பட்டது. உடனடியாக சட்டப்பேரவையில் சட்டத் திருத்தம் கொண்டு வரப்படுகிறது. எம்.எல்.ஏ.க்களுக்கு மூன்று நாட்களுக்கு முன்னர் கொடுக்கப்பட வேண்டிய வரைவுச் சட்டம், முதல் நாள்தான் கொடுக்கப்படுகிறது. இதைப் பற்றி அப்போது எம்.எல்.ஏ.வாக இருந்த டாக்டர் எச்.வி.ஹண்டே சர்க்காரியா கமிஷன் முன் சாட்சியம் அளித்தார்.

அவசர அவசரமாக சட்டம் கொண்டுவரப்பட்டு, தபாலில் குடியரசுத் தலைவரின் ஒப்புதலுக்கு அனுப்பினால், தாமதமாகும் என்று, ஓர் அதிகாரி விமானத்தில் டெல்லி சென்று, குடியரசுத் தலைவரின் ஒப்புதலைப் பெற்றுவந்தார்கள். இந்தச் சட்டத் திருத்தத்தின் மூலம், ஒரிஜினல் உரிமையாளரிடம் சேரவேண்டிய சொத்து, 'ஆட்டையைப் போட்ட வருக்கு வந்து சேர்ந்தது. இதோடு இந்தக் கொடுமை முடியவில்லை.

இந்தச் சட்டத் திருத்தத்தின் அடிப்படையில் வரதராஜப் பிள்ளை, நிலத்தை தான் நிர்ணயிக்கும் விலைக்கு தனக்கே விற்கவேண்டும் என்று மீண்டும் நீதிமன்றங்களை அணுகுகிறார். ஆனால், உயர்நீதிமன்றம் அதை தள்ளுபடி செய்ததையடுத்து, உச்ச நீதிமன்றம் செல்கிறார். அங்கே, வழக்கு நிலுவையில் இருக்கும்போதே, மீண்டும் தி.மு.க. அதிகார மையத்தை அணுகுகிறார். அவரது விருப்பத்தின்படி, மீண்டும் இரண்டாவது சட்டத் திருத்தம் கொண்டு வரப்படுகிறது. இதுபற்றி சர்க்காரியா, 'முதல் திருத்தத்தின் விளைவாகத் தனது நோக்கம் ஈடேற முடியாத வரதராஜப் பிள்ளைக்காகவே இந்த இரண்டாவது திருத்தமும் செய்யப்பட்டது. என்பதை இது வெளிப்படையாகக் காட்டுகின்றது' என்று கூறுகிறார்.

இந்த விசாரணையின் முடிவில் நீதிபதி சர்க்காரியா, 'இந்தச் சட்டத் திருத்த மசோதாவைக் கொண்டுவந்து விவாதித்து நிறைவேற்றுவதில், அப்போதைய முதலைமைச்சர் கருணாநிதியும், உணவு, வருவாய்த் துறை அமைச்சர் ப.உ. சண்முகமும், சட்டத்துறை அமைச்சர் மாதவனும், வரதராஜப் பிள்ளைக்கு மறைமுகமாக உதவவேண்டும் என்ற தீய நோக்கத்துக்காக உந்தப்பட்டிருக்கின்றனர்' என்று கூறுகிறார்.

சட்டமன்றத்தையும், சட்டம் இயற்றும் அதிகாரத்தையும், தனி நபரின் நலனைக் கருத்தில் கொண்டு தி.மு.க.வினர் எப்படியெல்லாம், தங்கள் இஷ்டத்திற்கு வளைத்திருக்கிறார்கள் என்று பார்த்தீர்களா? இந்தக் கதை இன்றுவரை தொடர்கிறது. சட்டமன்ற உறுப்பினர்கள் ஒவ்வொருவருக்கும் தலா இரண்டு கிரவுண்டு இடங்கள் மகாபலிபுரம் அருகே என்று அறிவித்தபோது, மார்க்சிஸ்ட் கட்சியினரின் எதிர்ப்பையும் மீறி அது நிறைவேற்றப்பட்டது.

இந்த விசாரணையில், தி.மு.க. தலைவர் கருணாநிதிக்காக ஆஜரானவர், பிரபல வழக்கறிஞர் சாந்தி பூஷண். கருணாநிதியின் குடும்பத்தினர் சி.பி.ஐ.யால், விசாரிக்கப்படுவதற்கும் உச்ச நீதிமன்றத்தில் ஸ்பெக்ட்ரம் ஊழல் விசாரணை ஒழுங்காக நடைபெற்றதற்கும், அவரது மகனான பிரசாந்த் பூஷண் முக்கிய காரணமாக விளங்கினார் என்பது காலத்தின் கோலம்தானே?

9

சர்க்காரியா கமிஷன்:
பூச்சி மருந்து ஊழல்

கிராமங்களில் வயல்களில் உள்ள பயிர்களைத் தாக்காமல் இருப்பதற்கு பூச்சி மருந்து தெளிப்பதைப் பார்த்திருப்பீர்கள். அதுபோல, ஒரு பூச்சி மருந்து தொடர்பான விவகாரத்தைத்தான் நீதிபதி சர்க்காரியா விசாரித்தார். இந்தப் பூச்சி மருந்து தெளித்ததில், பூச்சிகள் செத்ததோ இல்லையோ, நேர்மையும், நியாயமும் செத்துப் போனதென்னவோ உறுதி.

1970-ம் ஆண்டு மத்திய அரசு, விமானம் மூலம் பூச்சி மருந்து தெளிக்கும் திட்டம் ஒன்றை அறிமுகப்படுத்துகிறது. அதிகமாக பூச்சித் தாக்கும் பகுதிகளில் விமானம் மூலமாக பூச்சி மருந்து தெளித்து, அதன்மூலம் விவசாயத்தை வளர்க்கவேண்டும் என்ற நல்ல எண்ணத்தில், இத்திட்டத்தை மத்திய அரசு கொண்டு வந்தது. இதற்காக ஓர் ஏக்கருக்கு ஏழு ரூபாயை மத்திய அரசு செலவிடும் என்றும், அதற்கு மேல் ஆகும் செலவுகளை, மாநில அரசே ஏற்கவேண்டும் என்றும் திட்டமிடப்படுகிறது. திட்டமெல்லாம் நல்லாத்தான் இருக்கு. ஆனா, தமிழ்நாட்டில் அந்தத் திட்டம் பட்டபாடு இருக்கிறதே!

இந்தத் திட்டம் அறிவிக்கப்பட்ட உடனேயே, களத்திலிறங்குகிறார், தி.மு.க.வின் திருச்சி மாவட்டச் செயலாளரும், தி.மு.க.வின் மூத்த

தலைவருமான அன்பில் தர்மலிங்கம். பொதுப்பணித்துறை காண்ட்ராக்டர் ராஜகோபால் என்பவர் அன்பிலுக்கு நெருக்கமாகிறார். உடனே ராஜகோபாலுக்கு தொழில் அபிவிருத்தி அடைகிறது. தன்னுடைய தொழிலை அபிவிருத்தி செய்வது மட்டுமல்லாமல், அன்பில் தர்மலிங்கத்தை அபிவிருத்தி செய்துகொள்ளவும் உதவி செய்கிறார் ராஜகோபால்.

மத்திய அரசு விமானம் மூலம் பூச்சி மருந்து என்ற திட்டத்தை அறிவித்த உடனேயே, அன்பிலை சந்திக்கிறார் ராஜகோபால். 'அண்ணே.. இந்த விமான கம்பெனிக்காரங்க பூச்சி மருந்து தெளிக்கறதுல, நிறைய சம்பாதிக்கிறாங்க! நாம் இதுல தலையிட்டா, கமிஷன் வாங்கலாம்' என்ற யோசனை தெரிவிக்கிறார். கரும்புத் தின்ன யாருக்குத்தான் கசக்கும்? அன்பில் உடனடியாக ஆமோதிக்கிறார். மருந்துத் தெளிப்பு விமான கம்பெனிகளோடு பேச்சுவார்த்தையைத் தொடங்க உத்தரவிடுகிறார்.

கம்பெனி பிரதிநிதிகளை அழைத்து, 'ஓர் ஏக்கருக்கு எத்தனை ரூபாய்க்கு மருந்து தெளிக்க இயலும்?' என்று கேட்கிறார்கள். 'ஓர் ஏக்கருக்கு 7 ரூபாய்க்குத் தெளிக்கலாம்' என்றே அவர்கள் கூறுகிறார்கள். மத்திய அரசு நிர்ணயித்த விலையிலேயே மருந்து தெளித்தால், அப்புறம், அன்பில் எப்படி சம்பாதிப்பது. அதனால் பூச்சி மருந்துத் தெளிப்பு விமான கம்பெனிகள் ஏக்கருக்கு 9 ரூபாய்க்கு மருந்து தெளிப்பதாக கொட்டேஷன் கொடுக்கவேண்டும் என்றும், அதில் ஓர் ஏக்கருக்கு 40 பைசா கமிஷனாகக் கொடுக்கவேண்டும் என்றும் பேசப்படுகிறது. அது மட்டுமல்ல, கமிஷன் முன்பணமாக உடனடியாகக் கொடுக்கப்படவேண்டும் என்றும் பேசப்படுகிறது. கம்பெனிகளுக்கும் இதில் லாபம்தானே? உடனடியாக ஒப்புக் கொள்கிறார்கள்.

சரி கமிஷன் வாங்குவதென்று முடிவாகி விட்டது. எப்படி வாங்குவது? அந்த கம்பெனிகளும், கொடுக்கும் பணத்துக்கு ரசீதுவேண்டுமென்று கேட்கிறார்கள். நூதனமான யோசனை ஒன்று தோன்றுகிறது அன்பிலுக்கு. அதன்படி, பொன்னி ஏஜென்சீஸ் என்று ஒரு நிறுவனத்தைத் தொடங்குகிறார். மருந்து தெளிக்க ஆர்டர் பெறும் விமான கம்பெனிகள் அந்த பொன்னி ஏஜென்ஸியோடு ஒப்பந்தம் செய்து கொள்ளவேண்டும். அதாவது, பொன்னி ஏஜென்சீஸ், அரசிடமிருந்து ஒப்பந்தம் பெற்றுத் தருவதற்காக, ஓர் ஏக்கருக்கு 40 பைசா வீதம் கமிஷன் பெறுவதென்று ஒப்பந்தம் போடப்படுகிறது. இந்த ஏற்பாட்டின்படி, 75 ஆயிரம் முன்பணமாக அன்பில் தர்மலிங்கத்திற்குக் கொடுக்கப்படுகிறது. இந்தப் பணம்

கொடுக்கப்படுகையில் அன்பில் தி.மு.க.வின் மாவட்டச் செயலாளர் அவ்வளவுதான்.

எல்லாம் நன்றாகத்தான் நடந்துகொண்டிருந்தது. இவர்களே பங்கு பிரித்துக்கொண்டு, விவசாயத்துறைக்கு ஓர் அமைச்சர் இருப்பாரே, அவரை கவனிக்காமல் கோட்டை விட்டுவிட்டார்கள். அங்குதான் பிரச்னை ஆரம்பித்தது.

இந்த விவகாரத்தைக் கேள்விப்பட்ட அப்போதைய விவசாயத்துறை அமைச்சர் சத்தியவாணிமுத்து, உடனடியாக விமான நிறுவனங்களின் பிரதிநிதிகள் அனைவரும் 1970 ஜூன் மாதம் 4-ம் தேதி தன்னை வந்து சந்திக்குமாறு உத்தரவிடுகிறார். அவ்வளவுதான், அன்பில் தர்மலிங்கத்திற்கும், ராஜகோபாலுக்கும் கிலி எடுக்கிறது. இந்த அம்மையார் ஒப்பந்தத்தை ரத்து செய்துவிட்டால் என்ன செய்வது என்று பதறுகிறார்கள். உடனடியாக விமான கம்பெனி நபர்களை அழைத்து, சத்தியவாணிமுத்துவிடம் பேச்சுவார்த்தை நடத்துகையில், ஏக்கருக்கு 9 ரூபாய்க்குக் குறைவாக மருந்து தெளிக்க இயலாது, (தெளித்தால் பூச்சி சாகாதோ?) என்று உறுதியாகக் கூறிவிடுமாறு சொல்லுகிறார்கள்.

சத்தியவாணிமுத்துவோடு மீட்டிங் நடக்கிறது. சத்தியவாணிமுத்து ஓர் ஏக்கருக்கு 8.25 ரூபாய்க்கு மேல் முடியாது என்று உறுதியாக நிற்கிறார். விமான கம்பெனிகள் 9 ரூபாய் என்பதில் உறுதியாக நிற்கின்றன. கம்பெனி பிரதிநிதிகளின் பிடிவாதத்தைப் பார்த்து எரிச்சலடைந்த சத்தியவாணி முத்து, '8.25க்கு மருந்து தெளிக்க முன்வருபவர்கள், விவசாயத்துறை இயக்குநரை சந்திக்கலாம், மற்றவர்கள் செல்லலாம்' என்று கூட்டத்தை முடித்துக் கொள்கிறார், இந்த விஷயத்தை கோப்பிலும் பதிவு செய்கிறார்.

'வேலையை முடித்துக் கொடுக்கிறேன்' என்று 'அட்வான்ஸ் லஞ்சத்தை' பெற்றுக்கொண்ட அன்பிலுக்கு திருடனுக்கு தேள் கொட்டியதைப் போல இருந்தது. உடனடியாக முதலமைச்சர் கருணாநிதியை சந்திக்கிறார். 'என்ன தலைவரே! இந்த அம்மா இப்படி தொந்தரவு பண்ணுது' என்று வத்தி வைக்கிறார். கருணாநிதிக்கு வந்ததே கோபம்! 'நான் முதலமைச்சராக இருக்கும்போது, இந்த அம்மையாருக்கு என்ன இப்படி ஒரு துணிச்சல்' என்று, தலைமைச் செயலாளராக இருந்த ஈ.பி.ராயப்பாவை அழைக்கிறார். உடனடியாக ஓர் ஏக்கர் 9 ரூபாய்க்கு பூச்சி மருந்து தெளிக்க ஆணை வெளியிடுமாறு உத்தரவிடுகிறார். ராயப்பாவும், அப்படியே அவர் உத்தவை நிறைவேற்றுகிறார். ராயப்பாவைவிட பணியில் மூத்தவர்கள் எட்டுப் பேர்

காத்திருக்கும்போது, ராயப்பாவை தலைமைச் செயலாளர் ஆக்கியவர் கருணாநிதி. இதுபோல சீனியாரிட்டியை மதிக்காமல், தலைமைச் செயலாளரை நியமிப்பதை இன்றுவரை வாடிக்கையாகவே கொண்டிருக்கிறார் கருணாநிதி.

அதற்கடுத்து இது தொடர்பாக நடந்த கூட்டத்தில், அந்தக் கோப்பை பார்வையிட்ட, சத்தியவாணிமுத்து, 9 ரூபாய்க்கு ஒப்பந்தம் வழங்குவதற்கு எதிர்ப்புத் தெரிவித்து, தான் எழுதிய குறிப்பு, கோப்பிலிருந்து காணாமல் போனது கண்டு அதிர்கிறார். அதன் பிறகு அவர்மீதும், கப்பல் கட்டுமானத்தில், ஊழல் புகார் எழுந்தது தனிக்கதை.

ஒரு பாகம் முடிந்த நிலையில், ஊழலின் அடுத்த பாகம் அடுத்த நிதியாண்டில் தொடங்குகிறது. இம்முறை தேர்தலில் வெற்றி பெற்று எம்.எல்.ஏ. ஆன அன்பில் தர்மலிங்கம் விவசாயத்துறை அமைச்சராகிறார். இந்தமுறை, நேரடியாக விமான கம்பெனிகளிடம் பேச்சு வார்த்தையைத் தொடங்குகிறார் தர்மலிங்கம். 'போனவாட்டி ஓர் ஏக்கருக்கு 40 காசு குடுத்தீங்க. இப்போ விலைவாசி ஏறிப்போயிருச்சு. அதனால், ஓர் ஏக்கருக்கு 1 ரூபா கமிஷனா கொடுத்துடுங்க. உங்களுக்கு ஓர் ஏக்கருக்கு 11 ரூபாய் தர்றோம்' என்று பேசுகிறார். அதிர்ந்துபோன விமான கம்பெனிக்காரர்கள், ' அவ்வளவு தர முடியாது, ஓர் ஏக்கருக்கு 80 காசு கமிஷனாகத் தருகிறோம், அதற்கு ரசீது தாருங்கள்' என்று கூறுகிறார்கள்.

இதற்கு ஒப்புக்கொண்ட அன்பில் தர்மலிங்கம், ராஜகோபால் இந்த விவகாரத்தில் நிறைய 'உள்குத்து' செய்வதாக சந்தேகிக்கிறார். அதனால், ராஜகோபாலைக் கழற்றி விட முடிவு செய்து, விவசாயத் துறை செயலாளராக இருந்த வேதநாராயணனை அழைக்கிறார். 'நீங்கள் நேரடியாக கம்பெனிகளிடம் பேசுங்கள். முதலமைச்சர் ஓர் ஏக்கருக்கு 1 ரூபாய் கமிஷன் வேண்டும் என்று விரும்புகிறார். 90 பைசாவுக்குக் குறைய மாட்டார். மேலும் 25 சதவிகித கமிஷன் முன்னதாகவே கொடுக்கப்படவேண்டும்' என்றும் கூறுகிறார். இதன்படி, விஷயம் விமான கம்பெனிகளுக்குச் சொல்லப்படுகிறது. எழுத்துபூர்வமான ஒப்பந்தம் எதுவும் கையெழுத்து ஆகாமலேயே பணியைத் தொடங்க அவர்கள் பணிக்கப்படுகிறார்கள். அதன் படியே, பணியையும் தொடங்குகிறார்கள்.

இப்போது புதிய சிக்கலாக, கடந்த ஆண்டு செய்த வேலைக்கு உரிய தொகை வந்து சேரவில்லை என்றும், அதை முதலில் பைசல் செய்ய வேண்டும் என்றும் கம்பெனிகள் போர்க்கொடி தூக்குகின்றன. மேலும் முன்பணத்தைத் தவிர, வேறு கமிஷன் தொகையும்

வரவில்லை. விடுவாரா கருணாநிதி? கடும் கோபமடைந்து, வேளாண் துறையிலிருந்து அன்பில் தர்மலிங்கத்தை 12.09.1971 அன்று நீக்கிவிட்டு, ப.உ. சண்முகத்தை வேளாண் அமைச்சராக்குகிறார்.

அடுத்தாக கருணாநிதி பிறப்பித்த உத்தரவு, 'கம்பெனிகள் ஏக்கருக்கு 90 பைசா என்று ஒப்புக்கொண்டபடி கொடுக்கவில்லை. அதனால் அவர்களுக்குச் சேரவேண்டிய தொகைகள் அத்தனையையும் ஏதாவது ஒரு காரணத்தைக் கூறி நிறுத்தவும்' என்று உத்தரவிடுகிறார். இந்த உத்தரவை, கருணாநிதியின் செயலாளர், வைத்தியலிங்கம் நிறைவேற்றுகிறார். கம்பெனிகள் அரண்டுபோய், வேளாண்துறை அமைச்சர் ப.உ. சண்முகத்தைச் சந்தித்தபோது, அவர் தனக்கு எதுவும் தெரியாதென்று முதலமைச்சரை கை காட்டுகிறார்.

கம்பெனிக்காரர்களுக்கு 'இக்கட்டில் சென்று மாட்டிக்கொண்டோம்' என்பது புரிகிறது. வேறு வழியின்றி, 1,17,273 ரூபாயை வசூல் செய்து, கருணாநிதியின் செயலாளர் வைத்தியலிங்கத்திடம் கொடுக்கிறார்கள். அவர் அந்தப் பணத்தைப் பெற்றுக்கொண்டு, விவசாயத்துறை செயலாளருக்கு, கம்பெனிகளுக்குச் சேரவேண்டிய நிலுவைத் தொகையை வழங்க உத்தரவிட்டார்.

பின்னாளில் வழக்கு விசாரணையின்போது, சாட்சியம் அளித்த கருணாநிதியின் செயலாளர் வைத்தியலிங்கம், தனது சாட்சியத்தில் 'என்னைப் பொறுத்தவரையில், குற்றநோக்கிலோ, உள்நோக்கம் கொண்டோ, தெரிந்தோ, எனது சொந்த ஆதாயத்துக்காகவோ, இந்தப் பணத்தை பெற்றுக் கொள்ளவில்லை. நான் செய்ததெல்லாம் அந்தப் பணத்தை முதலமைச்சருக்குச் சேர்ப்பிக்கும் தீங்கில்லாத ஒரு கருவியாக இருந்ததுதான்' என்று தெரிவிக்கிறார்..

இந்த ஊழலைப்பற்றி நீதிபதி சர்க்காரியா, 'முதலமைச்சர், வேளாண்மைத்துறை அமைச்சர் ஆகியோரின் வாய்மொழி உத்தரவு களினால் இது நடந்துள்ளது. மோசடியை அடிப்படையாகக்கொண்ட இந்த முறையற்ற தந்திரங்களினால் விமான கம்பெனிக்காரர்கள் முதலில் கவரப்பட்டு மீளமுடியாத சிக்கலில் மாட்டி விடப்பட்டு, வழிக்குக் கொண்டு வரப்பட்டனர். முதலமைச்சர், வேளாண்மைத் துறை அமைச்சர் ஆகியோர் லஞ்சமாகப் பணம் பறிக்க, அவர்களது கோரிக்கைகளுக்கு இவர்கள் பணிய வேண்டியதாயிற்று' என்று குறிப்பிடுகிறார்.

இந்தப் பூச்சி மருந்து தெளிப்புத் திட்டத்தில் இறந்தது பூச்சிகளா, நேர்மையும், உண்மையுமா?

10

சர்க்காரியா கமிஷன்:
கறுப்புப் பட்டியல் ஊழல்

எம்.ஜி.ஆரின் அசுர வளர்ச்சியைப் பார்த்துப் பயந்து, அவருக்குப் போட்டியாக, தனது முதல் மனைவியின் மகன் மு.க.முத்துவை கதாநாயகனாகப் போட்டு, 'பிள்ளையோ பிள்ளை' (பொருத்தமான பெயர்தான்) என்ற திரைப்படத்தைத் தயாரிக்கிறார் கருணாநிதி. இந்தப் படம் பிரமாண்டமான வெற்றியைப் பெறாமல், பெட்டிக்குள் சுருண்டது. 'பிள்ளையோ பிள்ளை'யின் தொடர்ச்சியைத்தான் இன்று நாம் 'வம்சம் என்று பார்த்துக்கொண்டிருக்கிறோம்.

'பிள்ளையோ பிள்ளை' படத்துக்கான மொத்த தயாரிப்புச் செலவு 15 லட்ச ரூபாய். ஆனால், அஞ்சுகம் பிக்சர்ஸின் மொத்த முதலீடே 10 ஆயிரம் ரூபாய்தான். பிறகு எப்படி 15 லட்சம் செலவில் திரைப்படம் எடுக்க முடியும்? அதுதான் தி.மு.க. இதற்காக ரூ.1.25 லட்சம் வெளியிலிருந்து கடன் வாங்கப்படுகிறது. மீதம் உள்ள 14.23 லட்ச ரூபாய் விநியோகஸ்தர்களிடமிருந்து வசூல் செய்யப்பட்ட அட்வான்ஸ் தொகை. ரஜினியின் 'எந்திரன்' படத்துக்குக்கூட, இப்படி போட்டி போட்டுக்கொண்டு அட்வான்ஸ் கொடுத்திருப்பார்களா என்பது சந்தேகமே!

ஒரு புதிய நடிகர் நடிக்கும் படத்தை, அதுவும், எம்.ஜி.ஆருக்குப் போட்டியாக, எம்.ஜி.ஆரை காப்பி அடிக்கும் ஒரு புதுமுக நடிகரின் படத்தை வாங்குவதற்காக ரூ.14.23 லட்சம் அட்வான்ஸ் கொடுப்பார்களா என்பது 'மில்லியன் டாலர்' கேள்வி. இந்த 14.23 லட்சத்தில் பாதிக்கும் மேற்பட்ட தொகையை ராசி அண்ட் கோ, கிரெசென்ட் மூவீஸ், மற்றும் சேது ஃபிலிம் டிஸ்ட்ரிப்யூட்டர்ஸ் ஆகிய மூன்று நிறுவனங்கள் வாங்குகின்றன. இந்த மூன்று நிறுவனங்களிலும் பங்குதாரர், அஹமது யாசின் என்கிற கட்டுமான கம்பெனி நடத்துபவர் என்பது யதேச்சையான நிகழ்வாகக் கருதமுடியாது. அதிலும், சென்னையிலுள்ள அண்ணா மேம்பாலத்தைக் கட்டுவதற்கான கான்ட்ராக்ட் அவரிடம்தான் வழங்கப்பட்டுள்ளது என்பதும் யதேச்சையான நிகழ்வு அல்ல. சரி, எப்படித்தான் இது நடந்தது? இதை சம்பந்தப்பட்ட சாட்சி அஹமது யாசின் வாயாலேயே கேட்போமா?

'சாதாரண சமயமாக இருந்தால் 'பிள்ளையோ பிள்ளை' திரைப் படத்திற்கான விநியோக உரிமைகளை வாங்குவதற்கு நான் முன் வந்திருக்கவே மாட்டேன். இருப்பினும், அப்போது, சென்னையில் உள்ள ஈஸ்ட் கோஸ்ட் கன்ஸ்ட்ரக்ஷன்ஸ் நிறுவனத்தின் கூட்டுப் பங்குதாரராக இருந்தேன். இந்த நிறுவனம் தமிழ்நாடு அரசிற்காக அண்ணா மேம்பாலம் கட்டும் முக்கிய ஒப்பந்தத்தை நிறைவேற்றிக் கொண்டிருந்தது. வேறு சில ஒப்பந்தங்களை நிறைவேற்ற முயன்று கொண்டிருந்தது.

குறிப்பிட்ட சில சலுகைகளுக்காக சென்னைக்குத் தெற்கிலுள்ள பகுதிகளுக்கு இத்திரைப்பட விநியோகஸ்தர் உரிமையை வாங்கிக் கொள்ளுமாறு நான் வற்புறுத்தப்பட்டேன். அப்படத்திற்கான விநியோக உரிமையை வாங்கிக்கொண்டு மு. கருணாநிதியை திருப்திப்படுத்துவதைத் தவிர வேறு மாற்று வழியேதும் எனக்கு இல்லை.'

'பிள்ளையோ பிள்ளை'க்கும் கருணாநிதிதான் கதை வசனம். நீங்கள் இதையும், தி.மு.க. ஆட்சியில் இருந்தபோது 2011 ஆம் ஆண்டில் கருணாநிதி கதை வசனத்தில் வெளிவந்து மிகப் பெரிய வெற்றியைப் பெற்றதாக அறிவிக்கப்பட்டுள்ள, 'இளைஞன்' படத்தைத் தயாரித்த, லாட்டரி அதிபர் மார்ட்டினின் செயலையும் முடிச்சுப் போடக்கூடாது. 'பிள்ளையோ பிள்ளை' படமும், டப்பாவுக்குள் சுருண்டு, படு நஷ்டத்திற்கு உள்ளானது, தனிக்கதை.

தி.மு.க. அரசு, பத்திரிகையாளர்களை எச்சரிப்பதும், வேண்டாத செய்திகளை வெளியிடும் பத்திரிகையாளர்களை வழக்குப் போட்டு

மிரட்டுவதும், பிறகு சம்பந்தப்பட்ட... பத்திரிகையாளர்கள் அரசிடம் பணிந்ததும், அந்த வழக்குகளை குப்பைத் தொட்டிக்கு அனுப்புவதும், நாம் பார்த்து பழகிப்போன ஒரு விஷயம். ஆனால், இது போன்ற நடவடிக்கைகளெல்லாம், தி.மு.க. அரசால், 1969-ம் ஆண்டிலேயே தொடங்கப்பட்டது என்பது ஆச்சரியம் அளிக்கிறது.

அஞ்சுகம் பிக்சர்ஸின் பரிணாம வளர்ச்சிதான் கருணாநிதி குடும்பத்தினரின் திரையுலக வரவு. மகன்கள், பேரன்கள், மருமகன்கள் என்று வரிசையாக சினிமா கம்பெனி ஆரம்பித்து, திரையுலகையே ஸ்வாஹா செய்தார்கள் என்று திரையுலக ஜாம்பவான்களே குறைபடுகிறார்கள். இவர்களுக்கெல்லாம் எங்கிருந்து பணம் வந்தது என்றெல்லாம் கேட்கக்கூடாது.

வர்கீஸ் என்ற ஐ.சி.எஸ். அதிகாரி, தலைமைச் செயலாளராக இருந்து ஓய்வு பெற்றவர். ஓய்வு பெற்ற பிறகு, அவர் தமிழ்நாடு அரசின் திட்ட ஆலோசகராகவும், விஜிலென்ஸ் ஆணையராகவும் பணியாற்றி வந்தார். அவரின் மகன், ஓபல் காரை இந்தியாவில் இறக்குமதி செய்வதில், பல்வேறு முறைகேடுகளில் ஈடுபட்டதாக 'பிராட்வே டைம்ஸ்' என்ற நாளிதழ் செய்தி வெளியிட்டிருந்தது. இந்தச் செய்தியை அடுத்து, ஐ.சி.எஸ். அதிகாரி வர்கீஸ், தமிழக அரசின் தலைமைச் செயலாளருக்கு கடிதம் ஒன்றை அனுப்புகிறார். அந்தக் கடிதத்தில், கார் இறக்குமதி செய்வது தொடர்பாக சரியான நடைமுறைகள் பின்பற்றப்பட்டன என்றும், அதில் எவ்விதமான முறைகேடுகளும் இல்லை என்றும், பிராட்வே டைம்ஸ் பத்திரிகை, அதிகாரிகளை மிரட்டுவதற்காகவே இதுபோன்ற செய்திகளை வெளியிட்டு வருவதாகவும், அதனால் அந்தப் பத்திரிகைமீது அரசு அவதூறு வழக்குத் தொடரவேண்டும் என்றும் குறிப்பிட்டிருக்கிறார்.

இந்தக் கடிதம் கருணாநிதியின் பார்வைக்கு வைக்கப்பட்டது. அந்தப் பத்திரிகையாளர்மீது வழக்குத் தொடர அனுமதி அளிக்கப்படுகிறது. அந்தச் சமயத்தில், 'நானே ஒரு பத்திரிகையாளர்' என்பது அவருக்கு மறந்துவிட்டதா தெரியவில்லை.

வழக்குத் தொடரப்பட்டு, நீதிமன்றம் பிராட்வே டைம்ஸ் பத்திரிகைக்கு சம்மன் அனுப்பியதும் பரபரப்பான காட்சிகள் அரங்கேறின. அந்தப் பத்திரிகையின் அதிபரை முதலமைச்சரின் செயலாளர் தொடர்பு கொண்டு, முதலமைச்சரிடம் வழக்கை வாபஸ் பெற்றுக்கொள்ளும்படி முறையீடு செய்யப்பட்டதாகவும், அதனால் ஒரு மன்னிப்புக் கடிதம் எழுதிக் கொடுத்தால் வழக்கு வாபஸ் பெறப்படும் என்று தகவல் தெரிவிக்கப்படுகிறது.

அந்தப் பத்திரிகையின் அதிபரும் ஒரு கடிதத்தை எழுதுகிறார். அந்தக் கடிதத்தில் வெளியிட்ட செய்திக்கு எவ்வித வருத்தமும் தெரிவிக்காமல், 'பிராட்வே டைம்ஸ் பத்திரிகை சிறிது காலத்திற்கு நிறுத்தி வைக்கப்பட்டிருந்தாலும், இப்போது எனது பத்திரிகைக்கும் முன்னேற்ற நோக்கங்கள் கொண்ட உங்கள் அரசுக்கும் இடையில் நெருங்கிய உறவு நிலவுவதால், வழக்கை வாபஸ் பெற்றுக்கொள்ள கோருகிறேன்' என்று அக்கடிதத்தில் தெரிவிக்கப்படுகிறது. இக்கடிதத்தைப் படித்த கருணாநிதி, அக்கடிதத்தின்மீதே, 'வழக்கு வாபஸ் பெறப்படலாம்' என்று உத்தரவிடுகிறார்..

ஆனால், பிராட்வே பத்திரிகை அதிபர் செரியன் வழங்கிய கடிதத்தில் மன்னிப்புக் கேட்பதுபோன்ற எந்தத் தொனியும் இல்லை. மாறாக, தான் வெளியிட்ட கட்டுரைக்கு நியாயம் கற்பிப்பதாகவே இருந்தது. மேலும், பிராட்வே டைம்ஸ் பத்திரிகைமீது வழக்குத் தொடருவதற்கு முன்பு விரிவாக நடந்த, ஆலோசனை, சட்டத்துறை அமைச்சருடனான ஆலோசனை எதுவுமே, வாபஸ் பெறும்போது கவனிக்கப் படவில்லை அவசர கதியில், அவதூறு வழக்கு வாபஸ் பெறப்பட்ட அதே, வேகத்திலேயே, அந்நிறுவனம், கறுப்புப் பட்டியலில் இருந்தும் எடுக்கப்பட்டிருந்தது.

பிராட்வே டைம்ஸ் பத்திரிகையை அச்சிடுவது, அந்தப் பத்திரிகை நிறுவனத்துக்குச் சொந்தமான, தாம்சன் அண்ட் கம்பெனி. பிராட்வே டைம்ஸ் மீது அரசு அவதூறு வழக்கும், தொடர்வதற்கு முன்பாகவே, தாம்சன் அண்ட் கம்பெனி அரசுடன் எவ்விதமான கான்ட்ராக்டு களிலும் ஈடுபடக்கூடாது என்று கறுப்புப் பட்டியலில் வைக்கப் பட்டிருந்தது. அந்த கம்பெனி, அரசு பாடப் புத்தகங்களை தயாரிப்பதில், கவனக்குறைவாக இருந்த காரணத்தால் இந்நிறுவனம் கறுப்புப் பட்டியலில் வைக்கப்பட்டிருந்தது. அந்த உத்தரவையும் இந்நிறுவனம் தந்திரமாக வாபஸ் பெற வைத்துள்ளது.

இந்த விவகாரத்தில் மொத்தமாகப் பார்த்தால், எதற்காக, கருணாநிதி இவ்வளவு முனைப்பாக, வழக்கை வாபஸ் பெறுவதிலும், அந்நிறுவனத்தை கறுப்புப் பட்டியலில் இருந்து நீக்கவும் முனைப்புக் காட்டினார் என்ற கேள்வி எழும். அங்கேதான் முரசொலி மாறன் வருகிறார். பிராட்வே டைம்ஸின் அதிபர் மேத்யூ செரியனும், முரசொலி மாறனும் நெருங்கிய நண்பர்கள். மாறன் இந்த வழக்கை வாபஸ் பெற்று, கறுப்புப் பட்டியலில் இருந்து அந்த நிறுவனத்தை நீக்கவேண்டும் என்பதில் மிகுந்த முனைப்புக் காட்டி, தன்னிடம் வலியுறுத்தினார் என்பதை கருணாநிதியே தனது வாக்குமூலத்தில் ஒப்புக்கொண்டார். - இவ்வாறு மாறன், கருணாநிதிக்கு நெருக்கடி

கொடுத்தது வெறும் நட்பா என்றால் இல்லை. பிராட்வே டைம்ஸ் தேர்தல் சமயங்களில் மாறனுக்கு தன்னுடைய காரை வழங்கி உதவி செய்திருக்கிறது என்பதும் விசாரணையில் தெரியவந்தது.

இவ்வழக்கில் முக்கியமாக கவனிக்கவேண்டிய விஷயம், ஒரு தனியார் நிறுவனம், அரசின் கான்ட்ராக்டைப் பெற்று, பாடநூல் தயாரிக்கும்போது, முறைகேடுகளில் ஈடுபட்டு, அரசுக்கு நஷ்டம் ஏற்படுத்துகிறது. அவ்வாறு நஷ்டம் ஏற்படுத்திய நிறுவனத்தை கறுப்புப் பட்டியலில் வைக்க ஒரு நேர்மையான அதிகாரி அரசுக்குப் பரிந்துரை செய்து, அவ்வாறே அந்நிறுவனத்தை கறுப்புப் பட்டியலில் வைக்கிறார்.

அந்த அதிகாரியைப் பழி வாங்கவேண்டும் என்ற நோக்கத்திற்காக, அந்தப் பத்திரிகை அவரைப் பற்றிய அவதூறான செய்திகளை வெளியிடுகிறது. அப்பத்திரிகை மீது வழக்குத் தொடுக்கவேண்டும் என்று, அதனால் பாதிக்கப்பட்ட அதிகாரி, அரசுக்குப் பரிந்துரை செய்ததன் அடிப்படையில் வழக்கும் தொடுக்கப்படுகிறது.

வழக்குத் தொடுக்கப்பட்ட பின், முதலமைச்சரின் மருமகன், முதல்வர் மீதான தனது செல்வாக்கைப் பயன்படுத்தி, அந்த வழக்கை வாபஸ் பெற வைத்ததோடு, ஊழலில் ஈடுபட்ட அந்த நிறுவனத்தை கறுப்புப் பட்டியலில் இருந்தும் நீக்க உதவுகிறார்.

கருணாநிதியின் இந்த நடவடிக்கைகளைப் பற்றி சர்க்காரியா, 'இவ்வழக்கில் வரக்கூடிய நியாயமான முடிவு என்னவெனில், சரியான நடைமுறையைப் பின்பற்றாமல், குறுக்கு வழியில் செல்லவும், தம்முடைய சட்டத்துறை அமைச்சரின் கருத்தை முரட்டுத்தனமாக ஒதுக்கிவிட்டுச் செல்லவும், தொடர்புடைய மற்ற இரண்டு அமைச்சர்களும் தங்கள் கருத்துக்களைத் தெரிவிக்கும் வாய்ப்பைத் தர மறுக்கவும், மாறனின் அலுவல் சார்பற்ற தனிப்பட்ட செல்வாக்கு காரணமாக கருணாநிதி செரியனுக்கு உதவும் நோக்கத்திற்குத் தூண்டப்பட்டுள்ளார்' என்பதேயாகும்.

11

சர்க்காரியா கமிஷன்:
மதுபான ஆலை ஊழல்

சர்க்காரியா கமிஷன் விசாரித்த வழக்குகளில், மதுபான ஆலைக்கு அனுமதி கொடுத்த விவகாரம் சுவாரஸ்யமானது.

முதலில் வருபவருக்கு முன்னுரிமை கொடுத்த ஊழலில் சிக்கி சிறையிலிருக்கிறார், முன்னாள் மத்திய அமைச்சர் ராசா. முதலில் வராதவருக்குக்கூட முன்னுரிமை உண்டு தெரியுமா? சொல்லாததையும் செய்யக்கூடியவர்களுக்கு இதெல்லாம் ரொம்ப சாதாரணம். இதைத்தான் சர்க்காரியா கமிஷன் விசாரித்தது.

இன்றைக்கு தடுக்கி விழுந்தால் டாஸ்மாக் கடைகள்தான். தமிழகமே இன்று போதையில் தள்ளாடிக் கொண்டு இருக்கிறது. டாஸ்மாக் கடை நடத்துகிறீர்களே... கள் இறக்க, மட்டும் அனுமதி இல்லையா? என்று போராடி வருபவர்களும் இருக்கிறார்கள். முன்பு ஒரு காலத்தில் தமிழகத்தில் பூரண மதுவிலக்கு இருந்தது என்று சொன்னால் நம்புவீர்களா? தமிழகத்தில் பூரண மதுவிலக்கு 1971-ம் ஆண்டுவரையில் இருந்தது. அதன் பின்னர்தான் மதுவிலக்கு விலக்கிக்கொள்ளப்பட்டது.

மதுவிலக்கை நீக்கியதால், மது தயாரிக்க தொழிற்சாலை வேண்டுமே... தமிழக அரசு மதுபானங்கள் தயாரிக்கும் ஆலைகளுக்கு அனுமதி கொடுக்க முன்வந்தது. மது ஆலை நடத்துபவர்களுக்கு என்னென்ன தகுதிகள் இருக்கவேண்டும் என்று வரையறுத்தது.

ஆலை நடத்த நினைப்பவரின் நிதி நிலைமை நன்றாக இருக்க வேண்டும். நிர்வாகத் திறமை, மாநில அரசின் மதிப்பீட்டுச் சான்றளிக்கவேண்டும். தமிழ்நாட்டைச் சேர்ந்தவராக இருக்க வேண்டும் - ஆலை ஆரம்பிக்க விண்ணப்பிக்க இதுதான் தகுதிகள்.

அரசு நிர்ணயித்த தகுதி திறமைகள் கொண்ட பல கம்பெனிகள் ஆர்வமுடன் அரசு குறிப்பிட்ட தேதிக்குள் விண்ணப்பித்தார்கள். விண்ணப்பங்களை ஆய்வு செய்த தொழில் துறைச் செயலாளர் எட்டு நிறுவனங்களின் விண்ணப்பங்கள் தகுதியானவை என்று குறிப்பு எழுதுகிறார். இவ்வாறு அவர் குறிப்பு எழுதிய பிறகு நடக்கும் கூட்டத்தில், கருணாநிதி புதிய உத்தரவைப் பிறப்பிக்கிறார். 'பீர் தொழிற்சாலையை நிறுவுவதற்காக இன்னொரு விண்ணப்பதாரரைத் தேர்வு செய்யலாம்' (எட்டு கம்பெனிகள் பத்தாதா?) இதைத் தொடர்ந்து, ஏ.எல்.சீனிவாசன் என்பவர் புதிய விண்ணப்பத்தை அளிக்கிறார். இப்போது ஒன்பது விண்ணப்பங்களில் யார் தேர்ந்தெடுக்கப்படுவார்கள்? இதிலென்ன சந்தேகம். கடைசியாக வந்த ஏ.எல்.சீனிவாசனுக்கு அனுமதி கிடைக்கிறது. அவரோடு சுல்தான் மரைக்காயர் அண்ட் சன்ஸ் லிமிடெட், கோத்தாரி அண்ட் சன்ஸ் ஆகிய மூன்று நிறுவனங்கள் தேர்ந்தெடுக்கப்படுகின்றன.

சரி... ஏ.எல்.சீனிவாசன் மட்டும்தான் பின்வாசல் வழியாக நுழைந்தார். மற்ற இரு நிறுவனங்களும் ஒழுங்காக ஆணை பெற்றிருக்கும் என்று நினைத்தால் நீங்கள் ஏமாந்து போய்விடுவீர்கள். சுல்தான் மரைக்காயர் மற்றும் கோத்தாரி நிறுவனங்களின்மீது, சர்க்காரியா விசாரணை ஆணையத்திலேயே இரண்டு தனி விசாரணைகள் நடைபெற்றன.

1973-ம் ஆண்டு ஜூன் மாதத்தில், ஏ.எல்.சீனிவாசனுக்கு பீர் தொழிற்சாலை அமைக்க அனுமதி வழங்கப்படுகிறது. அனுமதிக் கடிதத்தில் சில கண்டிஷன்கள் போடப்படுகின்றன. ஆறு மாதங்களுக்குள் தொழிற்சாலையை நிறுவவேண்டும் என்பது முக்கியமான கண்டிஷன். அது அந்த அனுமதிக் கடிதத்தில் குறிப்பிடப்படுகிறது. சீனிவாசன் என்ன செய்கிறார் தெரியுமா? 'ஆறு மாதங்களுக்குள் என்னால், தொழிற்சாலையை நிறுவ முடியாது. அதனால், 18 மாதங்கள் அனுமதி கொடுங்கள்' என்று அரசைக் கேட்கிறார். அவகாசம் கேட்டதை வைத்தே, அவருக்குக் கொடுக்கப்பட்ட லைசென்ஸை ரத்து செய்யலாம். ஆனால், ஆரம்பத்திலிருந்தே விதி மீறல் இருப்பதால், இப்போதும், இவரது கோரிக்கை பரிசீலிக்கப் பட்டு, மேலும் ஆறு மாதங்களுக்கு நீட்டிப்பு செய்யப்படுகிறது.

அப்போதாவது அவர் தொழிற்சாலையைத் தொடங்கினாரா என்றால் இல்லை. மீண்டும் 12 மாதங்கள் அவகாசம் கேட்கிறார். அதற்குள் செப்டம்பர் 1974 முதல், மீண்டும் தமிழ்நாட்டில் பூரண மதுவிலக்கு

அமல்படுத்தப்படுகிறது. ஏ.எல்.சீனிவாசனுக்குக் கொடுக்கப்பட்ட லைசென்ஸ் ரத்தாகிறது.

இந்த வழக்கு சர்க்காரியா கமிஷனில் விசாரணைக்கு வந்தது.

வழக்கை விசாரித்த நீதிபதி, 'யார் இந்த ஏ.எல்.சீனிவாசன்?' என்று ஆர்வமாக விசாரித்தார். அவருக்காக ஏன் அரசின் சட்டங்கள் இந்த அளவுக்கு வளைந்து கொடுத்தன என்பது அவரின் ஆதங்கம். சீனிவாசனின் பலத்தை அறிய எண்ணி விசாரணை நடத்துகிறார்.

அப்போதைய முதல்வர் கருணாநிதியின் நெருங்கிய நண்பர் ஏ.எல்.சீனிவாசன் என்பது விசாரணையில் தெரிய வந்தது. 'மெஜஸ்டிக் என்கிற திரைப்படத் தயாரிப்பு நிறுவனம் தனக்கு தரவேண்டிய பாக்கியை கருணாநிதியின் வேண்டுகோளின் பேரில் தள்ளுபடி செய்ய வேண்டி வந்தது'' என்று பக்தவச்சலம் என்பவர் சர்க்காரியா கமிஷனில் சாட்சியம் அளித்தார். இது மட்டுமல்ல, அரசு செய்தி நிறுவனம் தயாரிக்கும் படங்கள் தொடர்பாக பெரும்பாலான பணிகள் ஏ.எல்.சீனிவாசனின் சாரதா ஸ்டூடியோவுக்கே வழங்கப்பட்டிருந்தது. இது மட்டுமல்லாமல், தொழிலாளர்களுக்குக் கட்டவேண்டிய வருங்கால வைப்பு நிதியை சாரதா ஸ்டூடியோஸ் கட்டவேயில்லை. இது தவிரவும் பல்வேறு காரணங்களுக்காக சாரதா ஸ்டூடியோஸில் நடந்த வேலை நிறுத்தத்தை அப்போது இருந்த தொழிலாளர் நலத்துறை அமைச்சர் என்.வி.நடராஜனை வைத்து, தொழிலாளருக்கு எதிரான ஓர் ஒப்பந்தத்தில் கையெழுத்திட தொழிலாளர் அமைப்புகள் வற்புறுத்தப்பட்டன. வேறு வழியில்லாமல் அவர்களும் ஒப்புக் கொண்டு கையெழுத்துப் போட்டதும் விசாரணையில் தெரிய வந்தது.

மதுபான ஆலை அமைக்க அரசு நியமித்த நிபந்தனைகளில் முக்கியமான ஒன்று, 'நிதி நிலைமை நன்றாக இருக்கவேண்டும்' என்பது. தொழிலாளருக்கு சட்டபூர்வமான ஒரு விதிப்படி கட்டவேண்டிய கட்டணத்தையே செலுத்தத் தவறிய ஒரு நபர் எப்படி நல்ல நிதி நிலையில் இருப்பார்? ஆனால், இதைப்பற்றியெல்லாம் யாருக்குக் கவலை? அவர் தமிழர் அல்லவா? தமிழறிஞரின் நண்பர் அல்லவா? இந்தத் தகுதி போதாதா?

விசாரணையின் இறுதியில், மதுபானத் தொழிற்சாலை அமைப்பதற்காக ஏ.எல்.சீனிவாசன், ஒரு துண்டு நிலத்தைக்கூட வாங்கவில்லை என்பது தெரியவந்தது. சீனிவாசனின் உண்மையான நோக்கம், 'சென்னை புறநகரில், மதுபானத் தொழிற்சாலைக்கு கிடைத்த லைசென்ஸை வைத்து 100 ஏக்கர் நிலத்தை ஸ்வாஹா பண்ணவேண்டும்' என்பதுதான்.

ஒரு மது பானத் தொழிற்சாலைக்கு அனுமதி வழங்குவதிலேயே இத்தனை தகிடுதத்தங்கள்!

12

சர்க்காரியா கமிஷன்: வீராணம் ஊழல்

சர்க்காரியா கமிஷன் விசாரித்த ஊழல்களில் 'வீராணம் ஊழல்' மிக முக்கியமானது. ஊழல் செய்வதற்காகவே விதிமுறைகளை மாற்றியதாகவும், அதை எதிர்த்த அமைச்சர்கள் மிரட்டப்பட்டதும் விசாரணையில் தெரிய வந்தது.

எழுபதுகளின் தொடக்கத்தில் சென்னை நகரில் தண்ணீர்ப் பஞ்சம் தலைவிரித்து ஆடியது. சென்னை மக்களின் குடிநீர்த் தேவையை பூர்த்தி செய்வதற்காக வீராணம் ஏரியிலிருந்து குழாய்கள் மூலம் சென்னைக்கு தண்ணீர் கொண்டு வர திட்டம் தீட்டப்பட்டது. இதுதான் வீராணம் திட்டம்.

சென்னை நகரிலிருந்து 222 கி.மீ. தூரத்தில் கடலூர் மாவட்டத்தில் உள்ளது வீராணம் ஏரி. அங்கிருந்து சுத்திகரிக்கப்படாத நீரை எடுத்து, நெய்வேலிக்கு அருகிலுள்ள வடக்குத்து என்ற இடத்தில் அமைக்கப் பட இருந்த சுத்திகரிப்பு நிலையத்தில் சுத்தம் செய்து, சென்னை மாநகருக்கு 198 கிலோ மீட்டர் நீளத்திற்கு குழாய்கள் பதித்து, அதன் மூலமாக குடிநீரை சென்னைக்கு அனுப்பவேண்டும் என்பதுதான் இந்தத் திட்டம். இதற்காக பல நூறு கோடியில் திட்டம் தீட்டப்பட்டது.

ஐம்பதுகளில், பொதுப்பணிக்கான ஒப்பந்தம் வழங்குவதை ஒரு சில பொறியாளர்கள் முடிவெடுக்க அதிகாரம் கொடுக்கப்பட்டிருந்தது. 1954-ம் ஆண்டு, சுந்தரம் என்ற ஐ.சி.எஸ். அதிகாரி, இதுபோல, தனிநபர் ஒருவருக்கு அதிகாரம் வழங்குவது மக்களாட்சி முறைக்கு உகந்ததல்ல என்றும், நான்கு துறைகளின் பொறியாளர்கள் அடங்கிய குழு ஒன்றை அமைத்து முடிவெடுக்கலாம் என்றும் ஆலோசனை தெரிவித்தார்.

காமராஜர் காலத்தில், கக்கன் பொதுப்பணித்துறை அமைச்சராக இருந்தபோது, பொறியாளர்கள் குழுவை அமைத்து, அதன் மூலம் முடிவெடுக்கலாம் என்று நடைமுறையைக் கொண்டு வந்தார். இதுபோல், பொறியாளர்கள் குழுவை அமைத்ததனால்தான் காமராஜர், 'பெருந்தலைவர்' ஆனார்.

காங்கிரஸ் ஆட்சி போனதும் தி.மு.க. ஆட்சியில் கருணாநிதி பொதுப் பணித்துறை அமைச்சரானார். 'எல்லா முடிவையும் பொறியாளர்கள் எடுத்தால், அரசியல்வாதிகள் எதுக்கு இருக்கோம்' என்று தோன்றியதோ என்னவோ... 'பொறியாளர்களிடம் கருத்தை மட்டும் கேட்டுக்கொண்டு, முடிவை அரசு எடுக்கலாம்' என்று புது நடைமுறையை உருவாக்க நினைக்கிறார்.

இதற்கு நடுவே, வீராணம் குழாய் அமைக்கவேண்டிய திட்டத்தைப் பற்றிப் பேச்சு கிளம்புகிறது. 'வீராணம் போன்ற திட்டத்தில் இன்ஜினீயர்கள் கருத்தைக் கேட்டு, முடிவை நாம் எடுப்போம்' என்று திட்டமிட்டார்.

இது தொடர்பான அரசாணையைத் திருத்தி புதிய அரசாணை வெளிவருகிறது.

குழாய் அமைக்க விரும்புவோர் வரலாம்' என்று டெண்டர் வெளியிடப்படுகிறது. இந்த டெண்டரில், ஐந்து நிறுவனங்கள் பங்கெடுக்கின்றன. இறுதியில் 'சத்தியநாராயணா பிரதர்ஸ்' என்ற நிறுவனம் தேர்ந்தெடுக்கப்படுகிறது. செல்போன் சேவை நடத்தும் நிறுவனங்களை எல்லாம் விட்டுவிட்டு, கட்டுமானப் பணிகளில் உள்ள, யூனிடெக், ஸ்வான் போன்ற நிறுவனங்களுக்கு ஸ்பெக்ட்ரத்தைக் கொடுத்தவர்களல்லவா? அதே டெக்னிக்தான் இங்கும் கடைப் பிடிக்கப்பட்டது.

சத்தியநாராயணா நிறுவனத்தோடு ஏறக்குறைய சமநிலையிலிருந்த தாராப்பூர் நிறுவனத்துடனோ, போட்டியிட்ட மற்ற நிறுவனங்களான இண்டியன் ஹ்யூம் பைப்ஸ், கேரளா ப்ரேமோ பைப் மற்றும்

யுனிவர்சல் பைப்பிங் கன்ஸ்ட்ரக்ஷன் போன்ற நிறுவனங்களுடனோ பேச்சுவார்த்தை நடத்தி, டெண்டர் கொடுத்த விலையைக் குறைப்பதற்கான எந்த முயற்சியும் எடுக்கப்படவில்லை.

இதற்குப் பிறகு, 'சத்திய நாராயணா நிறுவனம், கூட்டு ஒப்பந்தம் செய்துள்ள வெளிநாட்டு நிறுவனங்களை நேரில் ஆய்வு செய்து, அந்த நிறுவனங்களிடம் இத்திட்டத்திற்குத் தேவையான குழாய்களைத் தயாரிக்கும் அளவுக்கு வசதி இருக்கிறதா என்பதை ஆய்வு செய்ய வேண்டும். அதன் பிறகு, இந்நிறுவனத்துக்கு ஒப்பந்தம் வழங்கலாம்' என்று பொதுப்பணித் துறையின் தலைமைப் பொறியாளர் குறிப்பு எழுதுகிறார்.

இந்தக் குறிப்பை அப்போதைய பொதுப்பணித்துறை அமைச்சராக இருந்த சாதிக் பாட்சாவிடம் அளிக்கிறார். அவர் தலைமைப் பொறியாளரை அழைத்து, 'முதலில், வேலைக்கான ஆணையை வழங்கிவிட்டு, அதன் பிறகு தகுதி இருக்கிறதா என்று பார்ப்போம். முதலமைச்சர் விருப்பப்படி நடந்துகொள்ளுங்க. அவ்ளோதான்... சொல்லிட்டேன்' என்று கூறுகிறார். அதன் பிறகு, இந்தக் கோப்பு, அப்போதைய நிதித் துறைச் செயலாளரிடம் போகிறது.

இப்போது இருப்பதுபோல, ஆட்சியாளர்களுக்கு காது கிழியும் வகையில் ஜால்ரா அடிக்கும் அதிகாரிகள் அப்போது இல்லை. அப்போதைய நிதித்துறைச் செயலாளர், கோப்புகளை விரிவாக ஆராய்ந்து அறிக்கையை அளிக்கிறார். அவர் தனது அறிக்கையில், 'முதலில் இந்நிறுவனங்களின் தொழிற்சாலைகளை நேரில் சென்று ஆய்வு செய்தால்தான், இவர்கள் கூறும் வசதிகள் இல்லாவிட்டால் டெண்டரை நிராகரிக்க முடியும். மேலும், வெளிநாட்டில் உள்ள தொழிற்சாலையை நேரில் ஆய்வு செய்தால், அந்த நிறுவனங்களோடு, நேரடியாக ஒப்பந்தம் செய்து, அரசுக்கான செலவை குறைக்கவும் வழி இருக்கும்' என்று கூறுகிறார்.

மேலும், 'சத்தியநாராயணா பிரதர்ஸ் நிறுவனம், அது நிறுவ இருக்கும் தொழிற்சாலைக்காக 75 சதவிகிதத் தொகையை வட்டியில்லாத முன்பணமாக வழங்கவேண்டும் என்று கேட்பது, முறையற்ற செயல். ஆகவே, அனைத்து நிறுவனங்களோடும் பேச்சுவார்த்தை நடத்தலாம்' என்று எழுதுகிறார். இவர் நிதித்துறைச் செயலராக இருந்தால் இவர் சொன்னதையெல்லாம் கேட்கவேண்டுமா என்ன? இதையெல்லாம் ஒதுக்கிவிட்டு, சத்தியநாராயணா பிரதர்ஸ் நிறுவனம் அளித்த டெண்டர் தாற்காலிகமாக ஏற்றுக்கொள்ளப்பட்டது என்று முடிவெடுக்கப்படுகிறது.

இதன் பிறகு, பொதுப்பணித்துறை அமைச்சர் சாதிக் பாட்சா, கூடுதல் தலைமைச் செயலாளர் விஸ்வநாதன், மற்றும் தலைமைப் பொறியாளர் உசேன் ஆகியோர் ஈரான், மேற்கு ஜெர்மனி, சுவிட்சர்லாந்து, ஹாலந்து, இங்கிலாந்து, பிரான்ஸ், இத்தாலி, கிரேக்கம் ஆகிய நாடுகளுக்கு தொழிற்சாலைகளை ஆய்வு செய்வதற்காகச் செல்கிறார்கள். அவர்களும் வெளிநாடுகளைச் சுற்றிப் பார்க்கவேண்டாமா?!

நன்றாக ஊர் சுற்றிப் பார்த்துவிட்டு வந்த தலைமைப் பொறியாளர் உசேன், 'சுருக்கமான அறிக்கை' ஒன்றை சமர்ப்பிக்கிறார். 'அந்த அறிக்கையும் தொழில்நுட்ப அறிக்கைபோல இல்லாமல், 'சுற்றுப்பயணக் குறிப்பு'போல இருந்தது' என்று நீதிபதி சர்க்காரியா குறிப்பிடுகிறார். அவர்கள் ஃபேக்டரியை பார்க்கவா சென்றார்கள்? வெளிநாட்டுக்கு 'இன்பச் சுற்றுலா' அல்லவா சென்றார்கள். அப்புறம் எப்படி தொழில்நுட்ப அறிக்கையை சமர்ப்பிக்க முடியும்?

சுற்றுப்பயணம் முடிந்ததும், சத்தியநாராயணா பிரதர்ஸ்-க்கு ஆணை வழங்கலாம் என்று முடிவெடுக்கப்படுகிறது. தாற்காலிகமாக ஏற்றுக் கொள்ளப்பட்ட டெண்டர், நிரந்தரமாக ஏற்றுக்கொள்ளப்பட்டது. தொழிற்சாலை அமைப்பதற்காக 75 சதவிகித முன்பணத்தை வட்டியில்லாமல் வழங்க உத்தரவிடப்படுகிறது. நிதித்துறைச் செயலாளர் அப்போதும் இதற்கு எதிர்ப்புத் தெரிவித்து, 'முன்பணம் வழங்கக்கூடாது' என்று கூறுகிறார். ஓரளவுக்கு எதிர்ப்புத் தெரிவித்த தோடு தனது பணி முடிந்ததாக அவர் நினைத்திருக்கக்கூடும். - இதுதொடர்பாக நடந்த விசாரணைகளில், 'வீராணம் திட்டத்தில் கருணாநிதி எடுத்த நடவடிக்கை, அதன் நோக்கம் என்ன என்கிற சந்தேகத்தை எழுப்புகிறது' என்று நீதிபதி சர்க்காரியா குறிப்பிடுகிறார். மேலும், 'வீராணம் திட்டத்திற்காக முடிந்துபோன ஒரு கோப்புக்கு மீண்டும் உயிர் கொடுக்கப்பட்டதும், விதிகளில் திருத்தம் ஏற்படுத்தப் பட்டதும் இத்திருத்தத்தில் உள்நோக்கம் இருக்கிறது என்பதை நிரூபிக்கிறது' என்கிறார் சர்க்காரியா.

இந்த ஆணையத்தின் முன் சாட்சியளித்த நிர்வாகப் பொறியாளர் சிவராமன், 'முதலமைச்சர் விருப்பப்படி சத்தியநாராயணா பிரதர்ஸ் அனுப்பிய டெண்டரை பரிந்துரை செய்யவில்லை என்றால் கடுமையான விளைவுகள் ஏற்பட்டிருக்கும். உலகிலுள்ள எல்லா நாடுகளிலிருந்தும் டெண்டர்கள் கேட்ட பிறகு, குறிப்பாக ஒரு டெண்டரை தாற்காலிகமாக ஏற்றுக்கொள்வதை என்னுடைய 31 ஆண்டுகாலப் பணி அனுபவத்தில் நான் பார்த்ததில்லை. வீராணம் திட்டத்தில்தான் இவ்வாறு ஏற்றுக்கொள்ளப்பட்டிருக்கிறது' என்று கூறியிருந்தார். இதிலிருந்தே இத்திட்டத்திற்கு எதிர்ப்புத் தெரிவித்த ஒவ்வொருவரும் எப்படி மிரட்டப்பட்டிருந்தார்கள் என்பது தெரியும்.

சரி! இவ்ளோ கஷ்டப்பட்டு, சத்திய நாராயணா பிரதர்ஸ் நிறுவனத்துக்கு கருணாநிதியும், பொதுப்பணித்துறை அமைச்சர் சாதிக் பாட்சாவும், எதற்காக இப்படி வரிந்து கட்டிக்கொண்டு வேலை பார்த்தார்கள் என்ற சந்தேகம் எழுகிறதல்லவா? இதற்கான விடையை அந்நிறுவனத்தின் உரிமையாளர் சத்தியநாராயணாவின் மகன், புருஷோத்தம் தனது அறிக்கையில் விளக்குகிறார்.

முரசொலி மாறனுக்கு சென்னை பச்சையப்பன் கல்லூரியை நடத்தும், பச்சையப்பன் அறக்கட்டளையில் உறுப்பினராக வேண்டுமென விருப்பம் இருந்தது. அதனால், பச்சையப்பன் அறக்கட்டளையில் உறுப்பினராக இருந்த சத்தியநாராயணா பிரதர்ஸ் நிறுவனத்தின் உரிமையாளர் சத்தியநாராயணாவின் மருமகன் புருஷோத்தம் என்பவரோடு, மாறன் தொடர்பை ஏற்படுத்திக்கொண்டார்.

முரசொலி மாறன் முதலமைச்சரின் மருமகன் என்பதால், புருஷோத்தமும் அவருடன் நெருங்கிப் பழகுகிறார். 1970 ஜனவரி மாதம், பச்சையப்பன் ட்ரஸ்ட் அறங்காவலராக இருந்த எம்.ஏ.எம். முத்தையா செட்டியார் இறக்கிறார். அவருடைய இடம் தன்னால் நிரப்படப்பட வேண்டும் என்று புருஷோத்தமிடம் மாறன் தெரிவிக்கிறார். முதலமைச்சரின் மருமகனை எதிர்த்து, வேறு யாரும் தேர்ந்தெடுக்கப்பட்டுவிட முடியுமா என்ன? மாறனின் பெயரை புருஷோத்தம் முன்மொழிய, மாறனின் ஆசைப்படி அவர் பச்சையப்பன் அறக்கட்டளையின் உறுப்பினராகிறார். சில நாட்களிலேயே, அந்த அறக்கட்டளையின் தலைவர் பதவியையும் மாறன் கைப்பற்றுகிறார்.

தலைவர் பதவியை மாறனுக்கு விட்டுக் கொடுத்த புருஷோத்தம், பதிலுக்கு வீராணம் குழாய்கள் அமைக்கும் பணியை தனக்கு பெற்றுத் தருமாறு கேட்கிறார். 'நான் காண்ட்ராக்ட் வாங்கித் தருகிறேன். எனக்கு இரண்டரை சதவிகிதத்தை கமிஷனாகத் தரவேண்டும்' என்று மாறன் கேட்கிறார். உடனே கணக்குப் போட்டு, வீராணம் திட்டத்தின் மொத்த திட்டச் செலவான 16 கோடியில் இரண்டரை சதவிகிதமான 40 லட்ச ரூபாயை தனக்குக் கொடுத்து விடுமாறு கேட்கிறார். புருஷோத்தமும் அதற்கு ஒப்புக்கொள்கிறார்.

பேச்சுவார்த்தை முடிந்ததும், சத்தியநாராயணா பிரதர்ஸ் நிறுவனத்திற்கு பூர்வாங்கமாக ஒப்பந்தம் வழங்கி ஓர் உத்தரவுவேண்டுமென்று கேட்கிறார்கள். மாறன் மட்டும் சளைத்தவரா என்ன? 'உங்களுக்கு அதுபோல உத்தரவு வழங்கப்படும். அதற்கு முன்னால பேசிய தொகை 40 லட்ச ரூபாய்வேண்டும்' என்கிறார்.

புருஷோத்தம், தன் மாமனார் சத்தியநாராயணா ரெட்டியிடம் இந்தத் தகவலை தெரிவிக்கிறார். அவர், இவ்வளவு பெரிய தொகையை மொத்தமாகத் தர முடியாது. அதனால் கொஞ்சம் குறைத்துக் கொள்ளச் சொல்லி பேசு என்று கூறுகிறார்.

மாறனிடம் பேச்சுவார்த்தை நடக்கிறது. 'மொத்தமாகத் தர முடியாது. முதலில் 10 அல்லது 15 லட்ச ரூபாய் வாங்கிக் கொள்ளுங்கள்' என்று புருஷோத்தம் கேட்கிறார். மாறனோ, 'நான் ஒன்றும் பெரிய தொகையைக் கேட்டுவிடவில்லை. 40 லட்சத்தைத்தான் கேட்டுள்ளேன். தராவிட்டால், வேறு யாருக்காவது ஒப்பந்தத்தைக் கொடுத்து விடுவேன்' என்று கூறுகிறார். (அந்த சமயத்தில்தான் சென்னை அண்ணா சாலையில் வீட்டோடு சேர்த்து, 1240 சதுர அடி இடத்தை மாறன் 45 ஆயிரம் ரூபாய்க்கு வாங்கினார் என்பதிலிருந்து அப்போதைய பண மதிப்பைப் புரிந்து கொள்ளலாம்.)

ஒரு வழியாக, மீதித் தொகையை பின்னால் தருவது என்றும், முதல் தவணையாக ஒரு தொகை தரப்படவேண்டும் என்றும் முடிவெடுக்கப் படுகிறது. ஒப்பந்தப் புள்ளிகள் முடிவடைவதற்கு முன்பாக, பேச்சு வார்த்தைகள் நடந்துகொண்டிருக்கும்போதே, புருஷோத்தமும் அவர் மாமனார் சத்தியநாராயணா ரெட்டியும், மாறனோடு சேர்ந்து கருணாநிதியின் இருப்பிடத்திற்குச் சென்று, 5 லட்ச ரூபாயை வழங்குகிறார்கள். இதையடுத்து, குழாய் அமைக்கும் திட்டத்தைச் செயல்படுத்துவதற்காக அரசிடமிருந்து சத்தியநாராயணா பிரதர்ஸுக்கு 3.9 கோடி ரூபாய் வழங்கப்படுகிறது. பதிலுக்கு புருஷோத்தம், 32 லட்ச ரூபாயை நேரடியாகவும் மாறன் மூலமாகவும் கருணாநிதியிடம் கொடுக்கிறார்.

சர்க்காரியா கமிஷன் இந்த வழக்கை விசாரித்தபோது, '32 லட்ச ரூபாய் கறுப்புப் பணத்திலிருந்து கருணாநிதிக்கு வழங்கப்பட்டுள்ளது என்பதால், கருணாநிதியும் இக்குற்றத்திற்கு உடந்தையானவர் என்கிற வாதத்தை ஏற்றுக்கொள்ள முடியாது' என்றெல்லாம் கருணாநிதி தரப்பில் வாதாடப்பட்டது. ஆனால், புருஷோத்தம், தேதி வாரியாக எந்தெந்த நாட்களில், வங்கியிலிருந்து எவ்வளவு தொகை எடுக்கப் பட்டு கருணாநிதியிடம் கொடுக்கப்பட்டது என்ற விவரங்களை கமிஷன் முன்பு தாக்கல் செய்தார்.

ஒருமுறை கருணாநிதியிடம் நேரடியாக பணத்தை எடுத்துச் சென்று கொடுத்ததை கமிஷனிடம், 'கரன்சி நோட்டுக்களாக, 6 லட்ச ரூபாயை எடுத்துக்கொண்டு மாறன் வீட்டுக்குச் சென்றோம். மாறன் கருணாநிதி வீட்டிற்குக் கூட்டிச் சென்றார். பணம் அடங்கிய தோல்

பெட்டியை கருணாநிதி முன்னிலையில் மேசை மீது வைத்தேன். கருணாநிதி பணத்தை எடுத்துக்கொண்டு காலி பெட்டியை திருப்பிக் கொடுத்தார்' என்று புருஷோத்தம் விரிவாக சாட்சியம் அளித்திருந்தார்.

இந்த ஒப்பந்தம் குறித்து பேச்சுவார்த்தைகள் நடந்து கொண்டிருந்த போது, சிவராமன் என்ற பொதுப்பணித்துறை அதிகாரி, தாராப்பூர் மற்றும் சத்தியநாராயணா பிரதர்ஸ் ஆகிய இரு நிறுவனங்களின் ஒப்பந்தப் புள்ளிகளையும் ஒப்பிட்டுப் பார்த்து, முக்கியமான ஒரு விஷயத்தைச் சொன்னார். குழாய்கள் அமைக்கும்போது, அவற்றை சோதனை செய்து பார்க்க, 12 கோடி காலன் தண்ணீர் தேவைப்படும் என்றும் அந்தத் தண்ணீருக்கு ஆகும் செலவாக அரசு, தங்களுக்கு 96 லட்சம் தரவேண்டுமென்றும் சத்தியநாராயணா பிரதர்ஸ் கேட்டிருந்தனர். தாராப்பூர் நிறுவனமோ, இதுபோன்ற ஏற்பாட்டிற்கு ஆகும் செலவை அவர்களே ஏற்றுக் கொள்வதாகத் தெரிவித்திருந்தனர் என்பதுதான் அது.

இந்த எதிர்ப்புகளையும், கருத்துக்களையும் மீறித்தான் சத்தியநாராயணா நிறுவனத்துக்கு வேலை ஆணை வழங்கப்பட்டிருக்கிறது. பணத்தை தண்ணீராக செலவு செய்வது என்பது இதுதானா?

வீராணம் திட்டத்தில் எவ்வளவு பணம் வீணாக செலவழிக்கப்பட்டது என மாநில கணக்காயர் குழு ஆய்வு செய்து அறிக்கை தாக்கல் செய்தது. அந்த அறிக்கையின்படி, கூடுதல் நிதிச் சலுகைகள், தவிர்க்கத்தக்க செலவு, தரக்குறைவான குழாய்களால் ஏற்பட்ட நஷ்டம், தரக்குறைவான சிமெண்ட், மேற்பார்வைப் பணிக்கான கூடுதல் செலவு என்று மொத்தத்தில் 7 கோடி ரூபாய் அரசுக்கு இழப்பு என்று குறிப்பிடப்பட்டிருந்தது.

'கருணாநிதிக்கு மட்டும்தான் லாபமா, அப்படியென்றால், மாறனுக்கு? என்ற கேள்வி வருகிறதா? பதில் இதோ! முரசொலி கட்டடம் கட்டும் பணி, சத்தியநாராயணா பிரதர்ஸின் துணை நிறுவனமான மகாலட்சுமி கன்ஸ்ட்ரக்ஷன் நிறுவனத்திடம் ஒப்படைக்கப் படுகிறது. வேலையையும், கட்டுமானப் பொருள்களையும், இலவச மாகவே மாறன் பெற்றார். இது குறித்து கமிஷனிடம் பதில் அளித்த மாறன், மகாலட்சுமி கன்ஸ்ட்ரக்ஷன் நிறுவனம், சத்தியநாராயணா நிறுவனத்தின் துணை நிறுவனம் என்ற விவரம் தனக்குத் தெரியாது என்று பல்டி அடித்தார். தன்னிடம் சிக்கியவர்களை தி.மு.க.வினர் எப்படியெல்லாம் பயன்படுத்தி இருக்கிறார்கள் பாருங்கள்.

லஞ்சம் கொடுத்து வாங்கிய வேலையை சத்தியநாராயணா நிறுவனம் சரியாகச் செய்யவில்லை. அரைகுறையாகச் செய்யப்பட்ட பணிகளால் சாலையெங்கும் குழாய்கள் கிடந்தன. இதுகுறித்து,

கருணாநிதியின் முதன்மைச் செயலாளராக இருந்த ஆர்.நாகராஜன், கமிஷன் முன்பு அளித்த சாட்சியத்தில், 'என்னை வந்து தனியாகச் சந்தித்த புருஷோத்தமிடம் வேலைகளை முடிக்க முடியாத அளவுக்கு நிதிநெருக்கடி எப்படி ஏற்பட்டது' என்று கேட்டேன்.

'வீராணம் திட்டத்தை எங்கள் நிறுவனத்திற்கு வழங்குவதற்காக முதலமைச்சர் கருணாநிதிக்கு 29 லட்சம் என பெருந்தொகையை லஞ்சமாகக் கொடுத்ததால் எங்கள் தொழில் புழகத்துக்கான பணம் தீர்ந்து போய்விட்டது என்று அவர் சொன்னார்' என்று சாட்சியம் அளித்துள்ளார்.

ஆக்கவும், அழிக்கவும் வல்லதுதானே அரசு?

போட்ட திட்டம் நிறைவேறவில்லை. சத்தியநாராயணா பிரதர்ஸ் நிறுவனம் ஏறக்குறைய நொடித்துப் போய்விட்டது. ஒரு நபர் இறந்து விட்டால் பிரேதப் பரிசோதனை செய்து, இரங்கல் கூட்டம் போட வேண்டாமா? 5.6.1974 அன்று, சத்தியநாராயணா பிரதர்ஸ் நிறுவனம் இத்திட்டத்தை நிறைவேற்றும் பணியில் ஆற்றிய சாதனைகள் குறித்து கருணாநிதி தலைமையில் ஒரு கூட்டம் கூட்டப்படுகிறது. அக்கூட்டத்தில் சத்தியநாராயணா நிறுவனம் குறித்து கீழ்க்கண்ட முடிவுகள் எடுக்கப்படுகின்றன.

'சத்தியநாராயணா பிரதர்ஸ் நிறுவனத்துக்குத் தேவைப்படுகின்ற நிர்வாக மற்றும் வல்லுநர் அமைப்பு இல்லை. கால அட்டவணைப் படி தொழிற்சாலையை நடத்துவதற்குப் போதுமான நிதி வசதிகளும் இல்லை. இப்படிப்பட்ட மாபெரும் திட்டத்தை நிறைவேற்று வதற்குரிய திறமை சத்தியநாராயணா நிறுவனத்திடம் இல்லை. அவர்கள் திறமை மீது அதிக அளவில் நம்பிக்கை வைத்து இந்தத் திட்டம் கொடுக்கப்பட்டுள்ளது.'

எப்படி? பிரேதப் பரிசோதனை அறிக்கை நன்றாக இருக்கிறதா? நிறைவேறாத திட்டத்துக்காக எப்படி ஒரு நிறுவனம் காலியானது பார்த்தீர்களா? இதுதான் விஞ்ஞானபூர்வமான மோசடியோ!

13

நிலக்கரிச் சுரங்க ஊழல்:
மலைக்க வைத்த மதுகோடா!

இந்திய அரசியல் வானில் மதுகோடா ஒரு நம்பிக்கை நட்சத்திரம் என்றுதான் சொல்லியிருந்திருக்க வேண்டும். அவருடைய வளர்ச்சியும் அப்படித் தான் இருந்தது. ஆனால் நடந்ததோ வேறு.

தனது 38 வயதில், சுயேச்சையாக நின்று, தேர்தலில் வென்று, சுயேச்சையாகவே முதலமைச்சரானதன் மூலம் மிகப் பெரிய ஊழலைச் செய்து, பழம் தின்று கொட்டைபோட்ட அரசியல் வாதிகளே மூக்கில் விரல் வைக்கும் அளவுக்கு குறுகிய காலத்தில் அபார வளர்ச்சி அடைந்தவர் மதுகோடா. இப்படிப்பட்ட மக்கள் சேவகரை தற்போது சிறையில் அடைத்து வைத்துள்ளார்கள்.

ராஞ்சியிலிருந்து 160 கிலோ மீட்டர் தொலைவில் இருக்கும் சைபாசாவில் உள்ள ஒரு சுரங்கத்தில் இருபது ஆண்டுகளுக்கு முன் கூலித் தொழிலாளியாகப் பணியாற்றியவர்தான் இந்த மது கோடா. அப்போது அவருக்கு ஒரு நாளைக்கு 20 ரூபாய் கூலி. அதிலும் 16 ரூபாய் மட்டுமே கையில் வழங்கப்படும்.

ஆர்.எஸ்.எஸ். இயக்கத்தின் உறுப்பினரான கோடா, பள்ளிப் படிப்பு முடிந்ததும், தபால் மூலம் பட்டம் பெறுகிறார். மக்கள் சேவை

செய்வதற்கு படிப்பெல்லாம் முக்கியமா என்ன? ஆறாவது வகுப்பு படித்துவிட்டு, நம்ம ஊர் முன்னாள் எம்.பி. கே.சி. பழனிச்சாமி 75 கோடிக்கு மேல் சொத்து வைத்திருக்கவில்லையா?

2000-ம் ஆண்டில், பி.ஜே.பி. சார்பில் வேட்பாளராக களம் இறங்குகிறார் மதுகோடா. வெற்றி பெற்ற முதல் முறையே அமைச்சராகிறார். ஜார்கண்டில், பாபுலால் மராண்டி அரசில் கோடா, பஞ்சாயத்து ராஜ் அமைச்சர். மீண்டும் தேர்தல் வருகிறது.

ஒரு முறை மக்கள் சேவை என்று வந்துவிட்டபிறகு, பின் வாங்க முடியுமா? மீண்டும் 2005-ம் ஆண்டு தேர்தலில், பி.ஜே.பி.யிடம் 'டிக்கெட்' கேட்கிறார். அவர்கள் கைவிரிக்க, சுயேச்சையாகப் போட்டியிடுகிறார். ஒரு கூலித்தொழிலாளிக்கு பி.ஜே.பி. டிக்கெட் தர மறுத்ததே என்று கோபப்பட்ட அந்தத் தொகுதி மக்கள், மதுகோடாவையே தேர்ந்தெடுக்கிறார்கள்.

2005-ம் ஆண்டில் நிலைமை தலை கீழ். எந்தக் கட்சிக்கும் பெரும் பான்மை கிடைக்கவில்லை. அர்ஜுன் முண்டா தலைமையில் பி.ஜே.பி. ஆட்சி அமைக்க முயல்கிறது. ஆனால், பெரும்பான்மைக்கு ஒரு சில எம்.எல். ஏ.க்கள் குறைந்தபோது, மது கோடாவின் ஆதரவைக் கேட்கிறார்கள். மதுகோடா நல்லவர். 'எனக்கு டிக்கெட் கொடுக்க முடியாதுன்னு சொன்னீங்கள்ல? 'சப்போர்ட்' பண்ண மாட்டேன் போ' என்று அடம் பிடிக்காமல், ஆதரவு தருகிறேன் என்று கூறுகிறார். ஆனால், அதற்குப் பதிலாக, சுரங்கத் துறையை கேட்டுப் பெறுகிறார். பெயருக்கேற்றாற்போல், சுரங்கம், சுரங்கம்தான். அள்ள அள்ள பணமாகத் தருகிறது. சத்தமில்லாமல், கோடிகளைக் குவிக்கிறார் கோடா.

2006-ம் ஆண்டு காங்கிரஸ் கூட்டணியுடன் இணைந்து முதல்வராகவே பதவியேற்றார் மதுகோடா. 2008-ல் ஜார்க்கண்ட் முக்தி மோச்சா கட்சியின் தலைவர் சிபுசோரன் சுமத்திய ஏராளமான குற்றச்சாட்டு களால் இவர் தனது முதல்வர் பதவியை ராஜினாமா செய்ய நேர்ந்தது. பிறகு 2009-ம் ஆண்டு சுயேச்சையாகவே நின்று ஜெயித்து லோக் சபா உறுப்பினராகத் தேர்ந்தெடுக்கப்பட்டு எம்.பி. ஆனார்.

இந்தச் சூழலில் திடீரென்று ஒருநாள் இவர் வீட்டில் அமலாக்கப் பிரிவு அதிகாரிகளும், வருமான வரித்துறை அதிகாரிகளும் சோதனை நடத்தும்போதுதான், இவர் 4000 கோடிக்கு அதிபதி என்பது தெரிய வருகிறது.

கோடா சிக்கியதில் ஒரு சுவையான பின்னணி இருக்கிறது. சீரும் சிறப்புமாக வாழ்ந்துகொண்டிருந்த கோடாவின் வாழ்வில், புயலை

வீசியது, 'பிரபாத் கபர்' என்ற இந்தி செய்தித்தாள். 2007-ம் ஆண்டில், கோடாவின் கோடிகளைப் பற்றி ஒரு தொடரை வெளியிடுகிறது இந்த செய்தித்தாள். இந்த செய்தித்தாளில் ஆதாரங்களோடு வந்த செய்திகள் ஜார்கண்ட் மக்களை மட்டுமின்றி, ஒட்டுமொத்த இந்தியாவையும் அதிர்ச்சியில் ஆழ்த்தியது.

கோடாவின் ஊழல்களை அந்த செய்தித்தாள் தொடர்ந்து ஆதாரத்தோடு அம்பலப்படுத்தியது. அந்த செய்தித்தாளுக்கு ஏன் இவ்வளவு அக்கறை?

அந்த செய்தித்தாளை நடத்துவது 'நியூட்ரல் பப்ளிஷிங் ஹவுஸ்' என்ற நிறுவனம். இந்த நிறுவனத்தை நடத்துவது, உஷா மார்ட்டின் என்ற மற்றொரு நிறுவனம். உஷா மார்ட்டின் நிறுவனத்துக்கு பிரதான தொழில், சுரங்கம். எப்பூடி...?

மதுகோடா முதலமைச்சராவதற்கு முன்பிருந்தே, உஷா மார்ட்டின் நிறுவனம், ஜார்கண்ட் மாநில அரசுக்கு சொந்தமான 'ஜார்கண்ட் கனிம வளர்ச்சி நிறுவனத்தோடு' கூட்டு ஒப்பந்தம் செய்யும் முயற்சியில் ஈடுபட்டு வந்தது. மதுகோடா முதலமைச்சராக ஆனதும், நேரடியாக இந்நிறுவனத்தோடு பேச்சுவார்த்தையில் இறங்குகிறார். பல்வேறு 'ரவுண்டு' பேச்சுவார்த்தைகளுக்குப்பிறகு, பேரம் படியாமல், ஒப்பந்தத்தை மாற்றி அமைக்கிறார் மதுகோடா. முதலிலிருந்த ஒப்பந்தத்தின்படி, புதிதாகத் தொடங்கப்பட உள்ள உஷா மார்ட்டின் நிறுவனத்துக்கு 76 சதவிகித பங்குகளும், ஜார்கண்ட் அரசுக்கு, 24 சதவிகித பங்குகளும் இருக்கவேண்டும். 'பேரம்' படியாததால், 'மாநில அரசின் நலன்களை பாதுகாப்பதற்காக, உஷா மார்ட்டின் நிறுவனத்தின் பங்குகளை 49 சதவிகிதமாகக் குறைத்து, புதிய ஒப்பந்தத்தைப் போடுகிறார் மதுகோடா.

உஷா மார்ட்டின் பல ஆண்டுகளாக சுரங்கத் தொழிலில் ஈடுபட்டு வந்த நிறுவனம். நேற்று முதலமைச்சராக ஆன ஒரு நபர், அதுவும் கை சுத்தம் இல்லாதவர், தங்கள் நிறுவனத்திற்கு இப்படி ஓர் இழப்பை ஏற்படுத்தினால், சும்மா விடுவார்களா? களத்தில் இறங்கினார்கள்.

தனியார் புலனாய்வு நிறுவனங்கள் மதுகோடாவைப் பின்தொடர்ந்தன. இந்தப் புலனாய்வு நிறுவனங்களின் விசாரணையில் கிடைத்த ஆதாரங்கள், ஒவ்வொன்றாக, 'பிரபாத் கபர்' செய்தித் தாளில் வெளிவர ஆரம்பித்தன.

இதையும், மாறன் சகோதரர்களோடு ஏற்பட்ட பிணக்குக்குப் பிறகு, ஆ.ராசாவின் ஸ்பெக்ட்ரம் ஊழலைப்பற்றி, சன் டி.வி.யில் வளைத்து, வளைத்து செய்தி போட்டதையும் முடிச்சு போடக் கூடாது.

இந்தச் செய்திகள் ஒவ்வொன்றாக வெளி வர, வேறு வழியின்றி, ஜார்கண்ட் மாநில லஞ்ச ஒழிப்புத் துறை மது கோடாவிற்கு எதிராக வழக்குப் பதிவு செய்கிறது. மாநில லஞ்ச ஒழிப்புத் துறை என்பது எல்லா மாநில லஞ்ச ஒழிப்புத் துறை போலத்தானே இருக்கும்? அதனால், இந்த விசாரணையை சி.பி.ஐ. வசம் ஒப்படைக்கவேண்டும் என்று, பொதுநல வழக்கு உயர்நீதிமன்றத்தில் தொடுக்கப்படுகிறது. அதன்படியே வழக்கு விசாரணை சி.பி.ஐ.க்கு மாற்றப்படுகிறது.

மதுகோடாவுக்குச் சொந்தமானவை மற்றும், அவருக்கு நெருக்கமானவர்கள் என்று அறியப்படுபவர்கள் வீடு மற்றும் வர்த்தக நிறுவனங்கள் அமைந்துள்ள 71 இடங்களில் சி.பி.ஐ., வருமானவரித் துறை மற்றும் அமலாக்கப் பிரிவு அதிகாரிகள் சோதனை நடத்துகிறார்கள்.

இந்த சோதனையில் மதுகோடா வீட்டிலிருந்து கைப்பற்றப்பட்ட ஒரு பொருள், அதிகாரிகளின் கவனத்தை ஈர்த்தது. அது, பணம் எண்ணும் நான்கு இயந்திரங்கள். லஞ்சமாகப் பெறப்பட்ட பணம், பேருந்துகள் மூலமாக, மும்பைக்கு எடுத்துச் செல்லப்பட்டு, அங்கிருந்து 'ஹவாலா ஆபரேட்டர்கள்' மூலமாக வெளிநாடுகளுக்குச் சென்ற விவரங்களும் கண்டுபிடிக்கப்பட்டன.

மும்பையில் மூன்று தனியார் கம்பெனிகள், நட்சத்திர ஹோட்டல்கள், கொல்கத்தாவில் ஒரு பெரிய வீடு, தாய்லாந்து நாட்டில் ஒரு ஹோட்டல், லைபீரியா நாட்டில் ஒரு சுரங்கம் என்று 4000 கோடிக்கான சொத்துக்களை மட்டுமே மதுகோடா வைத்திருந்தது கண்டுபிடிக்கப் பட்டது. இது மட்டுமின்றி, இந்தோனேசியா, சிங்கப்பூர், துபாய் போன்ற நாடுகளிலும், கோடாவின் முதலீடுகள் கண்டுபிடிக்கப்பட்டன.

இந்த சொத்துக்களின் விவரங்கள் கண்டுபிடிக்கப்பட்டதும், என்ன நடக்கும்? வேறு என்ன, உடல்நிலை சரியில்லை என்று, மதுகோடா மருத்துவமனையில் அனுமதிக்கப்பட்டார். அமலாக்கப் பிரிவும், வருமானவரித் துறையும், கோடாவை விசாரிக்கவேண்டும் என்று அனுப்பிய பல சம்மன்களை வாங்கி பத்திரமாக வைத்துக்கொண்டு, கோடா மருத்துவமனையில் படுத்துக்கொண்டார்.

இதற்குள், கோடாவின் கோடிகளைப் பற்றிய தகவல்கள் தேசிய செய்தியாகின. வேறு வழியின்றி, மருத்துவர்கள், கோடாவை டிஸ்சார்ஜ் செய்தார்கள். 2009 நவம்பர் 30 அன்று கைது செய்யப்பட்ட கோடா, இன்றுவரை சிறையில் இருக்கிறார்.

கோடாவின் விசாரணையிலும், நீதிமன்றம் தலையிட்டுத்தான் நியாயத்தை நிலைநாட்ட வேண்டியிருந்தது என்பதை மறக்கக்

கூடாது. உயர்நீதிமன்றம், சி.பி.ஐ. விசாரணைக்கு உத்தரவிட்டதும், உச்ச நீதிமன்றம் சென்றார் மதுகோடா. சி.பி.ஐ. விசாரணைக்கு உத்தரவிட்டது தவறு என்று முறையிட்டார். ஆனால், அவரது மனுவை உச்ச நீதிமன்றம் தள்ளுபடி செய்தது.

வழக்கு விசாரணையை முடித்து, அமலாக்கப் பிரிவு மற்றும் சி.பி.ஐ. குற்றப் பத்திரிகைகளை தாக்கல் செய்தன. வருமானத்திற்கு அதிகமாக சொத்து சேர்த்தது மட்டுமல்லாமல், விதிகளை மீறி, தனியார் நிறுவனங்களுக்கு சுரங்க லைசென்ஸ் கொடுத்தது, வெளிநாடுகளில் சட்ட விரோதமாக முதலீடுகள் செய்தது என்று, பல்வேறு குற்றங்களுக்காக குற்றப்பத்திரிகை தாக்கல் செய்யப்பட்டு விசாரணை நடந்தது. மதுகோடாவோடு சேர்ந்து, அவருக்கு உதவியாக இருந்து, தங்கள் பங்குக்கு பல கோடிகளைக் குவித்த, பினோத் சின்ஹா மற்றும் சஞ்சய் சவுத்ரி ஆகியோர் மீதும், குற்றப்பத்திரிகை தாக்கல் செய்யப்பட்டது.

விசாரணையில் மதுகோடா பாரபட்சம் பார்க்காமல் அனைவருக்கும் வாரி வழங்கியிருந்த விவரங்களும், பல்வேறு தனியார் நிறுவனங்களுக்கும் சுரங்கம் அமைக்க அனுமதி தந்தது தெரிய வந்தன. இரும்பு சுரங்கத் தொழிலில் ஈடுபடும், ஆசியாவின் மிகப் பெரிய செல்வந்தரான லட்சுமி மிட்டலும் இதில் விதிவிலக்கல்ல.

ஆயிரக்கணக்கான ஆண்டுகளாக பூர்வக் குடிகளாக வாழ்ந்து வரும் மலைவாழ் மக்களை, இந்த நிறுவனங்கள் சுரங்கம் தோண்டுவதற்காக அவர்கள் வாழ்விடங்களைவிட்டு விரட்டியடித்தது. மதுகோடா எடுத்த இந்த நடவடிக்கைகள் தான் அந்த மக்களை மாவோயிஸ்டுகளை நோக்கித் திரும்ப வைத்தது. தங்கள் வாழ்வாதாரங்களை உறுதிப்படுத்தி, காவல்துறையின் கொடுமையிலிருந்து தங்களைப் பாதுகாக்கும், மாவோயிஸ்டுகள் பக்கம் மலைவாழ் மக்கள் சாய்வதில் என்ன ஆச்சரியம் இருக்கிறது?

14

ஸ்பெக்ட்ரம் மெகா ஊழல்:
1760000000000 ரூபாய்

ஒரு லட்சத்து எழுபத்தாராயிரம் கோடி ரூபாய்! அதாவது 1760000000000 ரூபாய்!

சுதந்திர இந்தியாவில் இதுவரை நடந்த ஊழல் தொகை முழுவதும் கூட்டினால்கூட 'ஸ்பெக்ட்ரம்' ஊழல் தொகையை நெருங்க முடியாது என்பதுதான் 2ஜி ஸ்பெக்ட்ரம் ஊழலுக்கு வசீகரமாக அமைந்தது.

ஸ்பெக்ட்ரம் விசாரணையை முடித்து ஆயிரக்கணக்கான பக்கங்கள் கொண்ட குற்றப்பத்திரிகையை தாக்கல் செய்தது சி.பி.ஐ.

ஆ.ராசா தொலைத்தொடர்புத் துறை அமைச்சராக தனது அதிகாரத்தை துஷ்பிரயோகம் செய்தது, கூட்டுச் சதியில் ஈடுபட்டது, போலி ஆவணங்களைத் தயாரித்தது, அரசுப் பணத்தைக் கையாடல் செய்தது உள்ளிட்ட குற்றங்களைப் புரிந்திருப்பதாக நீதிமன்றத்தில் சி.பி.ஐ. தெரிவித்துள்ளது.

ஸ்பெக்ட்ரம் ஊழல் குற்றச்சாட்டில் ராசா ராஜினாமா செய்வதற்கு முன், கருணாநிதி இந்த ஊழல் பற்றி என்ன சொன்னார் என்பதை இந்த நேரத்தில் நினைவுபடுத்திக் கொள்வது நல்லது.

'ஒரு சில பத்திரிகைகளும், எதிர்க்கட்சிகளும்தான் இந்தப் பிரச்னையை பூதாகரமாக ஆக்கி, ஒரு லட்சத்து 76 ஆயிரம் கோடி ரூபாயை ஏதோ ஒரு தனிப்பட்ட நபர் அப்படியே அவருடைய வீட்டிற்குத் தூக்கிக் கொண்டு போய்விட்டதைப் போல் எழுதுகிறார்கள். அவ்வளவு பணத்தை ஒருசிலர் பங்கிட்டுக்கொண்டதைப் போலவும் அதற்காக நாடாளுமன்றத்தையே நடத்தவிடாமல் செய்கிறோம் என்றும் பேசினார்கள், எழுதினார்கள்.

தணிக்கைத் துறை அதிகாரியின் அறிக்கையிலேகூட அரசுக்கு ஒரு லட்சத்து 76 ஆயிரம் கோடி ரூபாய் அலைக்கற்றை ஒதுக்கீட்டின் காரணமாக இழப்பு ஏற்பட்டுள்ளது என்றும், ஆனால் இந்தத் தொகை உத்தேசமாகக் கணக்கிடப்பட்டது என்றும் சொல்லப்பட்டுள்ளது. எவ்வளவு நஷ்டம் என விரைவில் துல்லியமாகக் கணக்கிடப்படும் என்று கபில்சிபல் பேட்டியிலே சொல்லியிருக்கிறார்.

ஒரு பொய்யை திரும்பத் திரும்பச் சொன்னாலே அது உண்மையாகி விடும் என்பதைப்போல பழி சுமத்துவதாலேயே ஒருவர் குற்றவாளி ஆகிவிட முடியாது' என்று நீளமாகப் பேசியிருந்தார்.

இது மட்டும் அல்ல! ஸ்பெக்ட்ரம் ஊழலைப் பற்றி ஊடகங்களில் பக்கம் பக்கமாக ஆதாரங்கள் தொடர்ந்து வெளிவரத் தொடங்கியதும், தி.மு.க., சார்பில் தமிழக மெங்கும் ஸ்பெக்ட்ரம் விவகாரத்தில் ஊழலே நடைபெறவில்லை என்று கூட்டங்கள் போட்டனர். தி.மு.க.வின் மேடைப் பேச்சாளர்கள் கூட மேடைக்கு மேடை 'ஆராசா பழிவாங்கப்படுகிறார், ஸ்பெக்ட்ரம் விவகாரத்தில் ஊழலே நடை பெறவில்லை' என்றும் பேசினார்கள்.

திராவிடர் கழகத் தலைவர் கி.வீரமணி இன்னும் ஒரு படி மேலே போய், '3 ஜி ஏலத்தில், அரசுக்கு லாபம் ஏற்படுத்தித் தந்தவர் ஆ.ராசா' என்றார். அவர் வெளியிட்ட அறிக்கையில் '3 ஜி ஏலத்தின் மூலம் சுமார் 90 ஆயிரம் கோடி ரூபாய் மத்திய அரசு கஜானாவுக்கு வருவாய் தேடிக் கொடுத்தார். இப்படிப்பட்டவர் பல பழிகள் சுமத்தப்பட்டு கைது செய்யப்பட்டுள்ளார்' என்று கூறினார்.

ஆ.ராசாவோ, தன் பங்குக்கு 'ஸ்பெக்ட்ரம் விவகாரத்தில் நடந்த அத்தனையும், பிரதமருக்குத் தெரிந்தே நடந்தது. ஏழைகளுக்கு எளிய விலையில் செல்போன் சேவையை பெற்றுத் தந்ததற்காகவே நான் பழிவாங்கப்படுகிறேன்' என்று பேட்டியளித்தார். பல்வேறு ஊடகங்களில், ஸ்பெக்ட்ரம் விவகாரத்தில் தவறே நடக்கவில்லை என்று செய்திகள் வெளியிடச் செய்தார்.

ஓர் இதழுக்கு அளித்த பேட்டியில், 'ஸ்பெக்ட்ரம் ஒதுக்கீடு தொடர்பாக பிரதமருக்கு நான் எழுதிய கடிதமும், அவர் எழுதிய பதிலும் ஏற்கெனவே வெளியாகியிருக்கிறது. இந்த ஒதுக்கீடு தவறு என்றோ, இதை நிறுத்தி வையுங்கள் என்றோ அவர் ஒரு வரிகூட குறிப்பிடவில்லை. ஒருசில நிறுவனங்களின் ஏகபோக ஆதிக்கத்தி லிருந்த செல்போன் சேவை இன்று இந்தியாவின் குக்கிராமம் வரைக்கும் கிடைக்கச் செய்திருப்பதுதான் என் தவறு. ஒரு வீட்டை விற்றால் ஒருமுறைதான் பணம் கிடைக்கும். அதையே வாடகைக்கோ, குத்தகைக்கோ விட்டால், குறிப்பிட்ட கால இடைவெளியில் தொடர்ந்து பணம் கிடைக்கும். அதுபோலத்தான் ஸ்பெக்ரத்தை ஏல முறைக்குப் பதில் லாபத்தில் பங்கு என்ற அடிப்படையில் ஒதுக்கீடு செய்து அரசுக்கு நிரந்தர வருமானம் கிடைக்கச் செய்திருக்கிறோம். இது தவறா? இது அநியாயமா?' என்றார்.

இறுதியாக, சி.ஏ.ஜி., அறிக்கை வெளிவந்ததும், வேறு வழியின்றி ஆ.ராசா ராஜினாமா செய்யவேண்டிய நெருக்கடிக்கு ஆளானார். ராஜினாமா செய்த பிறகும்கூட, இந்த விவகாரத்தை திசைதிருப்பி, 'ராசா தலித் என்பதால் ராஜினாமா செய்யவேண்டிய நெருக்கடிக்கு ஆளானார்' என்ற வகையில் கருணாநிதி அறிக்கை வெளியிட்டார்.

இந்த ஊழலைவிட, இதை மறைக்க ஆராசா மேற்கொண்ட முயற்சிகள் கடும் கோபத்தை வரவழைக்கின்றன.

தி.மு.க.வுக்கு சற்றும் சளைக்காத வண்ணம், காங்கிரஸ் கட்சியும் தன் பங்குக்கு இந்த ஊழலை மறைப்பதற்கான அத்தனை வேலைகளிலும் இறங்கியது. பல கோடி ரூபாய் செலவில் நடைபெறும் பாராளுமன்றம், கூட்டுப் பாராளுமன்றக் குழு விசாரணை வேண்டி எதிர்க்கட்சிகளால் முடக்கப்பட்டபோது, சற்றும் கவலைப்படாமல், இறுமாப்போடு இருந்தது.

இந்த மிகப் பெரிய ஊழலை யாருக்குமே தெரியாமல், மறைத்து விடலாம் என்று ஆராசா நினைத்திருப்பார் என்றே தோன்றுகிறது. ஆனால், இந்த ஊழல் இது போல் மறைக்கக் கூடிய ஊழலா என்ன?

ஆ.ராசாவால் ஸ்பெக்ட்ரம் ஒதுக்கீடு பெறப்பட்ட நிறுவனங்களான, ஸ்வான் டெலிகாம், (டிபி ரியாலிட்டீஸ்), யூனிடெக், டாடா டெலி சர்வீசஸ் ஆகிய அத்தனை நிறுவனங்களும், பங்குச் சந்தையில் உள்ள நிறுவனங்கள். இந்த நிறுவனங்கள், ஸ்பெக்ட்ரம் ஒதுக்கீடு பெற்ற ஒரு சில மாதங்களுக்குள்ளாகவே தங்களின் பங்குகளை துபாயின் எடிசலாட், நார்வேயின் டெலிநார், ஜப்பானின் டோகோமோ ஆகிய

நிறுவனங்களுக்கு விற்றன. இதுபோல பங்குகளை விற்பனை செய்தால், பங்குச் சந்தையில் உள்ள நிறுவனங்கள், இந்த விவரங்களை பங்கு வர்த்தகத்தைக் கட்டுப்படுத்தும் அமைப்பான 'செபிக்குத் தெரிவிக்கவேண்டும்.

இந்த விவரங்கள் செபிக்குத் தெரிவித்தவுடன், குறைந்த விலையில் ஸ்பெக்ட்ரம் ஒதுக்கீடு பெற்று, இரண்டே மாதங் களில் பல ஆயிரம் கோடி லாபம் பார்த்த விவரம் வணிக ஊடகங்களில் வெளிவந்தபோது தான், எத்தனை பெரிய மோசடி நடந்திருக்கிறது என்ற விஷயம் வெளி வந்தது.

ஸ்பெக்ட்ரம் மெகா ஊழலில் என்ன நடந்தது என்பதை தொடர்ந்து பார்க்கலாம்.

தலைமுறை ஊழல்!

இந்த சட்டமன்றத் தேர்தலில் தி.மு.க. - காங்கிரஸ் கூட்டணி சந்திக்கும் பிரதான பிரச்னைகளில் ஒன்று ஸ்பெக்ட்ரம் ஊழல், 2ஜி, 3ஜி என ஊடகங்களில் பரவலாக விவாதிக்கப்பட்டாலும், நமக்குப் புரிந்ததெல்லாம், ஒரு லட்சத்து எழுபத்தாறாயிரம் கோடி நஷ்டம் ஏற்படும் அளவுக்கு ஒரு மிகப்பெரிய ஊழல் நடைபெற்றுள்ளது என்பதுதான். 'செல்போன்ல ஒரு பெரிய அமவுண்ட அடிச்சுட்டாங்கப்பா' என்று கிராம மக்கள்வரை பேசுகிறார்கள். படித்தவர்கள் மத்தியிலும் ஸ்பெக்ட்ரம் ஊழலின் பின்னணி, இது எப்படி நடந்தது என்ற விரிவான புரிதல்கள் இல்லை என்றே சொல்லவேண்டும்.

மின்காந்த அலைகள் மூலமாக ஒலியை கடத்த முடியும் என்ற விஞ்ஞான கண்டுபிடிப்பின் விளைவே வானொலி. இதைத்தான் ஆங்கிலத்தில் ஸ்பெக்ட்ரம் என்று அழைக்கிறார்கள். தொலைபேசி சேவைகள், தொண்ணூறுகள் வரை, கம்பி மூலமான இணைப்புகள் வழியாகவே வழங்கப்பட்டு வந்தன. அதன் பிறகு ஏற்பட்ட தொழில் நுட்பப் புரட்சி காரணமாக காற்றின் வழியாக உரையாடல்களை அனுப்ப முடியும் என்ற நிலை வந்தது. இதன் முடிவே, 1ஜி எனப்படும் முதல் தலைமுறை சேவைகள். 1 என்பது முதல் என்பதற்கும், ஜி என்பது ஜெனரேஷன் (தலைமுறை) என்பதன் சுருக்கமாகவும் 1ஜி என அழைக்கப்படுகிறது.

இந்த தொழில்நுட்பம் மிகமிக வசதியாகவும், கம்பிவட இணைப்பு இல்லாத இடத்திலும் பெரிதும் பயன்பட்டது. உயரமான மலைகள் மற்றும் பள்ளத்தாக்குகளில் பணிபுரியும், எல்லைப் பாதுகாப்புப் படை மற்றும் ராணுவத்தினருக்கு இந்த சேவை பெரிய அளவில்

பயன்படும் என்பதை உணர்ந்த அரசு, இந்த தொழில்நுட்பத்தைப் பயன்படுத்தும் உரிமையை தனியார் நிறுவனங்கள் எதற்கும் தராமல், ராணுவம் மற்றும் காவல்துறை பயன்பாட்டுக்கு மட்டுமே அனுமதித்தது.

முதல் தலைமுறை தொழில்நுட்பத்தில் ஒரு பெரிய பின்னடைவு இருந்தது. ஒரு பக்கம் இருக்கும் நபர் பேசி நிறுத்திய பிறகே, அடுத்த பக்கத்தில் இருக்கும் நபர் பேச முடியும். மேலும், 1 ஜி தொழில்நுட்பத்தில் பேசுவதற்காக பயன்படுத்தப்படும் கருவிகளுக்கு அதிக பேட்டரி சக்திவேண்டும் என்பதால், அவை அளவில் பெரிதாக இருக்கும்? இப்போது போலீஸார் பயன்படுத்தும் வயர்லெஸ் முதல் தலைமுறை வகையைச் சேர்ந்தது.

இந்தச் சூழலில்தான் 2ஜி வருகிறது. 2ஜி அறிமுகப்படுத்தப்படுவதற்கு முன்பு, தொண்ணூறுகளின் தொடக்கத்தில் தொலைபேசி என்றாலே லேண்ட்லைன் மட்டும் தான். அதுவும், அரசு தொலைபேசிதான். உங்கள் எக்ஸ்சேஞ்சின் அளவைப் பொறுத்து, பதிவு செய்துவிட்டுக் காத்திருக்கவேண்டும். இணைப்பு வழங்கப்படுவதற்கு, ஐந்து ஆண்டுகள் கூட ஆகலாம். 1991-ல் தாராளமய பொருளாதார கொள்கைகள் அமலுக்கு வந்ததும், தொலைத் தொடர்புத் துறையிலும் பெரும் மாற்றம் வருகிறது.

இதையொட்டி, இந்த அலைக்கற்றை மற்றும், தொலைபேசி சேவையை வரைமுறைப் படுத்துவதற்காக, 1994-ம் ஆண்டில், தேசிய தொலைத் தொடர்புக் கொள்கை ஒன்றை வகுக்கிறது மத்திய அரசு. அதன்படி, நான்கு மெட்ரோ நகரங்களில் தலா இரண்டு நிறுவனங்கள் செல்போன் சேவையைத் தொடங்கலாம் என்று அனுமதி அளிக்கப் படுகிறது. தொடங்கிய புதிதில், இன்கமிங் 16 ரூபாய், அவுட்கோயிங் கால்களும் 16 ரூபாய் என இருந்தது.

இந்த அளவுக்கு விலை மிக மிக அதிகமாக இருந்த காரணத்தால், பெரும் செல்வந்தர்களைத் தவிர, செல்போன் சேவையை பயன்படுத்துவதற்கு ஒருவரும் முன்வரவில்லை. இப்படி இருந்தால் ஒன்றும் சரிப்பட்டு வராது என்ற முடிவுக்கு மத்திய அரசு வந்தது. அதன் அடிப்படையில், தொலைத் தொடர்புக் கொள்கைகளை மறு பரிசீலனை செய்ய ஒரு குழு அமைக்கப்பட்டு, அந்தக் குழு புதிய விதிகளை நிர்ணயித்தது.

இந்தப் புதிய விதியின்படிதான் முதலில் வருபவருக்கே முன்னுரிமை என்ற கொள்கை அமலுக்கு வருகிறது. 1999-ல் இந்தக் கொள்கையை அமல்படுத்தியதற்குக் காரணம், அப்போது செல்பேசி சேவையை நடத்துவதற்கு எந்த நிறுவனமும் முன்வரவில்லை என்பதுதான்.

லாபமில்லாத தொழிலிலிறங்க எந்த தொழிலதிபர் முன்வருவார்? போட்டியாளர்களே இல்லாத சூழலில் ஏலம் விட்டால் மட்டும் யார் ஏலத்தில் பங்கெடுப்பார்கள்?

முதலில் வருபவருக்கே முன்னுரிமை என்ற கொள்கையை அறிவித்த பிறகும் கூட, ரிலையன்ஸ், டாடா போன்ற வெகுசில நிறுவனங்களே சேவை நடத்துவதற்கு முன்வந்தன. 2001-ல் புதிதாக விண்ணப்பித்த நிறுவனங்களுக்கு, 22 தொலைத் தொடர்பு வட்டங்களில் லைசென்ஸ்கள் வழங்கப்பட்டன இவ்வாறு வழங்கப்பட்ட லைசென்ஸ்கள் மூலம், அரசுக்கு 1658 கோடி ரூபாய் வருமானம் கிடைத்தது.

2002, 2003-ம் ஆண்டுகளில் செல்போன் சேவை பரவலாக மக்களைச் சென்றடைய ஆரம்பித்தது. இதைத் தொடர்ந்து தனியார் நிறுவனங் களிடையே போட்டியும் ஆரம்பித்தது. இந்தப் போட்டி தொடங்கிய போது, போதுமான அளவு ஸ்பெக்ட்ரம் அரசு வசம் இருந்தது. இந்த சமயத்தில், 2004-2005-ம் ஆண்டில், தொலைத் தொடர்புத் துறையில் நேரடி அந்நிய முதலீட்டுக்கான உச்சவரம்பு, 49 லிருந்து 75 சதவிகிதமாக உயர்த்தப்பட்டது.

இதன் அடிப்படையில் பல வெளிநாட்டு நிறுவனங்கள் செல்போன் சேவையைத் தொடங்க முன்வந்தன. இந்த நிறுவனங்களுக்கு எவ்வித கட்டுப்பாடும் இல்லாமல் ஸ்பெக்ட்ரம் லைசென்ஸ் வழங்கவேண்டும் என்றும் விதி வகுக்கப்பட்டது. அதே நேரத்தில், லைசென்ஸை பெற்ற நிறுவனங்கள் ஸ்பெக்ட்ரத்தைப் பதுக்கக் கூடாது என்பதற்காக ஓர் ஏரியாவில், ஒரு நிறுவனத்துக்கு ஒரு லைசென்ஸுக்கு மேல் வழங்கக் கூடாது என்றும் நிர்ணயிக்கப்பட்டது.

2007-ம் ஆண்டிற்குள், செல்போன் சேவை இந்தியாவில் உச்சத்தை அடைந்தது. வளர்ந்த நாடுகளை விட, இந்தியாவின் செல்போன் எண்ணிக்கை அதிகமானது. இதில் உள்ள வருவாயை உணர்ந்த பல்வேறு நிறுவனங்கள் செல்போன் சேவையைத் தொடங்க போட்டி போட்டன.

தயாநிதி மாறன், ஏப்ரல் 2007-ல், ட்ராய் என்று அழைக்கப்படும், தொலைத் தொடர்புத் துறை ஒழுங்குமுறை ஆணையத்துக்கு ஒரு கடிதம் எழுதுகிறார். அந்தக் கடிதத்தில், இதுவரை 159 லைசென்ஸ்கள் கொடுக்கப்பட்டு விட்டன. ஸ்பெக்ட்ரத்தின் தேவையும் அதிகரித்துள்ளது. அதனால், லைசென்ஸ் வழங்குவதற்கு உச்சவரம்பை நிர்ணயிக்க வேண்டும் என்று ட்ராய் பரிந்துரைக்குமாறு கோருகிறார்.

ஆனால், ட்ராய் இந்தப் பரிந்துரைகளை ஏற்கவில்லை. இன்று தொலைத்தொடர்பு சந்தை இருக்கும் சூழலில்,

லைசென்ஸ்களுக்கான உச்சவரம்பை நிர்ணயிக்கவேண்டிய அவசியம் இல்லை. மேலும், பல்வேறு நிறுவனங்கள் போட்டியிட்டால்தான், சந்தாதாரர்களுக்கு குறைந்த விலையில் செல்போன் சேவையை அளிக்க முடியும் என்பதாலேயே ட்ராய் இந்த முடிவுக்கு வந்தது.

2ஜி பிரிவில், லைசென்ஸ்களை வழங்குவதற்கு விலை நிர்ணயம் செய்வது தொடர்பாக ட்ராய் கவனமாகவே பரிந்துரைகளை வழங்கி யிருந்தது. முதலில் வருபவருக்கே முன்னுரிமை என்ற கொள்கை இருந்தாலும், நிர்ணயிக்கப்படும் நுழைவுக் கட்டணம், இன்றைய சந்தை நிலவரத்தை ஒத்ததாக இல்லை என்று ட்ராய் குறிப்பிட்டது.

முதலில் வருபவருக்கே முன்னுரிமை என்ற கொள்கையை எப்படி அமல்படுத்த வேண்டும் என்பதற்கும் தெளிவான விதிமுறைகள் வகுக்கப்பட்டிருந்தன. செல்போன் சேவையைத் தொடங்க விரும்பும் நிறுவனங்கள் முதலில் தொலைத்தொடர்புத் துறைக்கு விண்ணப்பிக்க வேண்டும். அவ்வாறு பெறப்பட்ட விண்ணப்பங்கள் தேதி வாரியாக பரிசீலனைக்கு எடுத்துக் கொள்ளப்படும். முதலில் வரும் விண்ணப்பத்துக்கு, அனுமதிக் கடிதம் ஒன்று கொடுக்கப்படும். முதலில் விண்ணப்பம் அளித்த நிறுவனத்துக்கு அனுமதிக் கடிதம் கொடுக்கப்பட்ட பின்னரே அடுத்த நிறுவனத்தின் விண்ணப்பம் பரிசீலனைக்கே எடுத்துக் கொள்ளப்படும்.

ஒரே நாளில் இரண்டு நிறுவனங்களிடமிருந்து, ஒரே தொலைத் தொடர்பு வட்டத்துக்கு விண்ணப்பம் பெறப்படுமேயானால், முதலில் வந்த விண்ணப்பத்துக்கு அனுமதிக் கடிதம் வழங்கப்பட்ட பிறகே, குறைந்தது மறுநாள்தான் அடுத்த நிறுவனத்துக்கு அனுமதிக் கடிதம் கொடுக்கவேண்டும். இது போன்ற விதிமுறைகளை ஏற்படுத்தி யதற்கான முக்கிய காரணம், அலைக்கற்றை ஒதுக்கீட்டில் ஒரு சமநிலையை உருவாக்கவேண்டும் என்பதுதான்.

இந்த புதிய விதிமுறைகளை ட்ராய் அனுப்பியது ஆகஸ்ட் 2007-ல். தயாநிதி மாறன் ட்ராய்க்கு கடிதம் எழுதியது ஏப்ரல் 2007-ல். இதற்கு நடுவே ஒரு முக்கிய விஷயம் நடந்தது.

ஹீரோ வந்தால்தானே கதை சூடுபிடிக்கும்... ஸ்பெக்ட்ரம் கதையின் ஹீரோ ராசாவின் என்ட்ரி பற்றி அடுத்த இதழில் பார்ப்போம்.

ராசா எடுத்த முடிவு!

தமிழகத்தில் 2007-ம் ஆண்டு அரசியல் சுனாமி உருவானது. மாறன் சகோதரர்களுக்கும், அழகிரிக்கும் இடையே மோதல் ஏற்பட்டது.

அமைச்சரவையிலிருந்து மாறன் ராஜினாமா செய்கிறார், கட்சித் தலைமையின் கட்டாயத்தால்.

அதன்பின்னர் அந்தத் துன்பியல் சம்பவம் நடந்தது. 2007-ம் ஆண்டு மே 16-ம் தேதி தொலைத் தொடர்புத் துறை அமைச்சராக ஆ.ராசா பொறுப்பேற்றார்.

அதே காலத்தில், ஆர்.கே.சந்தோலியா என்று அழைக்கப்படும் ரவீந்தர் குமார் சந்தோலியா, ராசாவின் தனிச் செயலராக பொறுப்பேற்கிறார். விவரம் தெரியாத ஒரு குழந்தையின் கையில் கொடுத்த விலைமதிப்பற்ற பொருளை அந்தக் குழந்தை என்ன செய்யுமோ, அது போலத்தான் தொலைத்தொடர்புத் துறையை ராசா நிர்வாகம் செய்தார்.

இன்று சி.பி.ஐ., குற்றம்சாட்டும் டி.பி. ரியாலிட்டீஸின் ஷாகித் பல்வா, வினோத் கோயங்கா, சஞ்சய் சந்திரா ஆகிய தொழிலதிபர்களோடு, ராசாவுக்கு ஏற்பட்ட நெருக்கம், புதிதாக உருவானதல்ல. சுற்றுச்சூழல் மற்றும் வனத்துறை அமைச்சராக ராசா இருந்தபோது, டி.பி. ரியாலிட்டீஸ் மற்றும் யூனிடெக் நிறுவனங்களின் பல்வேறு புராஜெக்டுகளுக்கு அத்துறை அமைச்சகத்தின் தடையில்லா சான்று பெறுவதற்காக ராசாவைச் சந்தித்த வகையில் அவர்களோடு நல்ல நெருக்கம் இருந்திருக்கிறது. ராசா சுற்றுச் சூழல் அமைச்சராக இருந்த காலத்தில் அவர் அளித்த தடையில்லா சான்றுகளை ஆராய்ந்தால், மேலும் பல பூதங்கள் வெளிவரலாம்.

ஸ்பெக்ட்ரம் ஒதுக்கீடு கோரி, தொலைத் தொடர்பு நிறுவனங்களிடமிருந்து விண்ணப்பங்கள் அளிப்பதற்கு கடைசி நாள் என்று எதுவும் இல்லாததால், ராசா வந்த பிறகும், இது போன்ற விண்ணப்பங்கள் தொடர்ந்து வந்த வண்ணம் இருந்தன. இவ்வாறு வந்து கொண்டிருந்த விண்ணப்பங்கள், ராசா பதவியேற்றதும், அதிக அளவில் வரத் தொடங்கின.

யூனிடெக் என்ற நிறுவனத்தின் பிரதான தொழில், ரியல் எஸ்டேட். மும்பை மற்றும் இந்தியாவில் பல்வேறு இடங்களில் கட்டுமானத் தொழிலில் ஈடுபடுவதுதான் யூனிடெக்கின் அடிப்படைத் தொழில். இப்படிப்பட்ட ஒரு ரியல் எஸ்டேட் நிறுவனம், எதற்காக தொலைத் தொடர்புத் தொழிலில் ஈடுபடவேண்டும்? வேறு ஒன்றும் காரணம் அல்ல. ராசாவைப் போன்ற, விசுவாசமான ஒரு நபர் தொலைத் தொடர்புத் துறை அமைச்சராகும் போது, யூனிடெக் எப்படி சும்மா இருக்க முடியும்? ராசா, விமானப் போக்குவரத்துத் துறை

அமைச்சராகியிருந்தால், யூனிடெக் நிறுவனம், நிச்சயம் விமானப் போக்குவரத்துத் துறையில் இறங்கியிருக்கும்.

ராசாவின் தனிச் செயலர் சந்தோலியா, இந்த விண்ணப்பங்களின் மீது தனிக் கவனத்தை செலுத்தத் தொடங்கினார். தினந்தோறும், இன்று எத்தனை விண்ணப்பங்கள் வந்துள்ளன என்பதை கவனமாகப் பரிசீலித்தார். 24.09.2007 அன்று விண்ணப்பங்களைப் பெறும் அதிகாரியிடம், யூனிடெக் நிறுவனத்திடமிருந்து விண்ணப்பம் வந்து விட்டதா என்று கேட்டறிந்தார். யூனிடெக் நிறுவனத்தின் விண்ணப்பம் வந்து விட்டது என்பது அறிந்ததும், 'இனி எந்த விண்ணப்பமும் வாங்கக் கூடாது' என்று உத்தரவிடுகிறார்.

தொலைத் தொடர்புத் துறை அதிகாரிகளோ, 'சார். அப்படியெல்லாம் திடீரென்று நிறுத்த முடியாது' என்று கூறியதும், 'சரி, ஏன் நிறுத்தக் கூடாது என்பதற்கு ஒரு நோட் போட்டு அனுப்புங்கள்' என்று கூறுகிறார். அதிகாரிகளும், '01.10.2007 வரை விண்ணப்பங்களை வாங்கலாம்' என்று உத்தேசமாக ஒரு தேதியை நிர்ணயித்து நோட் போட்டு அனுப்புகிறார்கள்.

இதற்குள், யூனிடெக் நிறுவனம் அவசர அவசரமாக ஸ்பெக்ட்ரம் லைசென்ஸ் பெறுவதற்காக புதிதாக எட்டு நிறுவனங்களைத் தொடங்குகிறது. ஒரே நாளில் எப்படி எட்டு நிறுவனங்களைத் தொடங்க முடியும் என்று ஆச்சரியமாக இருக்கிறதா? ஆயிரக்கணக் கான கோடிகளை வைத்துக் கொண்டு மேலும் எப்படி கொள்ளை யடிக்கலாம் என்று துடிப்பவர்களுக்கு 8 நிறுவனங்களை தொடங்குவது பெரிய வேலையா என்ன? அவர்களால் 800 நிறுவனங் களைக் கூடத் தொடங்க முடியும்.

அஸ்க்கா ப்ராஜெக்ட்ஸ், நஹான் ப்ராப்பர்ட்டீஸ், யூனிடெக் பில்டர்ஸ் - எஸ்டேட்ஸ், யூனிடெக் இன்ஃப்ராஸ்ட்ரக்சர்ஸ், ஆஸாரே ப்ராப்பர்ட்டீஸ், அடானீஸ் ப்ராஜெக்ட்ஸ், ஹட்ஸன் ப்ராப்பர்ட்டீஸ், மற்றும் வோல்கா ப்ராப்பர்ட்டீஸ் என்று அந்த எட்டு நிறுவனங் களுக்கும் பெயர் வைக்கிறார்கள். இந்த நிறுவனங்களுக்கெல்லாம், ஸ்பெக்ட்ரம் லைசென்ஸ் கிடைத்ததும் அத்தனை நிறுவனங்களும், யூனிடெக் வயர்லெஸ் குழுமம் என்று பெயர் மாற்றம் செய்யப் பட்டன. பிறகு, யூனிடெக் வயர்லெஸ் (தமிழ்நாடு) ப்ரைவேட் லிமிடெட் என்ற நிறுவனத்தோடு அத்தனை நிறுவனங்களும் இணைக்கப் பட்டன.

யூனிடெக் நிறுவனத்தோடு சேர்ந்து இதில் பயன் பெற்ற மற்றொரு நிறுவனம் ஸ்வான் டெலிகாம். ஸ்வான் டெலிகாம் நிறுவனத்தை

முழுக்க முழுக்கக் கட்டுப்படுத்துவது டி.பி. ரியாலிட்டீஸ் எனப்படும் மற்றொரு ரியல் எஸ்டேட் நிறுவனம். இப்போது ஆராசாவோடு சேர்ந்து திஹாரில் பொழுதைக் கழிக்கும் ஷாகித் உஸ்மான் பல்வாவைப் பற்றி அனைவருக்கும் தெரிந்தது, 2009 நவம்பரில்தான். அப்போது தான் 'போர்ப்ஸ்' பத்திரிகை இந்தியாவின் 50-வது பெரிய பணக்காரர் என்று அவரைப் பற்றி செய்தி வெளியிட்டிருந்தது.

டி.பி. ரியாலிட்டீஸ் எனப்படும் டைனமிக் பல்வாஸ் ரியாலிட்டீஸ் நிறுவனம் மிகப் பெரிய ரியல் எஸ்டேட் நிறுவனங்களையெல்லாம் பின்னுக்குத் தள்ளிவிட்டு, பல நூறு கோடி மதிப்புள்ள நிலங்களை வளைத்த போதுதான் யார் இந்த பல்வா என்று கவனிக்கப்படத் தொடங்கினார்.

இந்த டி.பி. ரியாலிட்டீஸ் எப்படிப்பட்ட நிறுவனம் என்பதற்கு ஒரே ஓர் உதாரணம். மும்பையில் வக்ஃப் போர்டுக்குச் சொந்தமான 18,837 சதுர மீட்டர் நிலம் உள்ளது. இந்த நிலத்தை அனாதை ஆசிரமம் நடத்தும் ஒரு ட்ரஸ்ட் வசம் பராமரிப்பதற்காக மட்டும் வக்ஃப் போர்ட் ஒப்படைத்திருந்தது. திடீரென்று ஒரு நாள் இந்த வக்ஃப் போர்ட் நிலத்தை நீல் கமல் ரியல்டர்ஸ் பில்டர்ஸ் என்ற நிறுவனம் வாங்குகிறது. இந்த நீல்கமல் நிறுவனம், டி.பி. ரியாலிட்டீஸின் துணை நிறுவனம் என்பது கூடுதல் செய்தி. இது நடந்தது 2004-ல்.

வக்ஃப் போர்டுக்கு இந்த விவரம் தெரிந்து புகார் கொடுத்தும் எந்த நடவடிக்கையும் இல்லை. இதற்குள் ஷாகித் உஸ்மான் பல்வா, இந்த இடத்தை ஆக்கிரமித்து, பல அடுக்கு மாடிகளை கட்டத் தொடங்கி விட்டார். மும்பை நீதிமன்றத்தில் இது குறித்து வழக்குத் தொடர்ந்த பிறகே அக்டோபர் 2009-ல் ஷாகித் பல்வா மீது எஃப்.ஐ.ஆர். போடப் பட்டது. மும்பை தார்தியோ பகுதியில் 1120 சதுர அடி, இரண்டு பெட்ரூம் ஃப்ளாட் எவ்வளவு தெரியுமா? 3 கோடியே 65 லட்சம். 2 லட்சத்துக்கும் அதிகமான சதுர அடி கொண்ட இந்த நிலத்தை ஷாகித் பல்வாவின் நீல்கமல் நிறுவனம் எவ்வளவு கொடுத்து வாங்கியது தெரியுமா? வெறும் 1 கோடி. இதுதான் டி.பி. ரியாலிட்டீஸ்.

சரி, யூனிடெக் நிறுவனத்தின் விண்ணப்பம் வந்து விட்டது. ஸ்வான் டெலிகாம் நிறுவனத்தின் விண்ணப்பமும் வந்து விட்டது. அவர்களோடு சேர்ந்து மற்ற நிறுவனங்களும் விண்ணப்பித்துள்ளன. மற்ற நிறுவனங்களையெல்லாம் பின்னுக்குத் தள்ளிவிட்டு, யூனிடெக் நிறுவனத்துக்கும் ஸ்வான் டெலிகாம் நிறுவனத்துக்கும் எப்படி லைசென்ஸ் கொடுப்பது? இங்கேதான் வருகிறார் ஆ.ராசா.

01.10.2007 தான் விண்ணப்பங்கள் பெறுவதற்கான கடைசி நாள் என்று அறிவிக்கலாம் என்று முடிவெடுக்கப்படுகிறது. இதன்படி, 24.09.2007 அன்று பத்திரிகைகளுக்கு செய்தி ஒன்று தொலைத் தொடர்புத் துறை அமைச்சகத்தால் அனுப்பப் படுகிறது. அதன்படி, 1.10.2007-க்குப் பிறகு விண்ணப்பித்த நிறுவனங்களின் கோரிக்கை பரிசீலிக்கப்பட மாட்டாது என்று அறிவிக்கப்படுகிறது.

சரி, இதன்படி விண்ணப்பங்களை பரிசீலிக்கலாம் என்று பார்த்தால், யூனிடெக் மற்றும் ஸ்வான் விண்ணப்பித்த 24.09.2007 முதல் 01.10.2007 வரை மேலும் பல நிறுவனங்கள் விண்ணப்பித்திருந்த விவரம் தெரிய வந்தது. இது சரிவராது என்று முடிவெடுத்த ராசா, 25.09.2007 தான் கடைசி நாள், அதுக்கு மேல் ஒரு நாள் கூட நீட்டிக்க முடியாது என்று முடிவெடுக்கிறார்.

மத்திய சட்டம் மற்றும் நீதித்துறை அமைச்சகத்துக்கு ஒரு கடிதம் அனுப்புகிறார் ராசா. தற்போது தொலைத் தொடர்புத் துறை அமைச்சகத்தால் பெறப்பட்டுள்ள விண்ணப்பங்களை பரிசீலிக்கையில், ஏராளமான விண்ணப்பங்கள் வந்துள்ளதும் விண்ணப்பித்த அத்தனை நிறுவனங்களுக்கும் வழங்க போதுமான ஸ்பெக்ட்ரம் இல்லை என்பதும் தெரிய வருகிறது (என்னா ஒரு அக்கறை?). அதனால், 25.09.2007 வரை பெறப்பட்ட விண்ணப்பங்களை மட்டும் பரிசீலிக்கலாம் என்று எழுதுகிறார்.

போதுமான அளவுக்கு ஸ்பெக்ட்ரம் இருப்பதை உறுதி செய்ய வேண்டும். தற்போது லைசென்ஸ் பெற்றுள்ளவர்களுக்கும், புதிதாக விண்ணப்பித்தவர்களுக்கும், போதுமான அளவுக்கு ஸ்பெக்ட்ரம் இருக்குமாறு பங்கீடு செய்யவேண்டும் என்ற விதியையும், இது தொடர்பாக ட்ராய் பல்வேறு அறிவுரைகளை தொடர்ந்து வழங்கி யுள்ளதையும் ஆ.ராசாவிடம் தொலைத் தொடர்புத்துறை அதிகாரிகள் சுட்டிக் காட்டினர்.

26.10.2007 அன்று ராசா, 'இதோ பாருங்க பாஸ். நிறைய அப்ளிகேஷன்ஸ் வந்துருக்கு, கொஞ்சம்தான் ஸ்பெக்ட்ரம் இருக்கு. என்ன பண்ணலாம்னு சொல்லுங்க' என்று சட்டத்துறை அமைச்சகத்துக்கு கடிதம் எழுதுகிறார்.

சட்டத்துறை அமைச்சகம் 01.11.2007 அன்று, ராசாவுக்கு பதில் அனுப்புகிறது. 'இந்த விவகாரம் மிக மிக முக்கியமானது. அதனால், இந்த விவகாரத்தை ஓர் அமைச்சரவைக் குழுவுக்கு அனுப்பி விவாதித்த பின் முடிவெடுக்கலாம்' என்று கூறுகிறார்கள்.

தனக்குக் கிடைக்கவேண்டிய பங்கை, மற்ற அமைச்சர் களோடு பகிர்ந்து கொள்ள நேரிட்டால்.. என்று யோசிக்கிறார் ஆ.ராசா! நானே ஓர் அமைச்சரவைக் குழு, நான் எதற்கு இன்னொரு குழுவிடம் அனுப்பவேண்டும் என்று, முடிவெடுக்கிறார் ஆண்டிமுத்து ராசா... இந்த முடிவுதான் தேசிய அரசியலில் பிரளயத்தை ஏற்படுத்தியது.

ஏலம் விடாதது ஏன்?

ஸ்பெக்ட்ரம் ஒதுக்கீடு தொடர்பாக அமைச்சரவைக் குழுவிடம் விவாதிக்கவேண்டும் என்கிற தொலைத் தொடர்பு அதிகாரிகளின் கோரிக் கையை ராசா உடனடியாக நிராகரித்தார். அதற்குக் காரணம் இருந்தது. ஸ்பெக்ட்ரம் லைசென்ஸ் வழங்குவதற்கான கடைசித் தேதியை 25.09.2007 என நிர்ணயிக்கவேண்டுமென்று, ராசா முடிவெடுக்கிறார். பல்வேறு நகரங்களில் ஸ்பெக்ட்ரம், குறைந்த அளவே இருப்பதால் ஸ்பெக்ட்ரம் இருப்பைப் பரிசீலிக்கவேண்டும் என்று அதிகாரிகள் ராசாவிடம் சுட்டிக் காட்டினர்.

மிக மிக அதிக வருவாயை ஈட்டித் தரக்கூடிய டெல்லியில் ஒரே ஒரு நிறுவனத்திற்கு வழங்க மட்டுமே ஸ்பெக்ட்ரம் இருப்பில் இருந்தது. குஜராத் மாநிலத்தில் இரண்டு நிறுவனங்களுக்கு ஸ்பெக்ட்ரம் இருப்பில் இருந்தது. ராஜஸ்தானில் சுத்தமாக இருப்பில் இல்லை. ஹரியானா மாகாணத்தில் ஒன்றே ஒன்றும், காஷ்மீர் வடக்கு மற்றும் தெற்கு, உத்தரப்பிரதேசம், மேற்கு வங்கம், இமாச்சலப் பிர தேசம் மற்றும், வட கிழக்கு மாகாணங்களில் தலா இரண்டே இரண்டு நிறுவனங்களுக்கு வழங்குவதற்கு மட்டுமே ஸ்பெக்ட்ரம் இருப்பில் இருந்தது. இதைக் கருத்தில் கொண்டே, தொலைத் தொடர்புத் துறை அதிகாரிகள் எச்சரிக்கை விடுத்தனர்.

25.10.2007 அன்று, அப்போதைய தொலைத் தொடர்புத் துறைச் செயலர், 'குறைந்தபட்சம் ட்ராயின் கருத்தைக்கேட்டாவது முடிவெடுக்கலாம்' என்று ராசாவிடம் தெரிவிக்கிறார். மேலும், ஒவ்வொரு மாநிலத்திலும், ஸ்பெக்ட்ரம் எவ்வளவு உள்ளது என்பதையும் சுட்டிக் காட்டுகிறார். பின்னாளில் தகவல் தொடர்புத்துறை செயலர் மாத்தூர் அளித்த பேட்டியில்மே 2007-ல் ஆ.ராசா என்னை அழைத்தார். 'குறைஞ்சது 500 லைசென்ஸாவது குடுக்கணும்' என்று கூறினார். 'ஸ்பெக்ட்ரம் அந்த அளவுக்கு இருப்பில் இல்லை. கொடுக்க முடியாது' என்று தெரிவித்தேன். 'கடைசித் தேதியை மாற்றினால் கொடுக்க முடியுமா?' என்று கேட்டார்.

'சொல்லாமல் கொள்ளாமல் கடைசித் தேதியை மாற்றுவது தவறானது' என்று தெரிவித்தேன். நான் விடுமுறையில் இருந்தபோது, தொலைத்

தொடர்புத் துறை கமிஷனின், தொழில்நுட்ப உறுப்பினராக இருந்த ஸ்ரீதரன் என்பரிடம் கையெழுத்து வாங்கிவிட்டார் ராசா' என்று குறிப்பிடுகிறார்.

அதிகாரிகள் பலமுறை எச்சரித்தும் ராசா அதைக் கண்டுகொள்ள வில்லை. 02.11.2007 அன்று, '25.09.2007 அன்றுவரை பெறப்பட்ட விண்ணப்பங்கள் மட்டுமே பரிசீலனைக்கு எடுத்துக் கொள்ளப்படும்' என்று தன்னிச்சையாக முடிவெடுக்கிறார். அப்போது தான் ராசாவுக்கு நெருக்கமான ஸ்வான் டெலிகாம் நிறுவனத்துக்குக் கொடுக்க இயலும்.

சரி. நான் எடுத்ததுதான் முடிவு என்று தொலைத் தொடர்புத் துறைக்குச் சொல்லியாகிவிட்டது. ட்ராய் அமைப்புக்குக் கூட தகவல் தெரிவிக்க மாட்டேன் என்றும் சொல்லியாகி விட்டது. இத்தோடு விவகாரம் முடிந்து விடுமா என்ன? ராசாவுக்கு மேல் பிரதமர் என்று ஒருவர் இருக்கிறாரே, அவருக்குச் சொல்லவேண்டாமா?

02.11.2007 அன்று, ராசா பிரதமர் மன்மோகனுக்கு ஒரு கடிதம் எழுதுகிறார். 25.09.2007 தான் விண்ணப்பம் அளிக்க கடைசித் தேதி என்ற விவரம் பத்திரிகைகளில் அறிவிப்பாக வந்ததாக கூசாமல் ஒரு பொய்யை எழுதுகிறார். அதோடு நில்லாமல், சட்டம் மற்றும் நீதித்துறை அமைச்சகம், ஸ்பெக்ட்ரம் விண்ணப்பம் பெறுவதற்கான கடைசி நாளை நிர்மாணிப்பது தொடர்பான விவகாரத்தை அமைச்சரவைக் குழுவுக்கு அனுப்பவேண்டும் என்று கூறிய கருத்து தவறானது என்றும் குறிப்பிடுகிறார். இது மட்டுமல்லாமல், ஸ்பெக்ட்ரம் வழங்குவது தொடர்பான விவகாரத்தில், தொலைத் தொடர்பு அமைச்சகம், சட்டத்திற்கு உட்பட்டு, நூல் பிசகாமல் நடந்து கொள்வதாகவும் ராசா தெரிவித்திருந்தார்.

இந்தக் கடிதத்தை ராசா பிரதமருக்கு அனுப்பிய அன்றே, பிரதமர் ராசாவுக்கு ஒரு கடிதம் எழுதுகிறார். அதில், 'ஸ்பெக்ட்ரம் கொஞ்சம் தான் இருக்கிறது. நிறையப் பேர் விண்ணப்பித்திருக்கிறார்கள். டெலிகாம் பாலிசிப் படி, இருப்பதை எல்லோருக்கும் பகிர்ந்து தந்தாக வேண்டும். அதனால் எவ்வளவு ஸ்பெக்ட்ரம் இருக்கிறது என்பதைப் பார்த்துவிட்டு, அதன்பிறகு லைசென்ஸ் கொடுக்கவேண்டும். ஸ்பெக்ட்ரமே இல்லாமல் வெறும் லைசென்ஸை வைத்துக் கொண்டு அதை வாங்கியவர்கள் என்ன செய்வது?' என்றும் கேள்வி கேட்கிறார்.

அதற்கு பதிலளிக்க முடிவு செய்த ராசா, தனது செயலாளர் சந்தோலியா, தொலைத் தொடர்பு கமிஷன் உறுப்பினர் ஸ்ரீதர்,

ராசாவின் பி.ஏ. ஆச்சார்யா ஆசீர்வாதம் ஆகியோரை 'இரவு 8 மணிக்கு வீட்டுக்கு வாருங்கள்' என்று அழைக்கிறார். அனைவரும், ராசாவின் வீட்டில் கூடுகிறார்கள்.

ஆசீர்வாதம் வீட்டுக்கு வந்ததும், ராசாவே அவரோடு அமர்ந்து கடிதத்தை டிக்டேட் செய்கிறார். 'டியர் மிஸ்டர் பிரைம் மினிஸ்டர்' என்று தொடங்கும் அந்தக் கடிதத்தில், 'ஸ்பெக்ட்ரம் விவகாரத்தில் எல்லாம் விதிமுறைப்படி தான் நடக்கிறது. இதுபோல் யாரும் வெளிப்படையாக நடந்துகொண்டது இல்லை. நீங்கள் கவலைப்பட வேண்டாம்' என்று எழுதுகிறார். அன்றிரவு 11 மணிக்கு சிறப்புத் தூதுவர் மூலம், அந்தக் கடிதம் பிரதமர் அலுவலகத்துக்கு அனுப்பி வைக்கப்படுகிறது.

26.12.2007 அன்று சந்தோலியா, அந்தக் கடிதத்தை தயாரித்த ஆசீர்வாதம் ஆச்சாரியாவை அழைத்து, 'நீங்கள் தட்டச்சு கடிதம் எங்கே?' என்று கேட்கிறார். அவர் சொன்ன கம்ப்யூட்டரில் இருந்து ஒரு பென் டிரைவில் அதை காப்பி செய்து மீண்டும் பிரதமருக்கு அனுப்புகிறார். இந்த ஆசீர்வாதம், சி.பி.ஐ-ன் முக்கிய சாட்சியாக இப்போது சேர்க்கப்பட்டுள்ளார் என்பது குறிப்பிடத்தக்கது. இவரின் முக்கியத்துவம் கருதி, இவர் இருக்கும் இடம் ரகசியமாக வைக்கப் பட்டு, இவருக்கு பலத்த பாதுகாப்பும் போடப்பட்டுள்ளது. (தற்போது ஆசீர்வாதம் ஆச்சாரியா பிஜேபியினுடைய செய்தித் தொடர் பாளர்களில் ஒருவராக உள்ளார்)

இந்த லைசென்ஸ் வழங்குவது குறித்த கோப்புகள், பல்வேறு அதிகாரிகளிடம் சென்று வந்தபோது, நேர்மையான அதிகாரிகள் பலர், ராசாவின் இந்த முடிவுக்கு எதிர்ப்பு தெரிவித்தே வந்துள்ளனர். அப்போது, தொலைத் தொடர்பு கமிஷனின் நிதிக்கான உறுப்பினராக இருந்த மஞ்சு மாதவன் என்பவர், 'இதுவரை லைசென்ஸ் கொடுத்து வந்தது 2001-ல் உள்ள விலை. இப்போது ஸ்பெக்ட்ரத்துக்கான தேவை மிக அதிகமாக உள்ளது. அதனால், ஏலம்விட்டால், அரசுக்கு கூடுதல் வருவாய் கிடைக்கும்' என்று, சம்பந்தப்பட்ட கோப்பிலேயே எழுதுகிறார்.

அப்போதைய தொலைத் தொடர்புத் துறைச் செயலர் மாத்தூர், 'இது தொடர்பாக நடைபெற்ற கூட்டங்களில் விவாதிக்கும் போதெல்லாம், 'ஏலமெல்லாம் விட முடியாது' என்பதை ராசா தீர்மானமாகத் தெரிவித்தார். மேலும், '2001-ல் உள்ள விலைக்குத்தான் கொடுக்க முடியும்' என்றும் அவர் தெரிவித்தார்' என்கிறார்.

இவ்வாறு ராசா பிரதமருக்கு கடிதம் அனுப்பியவுடன் பிரதமர் என்ன செய்திருக்கவேண்டும்? சட்ட அமைச்சகம், 'அமைச்சரவைக் குழுவுக்கு அனுப்பவும்' என்று தெரிவித்த கருத்தை மீறி, நீங்கள் தன்னிச்சையாக முடிவெடுத்திருக்கக் கூடாது, அதனால் நான் அந்தக் கோப்பை அமைச்சரவைக் குழுவுக்கு அனுப்புகிறேன் என்றல்லவா உத்தரவிட்டிருக்கவேண்டும். பிரதமரும் பதில் கடிதம் அனுப்பினார். அந்தக் கடிதத்தில், 'உங்களின் 02.11.2007 நாளிட்ட கடிதம் கிடைத்தது' என்றே பதில் எழுதுகிறார்.

ஏன் இவ்வாறு எழுதுகிறார் என்று கேட்கிறீர்களா? ராசா தி.மு.க.வின் அமைச்சராயிற்றே!.. மன்மோகன் பிரதமராக இருக்கவேண்டாமா? மன்மோகன் சிங் பிரதமர் பதவியில் நீடித்ததற்காகத்தான் இந்தியா ஒரு லட்சத்து எழுபத்தாறாயிரம் கோடியை இழந்தது. அன்று பிரதமர் மன்மோகன், அந்தக் கோப்பை ராசாவிடமிருந்து பறித்து, அமைச்சரவைக் குழுவுக்கோ, அல்லது தன்னிடமோ மாற்றியிருந்தால், இந்த நஷ்டம், ஊழல் விசாரணை இதெல்லாம் தேவையா?

கனவுக்கு கைவிலங்கு!

தன்னிச்சையாக ஒரு தேதியை நிர்ணயித்து, பிரதமரின் எச்சரிக்கையையும் மீறி ஸ்பெக்ட்ரம் விவகாரத்தில் ராசா முடிவெடுத்ததைப் பார்த்தோம். ஸ்வான் மற்றும் யூனிடெக் நிறுவனங்களுக்கு லைசென்ஸ் மற்றும் ஸ்பெக்ட்ரம் தருவதற்கு இது மட்டும் போதாது என்றும் ராசாவுக்குத் தெரியும். கடைசி நாளாக நிர்ணயம் செய்த, 25.09.2007 அன்றே மற்ற நிறுவனங்களும் விண்ணப்பித்திருந்தால்?

முதலில் வருபவருக்கே முன்னுரிமை என்ற கொள்கைத் திட்டத்தின் படி, விண்ணப்பித்தவர்களுக்கு முதலில் அனுமதிக் கடிதம் கொடுக்கப்படும். அனுமதிக் கடிதம் கொடுக்கப்பட்ட 15 நாட்களுக்குள், நுழைவுக் கட்டணம் மற்றும் வங்கி உத்தரவாதம் ஆகியவற்றை வழங்கவேண்டும். சம்பந்தப்பட்ட நிறுவனம், பல கோடி ரூபாய் மதிப்புள்ள வங்கி உத்தரவாதம் மற்றும் நுழைவுக் கட்டணம் ஆகியவற்றை தயார் செய்ய ஏதுவாகத்தான் இந்த 15 நாட்கள் கால அவகாசம் கொடுக்கப் படுகிறது.

இந்த முறையைக் கடைப்பிடித்தால், தனக்குவேண்டிய வர்களுக்கு ஸ்பெக்ட்ரம் வழங்க முடியாது என்பதால், 26 அக்டோபர் 2007 அன்று சட்டம் மற்றும் நீதித்துறை அமைச்சகத்துக்கு ஆராசா ஒரு கடிதம் எழுதுகிறார். 'நிறையப் பேர் ஸ்பெக்ட்ரம் கேட்டு விண்ணப்பித்துள்ளார்கள். முதலில் அனுமதிக் கடிதம், அதன்பிறகு பேங்க்

கியாரண்டி என தேவையில்லாமல் தாமதித்தால் பொது மக்களுக்குக் கிடைக்கவேண்டிய நன்மைகள் கிடைக்காமல் போய்விடும்' என்று எழுதுகிறார்.

தொலைத் தொடர்புத் துறையில் இருக்கும் ஓர் அதிகாரி, அப்போதைய செயலர் மாத்தூருக்கு ஒரு குறிப்பு எழுதுகிறார். அந்தக் குறிப்பில், '25.09.2007 அன்றுவரை பெறப்பட்ட விண்ணப்பங்களை மட்டுமே ஏற்றுக் கொள்ள முடியும் என்று, அமைச்சர் முடிவெடுத் திருக்கிறார். அதன்படி, இப்போது உள்ள நடைமுறையைப் பின்பற்றி, அனுமதிக் கடிதங்களை வழங்கலாமா' என்று கேட்கிறார். அதற்கு மாத்தூர், 'இது தொடர்பாக, மேற்கொண்டு விவாதித்துவிட்டு முடிவெடுக்கலாம், அமைச்சரின் உத்தரவைப் பெறுவோம்' என்றும் எழுதுகிறார். அதே அதிகாரி, நிறுவனங்களுக்கு ஸ்பெக்ட்ரம் ஒதுக்கீடு செய்வதற்கான அனுமதிக் கடிதத்தை ராசாவின் ஒப்புதலுக்கு வைக்கிறார்.

அந்தக் குறிப்பில், ஸ்பெக்ட்ரம் வழங்குவது தொடர்பான நடைமுறை களைப் பின்பற்றுவது குறித்து ஆணைவேண்டுமெனக் கேட்டதோடு, 23.08.2007 அன்று ராஜ்ய சபாவில் எழுத்துபூர்வமாக பதிலளிக்கப்பட்ட ஒரு கேள்விக்கு, தொலைத் தொடர்புத் துறை அமைச்சகம், விண்ணப்பம் அளித்த நாளின் அடிப்படையிலேயே, ஸ்பெக்ட்ரம் ஒதுக்கீடு செய்யப்பட்டு வருவதாக பதிலளித்திருப்பதாகவும், அதனால், அந்த விதிமுறையை மீறாத வண்ணம் இப்போது ஸ்பெக்ட்ரம் வழங்கலாமா என்றும் கேட்கிறார்.

அந்தக் கடிதத்துக்கு ராசா ஒப்புதல் அளிக்கிறார். ஆனால் தந்திரமாக, அந்தக் கடிதத்தில் இருந்த 3-வது பாராவை அடித்து விடுகிறார். 3-வது பாராவில், விண்ணப்பம் அளித்து, நுழைவுக் கட்டணத்தை முதலில் செலுத்தும் நிறுவனத்துக்கு ஸ்பெக்ட்ரம் வழங்கப்படும். ஆனால், ஒரே நாளில் இரண்டு நிறுவனங்கள் நுழைவுக் கட்டணத்தைச் செலுத்துமாயின், விண்ணப்பம் அளித்த நாளையே, ஸ்பெக்ட்ரம் பெறுவதற்கான தகுதியாக எடுத்துக் கொள்ளலாம் என்பதுதான் அந்த விதி. எப்படி உஷாராக வேலை பார்த்திருக்கிறார் பார்த்தீர்களா?

இதற்குப் பிறகு ராசாவுக்கு புது தலைவலி வருகிறது. ஸ்பெக்ட்ரம் என்பது தேசத்தின் விலை மதிக்க முடியாத சொத்து என்பதாலும், இதை கவனமாகப் பங்கீடு செய்யவேண்டும் என்பதாலும், தொலைத் தொடர்புத் துறையில் பல்வேறு அடுக்குகளில், இதற்கான கட்டுப் பாடுகளை விதித்திருந்தனர். அந்தக் கட்டுப்பாடுகளின் ஒரு பகுதியாக, ராசா ஒப்புதல் அளித்த வரைவு அனுமதிக் கடிதம்' தொலைத் தொடர்புத் துறையின் உள்ளேயே இருக்கும் நிதித்துறையின்

ஒப்புதலுக்காகச் செல்கிறது. ராசா ஒப்புதல் அளித்த வரைவு அனுமதிக் கடிதத்தைப் பார்த்ததும், அத்துறையின் அதிகாரிகள் கடுப்படைகிறார்கள். அவர்களும் விடவில்லை.

அமைச்சரே ஒப்புதல் கொடுத்த கடிதத்தில், நாம் திருத்தம் செய்வதா என்றெல்லாம் தயங்கவில்லை. 'ஒரு நிறுவனம் நுழைவுக் கட்டணத்தைச் செலுத்தும் நாளை முன்னுரிமைக்கான அடிப்படையாக எடுத்துக் கொள்ளலாம் என்ற பகுதி நீக்கப்பட்டுள்ளது. அதனால், முன்னுரிமைக்கான அடிப்படை எது என்பதைத் தெளிவுபடுத்த வேண்டும். விண்ணப்பம் அளித்த நாளையே ஸ்பெக்ட்ரம் வழங்க தகுதிக்கான நாள் என்று வரையறை செய்யலாம். ஏராளமான விண்ணப்பங்கள் வந்திருப்பதால், விண்ணப்பதாரர்களுக்கு தெளிவு ஏற்படுத்தும் வகையில், அனுமதிக் கடிதத்தில், எந்த அடிப்படையில் ஸ்பெக்ட்ரம் வழங்கப்படும் என்பதை ஒரு பாராவாக சேர்க்க வேண்டும்' என்று, அந்தக் கோப்பில் எழுதுகிறார்கள்.

சிம்பிளாக சொல்லவேண்டும் என்றால், ராசாவின் கனவுக்கு கைவிலங்கு போடுகிறார்கள். உடனே, இப்போது திஹார் சிறையிலிருக்கும் கொள்ளைக் கூட்டத்தின் கூட்டம், ராசாவின் வீட்டில் மீண்டும் கூடுகிறது. சந்தோலியா, ராசா, ஷாகித் பல்வா போன்றவர்கள் ராசாவின் இல்லத்தில் கூடி, பிரதமருக்கு ஒரு கடிதத்தைத் தயார் செய்கிறார்கள்.

பிரதமருக்கு 26.12.2007 அன்று எழுதிய கடிதத்தில், ராசா புதிதாக ஒரு விஷயத்தைக் கண்டுபிடிக்கிறார். 'இதுவரை கடிதம் கொடுத்துவிட்டு ஸ்பெக்ட்ரம் கொடுப்போம். நிறையப் பேர் கேட்பதால் யார் முதலில் பணம் கட்டுகிறார்களோ, அவர்களுக்கு லைசென்ஸ் குடுக்கலாம்' என்று எழுதுகிறார். கூடவே இப்படி லைசென்ஸ் கொடுக்கலாமா என அரசு தலைமை வழக்கறிஞரிடம் கேட்டதற்கு அவர் சரி எனச் சொல்லி விட்டதாகவும் எழுதுகிறார். அந்தக் கடிதத்தில் கடைசியாக, 'இன்னமும் தாமதிக்க முடியாது. அதனால் உடனடியாக லைசென்ஸ் கொடுக்கலாம் என முடிவெடுத்திருக்கிறேன்' என்றும் எழுதுகிறார் ராசா.

இந்திய தேசத்தின் மீதும், தொலைத் தொடர்புத் துறையின் மீதும், ராசா வைத்திருந்த அக்கறையை நினைத்தால், அசந்து போவீர்கள். அந்தக் கடிதத்தில் ராசா, 'இந்தத் துறையில் நான் எடுக்கும் முயற்சிகள் எல்லாமே, மக்களுக்கு குறைந்த விலையில் செல்போன் சேவையை வழங்குவதற்காகவும், கிராமப்புறங்களில் செல்போன் சேவையை விரிவுபடுத்துவதற்காகவுமே' என்றும் குறிப்பிடுகிறார்.

ராசாவின் சின்ஸியாரிட்டியைப் பார்த்து, வாசகர்கள் யாரும் கண்ணீர் விடவேண்டாம். இந்தக் கடிதத்திற்கு, மன்மோகன் சிங் எழுதிய

பதிலைக் கேட்டால் ஆடிப்போய் விடுவீர்கள். அப்படி ஒரு நீண்ட பதில் அது. 'தொலைத் தொடர்புத் துறையில், ஏற்பட்டுள்ள மாற்றங்கள் குறித்து நீங்கள் எழுதிய 26 டிசம்பர் 2007 நாளிட்ட கடிதம் கிடைக்கப் பெற்றேன். அன்புடன், மன்மோகன் சிங்.' அவ் வளவேதான்! தொலைத் தொடர்புத் துறையில் காலம் காலமாக கடைப்பிடித்து வரும் ஒரு விதியை, பிரதமருக்குக் கீழ் பணியாற்றும் அத்துறையின் அமைச்சர், கடைப்பிடிக்கப் போவதில்லை என்றும், தன்னிச்சையாக, உடனடி யாக முடிவெடுக்கப் போகிறேன் என்று ஒரு கடிதம் எழுதுகிறார். இதற்கு உங்கள் கடிதம் கிடைக்கப் பெற்றேன் என்று, ஒரு பிரதமர் பதில் எழுதுகிறார் என்றால், ஒன்று அதில் இவரும் பங்கு பெற்றிருக்க வேண்டும் அல்லது ஒரு மிகப் பெரிய ஊழலை தடுப்பதைவிட, நான் பிரதமராக இருக்கவேண்டும் என்ற வெறி இருக்கவேண்டும்.

ராசா எழுதும் கடிதத்தை சதித் திட்டத்தின் ஒரு பகுதியாக குற்றப்பத்திரிகையில் குறிப்பிடும் சி.பி.ஐ., பிரதமர் எழுதிய பதில் கடிதத்தையும், அவரின் கனத்த அமைதியையும், குறிப்பிடாமல் கவனமாகத் தவிர்த்திருக்கிறது. சி.பி.ஐ, பிரதமர் அலுவலகத்தின் கீழ் செயல்படுவதால் இது நடந்தது என்று தவறாக நினைத்துக் கொள்ளாதீர்கள்.

ஒரு தேசத்தின் சொத்தை யாரும் கொள்ளையடித்து விடக்கூடாது என்பதற்காக, இத்தனை அடுக்கு கட்டுப் பாடுகளையும், பாதுகாப்பையும், வைத்திருந்தும், இத்தனை பெரிய ஊழலை ராசா என்ற நபர் செய்ய முடிந்திருக்கிறது என்றால், பல பேரின் துணை இல்லாமல், ராசாவால் இதைச் செய்திருக்கவே முடியாது என்பது மட்டும் உறுதி. மத்திய உளவுத் துறையான 'ஐ.பி.யின் அறிக்கைகளை தினமும் பார்வையிடும் பிரதமருக்கு ராசாவை யார் சந்திக்கிறார்கள், ஸ்பெக்ட்ரம் லைசென்ஸ் விவகாரத்தில் என்னதான் நடக்கிறது என்பதையெல்லாம் கண்டறிவது ஒன்றும் பெரிய கஷ்டம் இல்லை. ஒரு நிமிடத்தில் கண்டுபிடித்து விட முடியும். ஆனால், எந்த நடவடிக்கையும் எடுக்காமல் அமைதியாக இருந்தார் மன்மோகன். பல தடைக்கற்களை, படிக்கற்களாக மாற்றிய ராசா, தனது சதித்திட்டத்திற்கு இறுதி வடிவம் கொடுக்கிறார். எப்படி?

காணாமல் போன விண்ணப்பங்கள்!

ஸ்பெக்ட்ரம் விவகார்த்தில் ராசா தன்னிச்சையாக-- எப்படி முடிவெடுத்தார்?தடைகளை எல்லாம் எப்படி உடைத்தார்? என்பதைப் பார்த்தோம். ஸ்பெக்ட்ரம் விவகாரத்தில் கேள்வி எழுப்பிய பிரதமருக்கும் கடிதம் எழுதி சரி செய்தாயிற்று. எல்லா மேட்டரும் ஓர்

இறுதி நிலைக்கு வந்ததும், தொலைத் தொடர்புத் துறைச் செயலர் சித்தார்த் பெஹூரா ராசாவின் ஒப்புதலுக்காக ஒரு பத்திரிகைச் செய்தியை அனுப்புகிறார்.

அந்தச் செய்தியில், அனுமதிக் கடிதம், எப்படிப்பட்ட முறையில் வழங்கப்படும் என்ற விவரங்கள் இருந்தது. ராசா, இந்த நேரத்தில், செயலரை அழைத்து, 'தொலைத் தொடர்புத் துறை தொடர்பான வழக்கில், டெல்லி தீர்ப்பாயத்தில் மத்திய அரசின் தலைமை வழக்கறிஞர் ஆஜராகி வருகிறார். அதனால் அவரின் ஒப்புதலையும் பெற்றுவிடுங்கள்' என்று கூறுகிறார்.

அதன்படி பெஹூரா, இந்தக் கோப்பை நேரடியாக அரசுத் தலைமை வழக்கறிஞரிடம் எடுத்துச் செல்கிறார். அவர், 'இந்த விவகாரத்தை நான் பார்த்துவிட்டேன். இப்பத்திரிகைச் செய்தி வெளிப்படையான தன்மையை உறுதி செய்கிறது. இப்போது உத்தேசிக்கப்பட்டுள்ள முறை நியாயமானது. சரியாகவும் இருக்கிறது' என்று அந்தக் கோப்பில் எழுதுகிறார்.

அதோடு மேலும் ஒரு விஷயத்தை அவர் எழுதுகிறார். 'ஒரே நாளில், அனைத்து தகுதிகளையும் பூர்த்தி செய்து, ஒன்றுக்கு மேற்பட்ட நிறுவனங்கள் வந்தால், விண்ணப்பம் அளித்த தேதியை வைத்து, யாருக்கு லைசென்ஸ் என்பதை முடிவு செய்யவேண்டும்' என்று எழுதுகிறார். விண்ணப்பம் அளித்த தேதியை அடிப்படையாகக் கொள்ள வேண்டும் என்றால்தான் ராசாவுக்கு வேப்பங்காய் ஆயிற்றே?

ராசா தான் சட்டம் படித்ததை இந்த இடத்தில் பயன்படுத்திக் கொண்டார். அரசுத் தலைமை வழக்கறிஞர் எழுதியிருந்த கடைசி பாராவை அடித்து விடுகிறார். அரசுத் தலைமை வழக்கறிஞர் ஒப்புதல் கொடுத்த இடத்துக்கு மேல், 'திருத்தப்பட்டபடி ஒப்புதல் அளிக்கப் படுகிறது' என்று எழுதி, திருத்தப்பட்ட பத்திரிகைச் செய்திக்கு, அரசு தலைமை வழக்கறிஞரே ஒப்புதல் கொடுத்தது போல கோப்பைத் திருத்துகிறார். இவ்வாறு திருத்தப்பட்ட அறிவிப்பு 10.01.2008 அன்று வெளியிடப்படுகிறது.

அனுமதிக் கடிதங்களை எப்படிக் கொடுக்கவேண்டும் என்பதையும் ராசா, சந்தோலியா மற்றும் பெஹூரா கூடி முடிவு செய்கிறார்கள். தொலைத் தொடர்புத் துறை அலுவலகம் அமைந்திருக்கும், சன்ச்சார் பவன் இரண்டாவது தளத்தில் நான்கு கவுன்டர்களைத் திறப்பது என்றும், முதலில் யார் வந்து வங்கி உத்தரவாதம் போன்ற அனைத்து ஆவணங்களையும் சமர்ப்பிக்கிறார்களோ, அவர்களுக்கே ஸ்பெக்ட்ரம் என்றும் முடிவெடுத்து அதன்படி நான்கு கவுன்டர்களைத் திறக்க உத்தரவிடுகிறார்கள்.

இவர்களின் கூட்டுச் சதித் திட்டத்தின்படி, முதலில் யார் வந்து வங்கி கியாரண்டியோடு அனைத்து ஆவணங்களையும் சமர்ப்பிக் கிறார்களோ, அவர்களுக்கே ஸ்பெக்ட்ரம். திடுதிப்பென்று வங்கி கியாரண்டி, பல கோடி ரூபாய்க்கான நுழைவுக் கட்டணம் ஆகியவற்றை ஒரே நாளில் எப்படி தயார் செய்ய முடியும்? இப்படித்தான் செய்யப் போகிறார்கள் என்ற விவரம் உங்களுக்கு முன்னதாகவே தெரிந்தால் செய்ய முடியும்தானே?

அப்படித்தான் அது நடந்தது. ஜனவரி 2008-ல் தான் ஸ்பெக்ட்ரம் வழங்கப்பட்டது என்றாலும், ஸ்வான் டெலிகாம் நிறுவனம், 2007 அக்டோபரில் பஞ்சாப் நேஷனல் வங்கியின் கிளையை அணுகி, கடனுக்கு ஏற்பாடு செய்து, எப்போதுவேண்டுமானாலும் டிமாண்ட் டிராஃப்ட் வேண்டும்.அதற்குத் தயாராக இருங்கள் என்று சொல்லி வைத்திருக்கிறார்கள். யூனிடெக் நிறுவனம், இன்னும் ஒருபடி மேலே போய், 10.10.2007 அன்று டிமாண்ட் டிராஃப்டை எடுத்தே வைத்து விடுகிறார்கள். இப்போது ஸ்பெக்ட்ரம் இப்படித்தான் வழங்க வேண்டும் என்ற முடிவை எடுத்தது தொலைத் தொடர்புத் துறை அமைச்சகமா, அல்லது இந்த நிறுவனங்களா என்பது புரிகிறதா?

டாடா நிறுவனம், புதிதாக 20 இடங்களில் செல்போன் சேவையைத் தொடங்க, 10.01.2008 அன்றே விண்ணப்பம் அளிக்கிறது. டாடா நிறுவனம், மிகப் பெரிய நிறுவனம் என்பதால், தொலைத் தொடர்புத் துறை நிர்ணயித்த அத்தனை நிபந்தனைகளையும் நிறைவேற்றி, விண்ணப்பங்களை சமர்ப்பிக்கிறது.

‘எந்த பால் போட்டாலும் சிக்சர் அடிக் கிறாங்களே?’ என்று யோசித்தார் ராசா. முடிவு, டாடா நிறுவனம் அளித்த இருபது இடங்களுக்கான விண்ணப்பங்களும் காணாமல் போகின்றன. பின்னாளில் சி.பி.ஐ. விசாரணை நடத்தியபோது, கர்நாடக மாநிலத்திற்கு டாடா அளித்த ஒரே ஒரு விண்ணப்பம் மட்டும் தேடி எடுக்கப்பட்டது.

டாடா நிறுவனத் துக்கு விண்ணப்பங்கள் காணாமல் போன விவரம் தெரிய வருகிறது. அவர்கள் நாங்கள் ஏற்கெனவே விண்ணப்பித்த தேதி 10.01.2008 என்பதைக் குறிப்பிட்டு, 04.03.2008 அன்று புதிதாக விண்ணப் பங்களை சமர்ப்பிக்கிறார்கள். ‘உங்கள் விண்ணப்பம் வந்த தேதி 05.03.2008 தான்’ என்று எழுதி விடுகிறார் ராசா.

100 வருடங்களுக்கும் மேலாக இந்தியாவில் தொழில் செய்து வரும் நிறுவனம் டாடா. அவர்களுக்கு நஷ்டம் என்பது புதிதல்ல. 1000 கோடி ரூபாய் செலவு செய்து, மேற்கு வங்க மாநிலம் சிங்கூரில், நானோ கார் தொழிற்சாலை கட்டி முடித்து இயங்கும் நிலைக்கு

வந்ததும், அங்கே ஏற்பட்ட சில பிரச்னைகள் காரணமாக, ஒரே நாளில், அத்தொழிற்சாலையைக் கைவிட்டு, குஜராத் மாநிலத்துக்குப் போன நிறுவனம் என்பதை மறந்துவிடக் கூடாது. ராசாவைப் போல, எத்தனை அமைச்சர்களை அந்நிறுவனம் பார்த்திருக்கும்? ராசா, இன்று திகார் சிறையில் இருப்பதற்கு, ரத்தன் டாடாவும், ஒரு காரணியாக இருந்தார் என்ற விஷயத்தைப் புறந்தள்ள முடியாது.

புதிதாக ஸ்பெக்ட்ரம் வேண்டி விண்ணப்பிப்பவர்கள் ஒரு பிரிவு என்றால், ஏற்கெனவே ஸ்பெக்ட்ரம் வைத்திருந்து, கூடுதல் ஸ்பெக்ட்ரம் கேட்பவர்கள் மற்றொரு பிரிவு. இவ்வாறு கூடுதலாக ஸ்பெக்ட்ரம் ஒருவர் கேட்டாலும், புதிதாக ஸ்பெக்ட்ரம் வேண்டி விண்ணப்பிக்கும் நிறுவனம் எவ்வளவு தொகை செலுத்துகிறதோ, அதே தொகையை பழைய நிறுவனமும் செலுத்தவேண்டும் என்று ட்ராய் ஒரு விதியை வகுத்திருந்தது. இந்த அறிவிப்பைப் பார்த்ததும், சி.டி.எம்.ஏ. தொழில்நுட்பத்தின் கீழ் செல்போன் சேவை வழங்கி வந்திருந்த டாடா டெலி சர்வீசஸ், கூடுதல் ஸ்பெக்ட்ரம் கேட்டு 19.10.2007 அன்று விண்ணப்பிக்கிறது.

இதற்கு முதல் நாள் 18.10.2007 அன்று, ரிலையன்ஸ் நிறுவனமும், இதேபோல் விண்ணப்பிக்கிறது. ரிலையன்ஸ் நிறுவனத்துக்கு உடனடியாக ஒப்புதல் வழங்கிய ராசா, டாடா நிறுவனத்தின் விண்ணப்பத்தை நிலுவையில் வைத்ததோடு, புதிதாக வரப்பெற்ற விண்ணப்பங்களோடு சேர்த்து நிலுவையில் வைக்கிறார்.

டாடா நிறுவனம் ஏற்கெனவே, ஸ்பெக்ட்ரம் வைத்திருந்து செல்போன் சேவையை நடத்தி வந்ததால், அவர்களுக்கு முன்னுரிமை கொடுக்க வேண்டும் அல்லவா? அவ்வாறு அவர்களுக்கு முன்னுரிமை கொடுக்கவேண்டி வந்தால், அதிகப் போட்டியுள்ள, டெல்லிக்கு ஒரே ஓர் இடம்தானே காலியாக இருக்கிறது. அந்த இடத்தை டாடாவுக்கு அளிக்கவேண்டி வந்துவிட்டால், ஸ்வான் டெலிகாமுக்கு எப்படி டெல்லியைத் தர முடியும்?

ஏற்கெனவே, ஸ்பெக்ட்ரம் வைத்திருந்த ரிலையன்ஸ் நிறுவனத்துக்கு ஸ்பெக்ட்ரம் ஒதுக்கியது போல, டாடா நிறுவனத்துக்கும் ஸ்பெக்ட்ரம் ஒதுக்கீடு செய்யலாமா என்று, ராசாவுக்கு கோப்பு அனுப்பப்படுகிறது. இந்தக் கோப்பு ராசாவை வந்தடைந்த நாள் 23.01.2008. இந்தக் கோப்பின் மீது உடனடியாக முடிவெடுத்து விட்டால், பங்காளிகளுக்கு ஸ்பெக்ட்ரம் வழங்க முடியாதே! அதனால் ராசா 27.02.2008வரை, இந்தக் கோப்பை நிலுவையில் வைக்கிறார். அதற்கு முந்தைய நாளான 26.02.2008 அன்று, ஸ்வான்

நிறுவனத்துக்கு டெல்லி மற்றும் மும்பை மாநகரங்களுக்கான ஸ்பெக்ட்ரம் ஒதுக்கீடு செய்து உத்தரவிடுகிறார்.

ஸ்பெக்ட்ரம் அரிதாக இருந்த டெல்லி மற்றும் மும்பை நகரங்களை ஸ்வான் டெலிகாம் நிறுவனத்துக்கு ஒதுக்கியாயிற்று அல்லவா? இப்போது டாடா நிறுவனத்தின் கோப்பை எடுத்து, ஸ்பெக்ட்ரம் ஒதுக்கீடு செய்து உத்தரவிடுகிறார். ஸ்பெக்ட்ரம் தாராளமாக இருக்கும் நகரங்களில் பிரச்னையே இல்லை. எத்தனை விண்ணப்பங்கள் வந்தாலும் ஒதுக்கீடு செய்ய முடியும். ஆனால், டெல்லி மும்பை போன்ற ஒரே ஒரு நபருக்குத்தான் ஸ்பெக்ட்ரம் ஒதுக்கீடு செய்ய முடியும் என்ற நிலையில் உள்ள நகரங்களில்தானே சிக்கலே!

இந்த நகரங்களுக்கான விண்ணப்பங்களைப் பரிசீலிக்கும் போது, டாடா நிறுவனம், தாமதமாக 05.03.2008 அன்று விண்ணப்பித்ததாக பதிவு செய்யுமாறு, ராசாவின் கைத்தடிகளாக இருந்த சந்தோலியாவும், சித்தார்த் பெஹூராவும், தொலைத் தொடர்புத் துறை அதிகாரிகளை நச்சரிக்கிறார்கள்.

இரண்டு அதிகாரிகள், 'டாடா நிறுவனம் 10.01.2008 அன்றே விண்ணப்பித்துள்ளது. அவர்களின் விண்ணப்பத்தைச் தொலைத்தது நம் தவறு. அதனால் 05.03.2008 அன்றுதான் விண்ணப்பித்தார்கள் என்று பதிவு செய்வது தவறு' என்று எதிர்ப்புத் தெரிவிக்கிறார்கள். உடனடியாக அந்த இரண்டு அதிகாரிகளும் மாற்றம் செய்யப்பட்டார்கள்.

இப்படி, சட்டதிட்டங்களை காற்றில் பறக்கவிட்டு ஸ்வான் நிறுவனத்துக்கும், யூனிடெக் நிறுவனத்துக்கும் ஸ்பெக்ட்ரம் ஒதுக்கீடு செய்யப்பட்டது. விதிகளின்படி, ஸ்பெக்ட்ரம் ஒதுக்கீடு செய்யப் பட்டால், இந்த இரண்டு நிறுவனங்களும் ஓர் இடத்தில்கூட, ஸ்பெக்ட்ரம் ஒதுக்கீடு பெற்றிருக்க. முடியாது என்று தெரிய வருகிறது.

சரி, இவ்வளவு அவசர அவசரமாக டெல்லிக்கான ஸ்பெக்ட்ரம் ஒதுக்கீடு பெற்ற, ஸ்வான் நிறுவனம், ஒதுக்கீடு பெற்று, இரண்டு ஆண்டுகள் கழித்தும், செல்போன் சேவையைத் தொடங்கவே யில்லை என்பது குறிப்பிடத்தக்கது.

டாடாவுக்கு ராசா, இதுபோல துரோகம் இழைத்து இருக்கிறாரே... பிறகு எதற்காக ரத்தன் டாடா, 'இவரைப் போல ஒரு தொலைத் தொடர்புத் துறை அமைச்சரை பார்த்தது இல்லை' என்று முதல்வர் கருணாநிதிக்கு கடிதம் எழுதினார் என்று தோன்றுகிறதா? அதையும் பார்க்கலாம்.

டாடாவின் பங்கு!

இந்திய வரலாற்றில் தொலைத் தொடர்புத் துறை வேகமாக வளர்ந்து வரும் ஒரு துறை. அந்தத் துறையின் தலைமைப் பொறுப்பு உங்கள் கட்சியிடம் இருக்கிறது. தொலைநோக்குப் பார்வையோடும், புதிய சிந்தனைப் போக்கோடும், நீங்களும் உங்கள் அமைச்சரும் இத்துறையில் அடைந்துள்ள வளர்ச்சியைப் பாராட்டவேண்டியது வரலாற்றின் கடமை.' இப்படியொரு கடிதம், ரத்தன் டாடாவால், ராசாவைப் பாராட்டி கருணாநிதிக்கு நீரா ராடியா மூலமாகக் கொடுத்தனுப்பப்பட்டது. எதற்காக இந்தப் பாராட்டு?

செல்பேசி சேவையில் இரண்டு வகைகள் உள்ளன. ஒன்று சி.டி.எம்.ஏ. மற்றொன்று ஜி.எஸ்.எம்.! இதில் ஜி.எஸ். பாம். பிரபலமான அளவுக்கு சி.டி.எம்.ஏ. பிரபலமாகவில்லை. சி.டி.எம்.ஏ. வகையில் செல்போன் சேவையை அளித்து வந்த நிறுவனங்கள் நான்கு. ஷ்யாம் டெலிகாம், எச்.எஃப்.சி.எல்., ரிலையன்ஸ் மற்றும் டாடா. இந்த நான்கு நிறுவனங்களிடமும், சி.டி.எம்.ஏ. தொழில் நுட்பத்துக்கு உண்டான ஸ்பெக்ட்ரம் கொடுக்கப்பட்டிருந்தாலும், இந்தப் பிரிவில், பெரிய அளவுக்கு லாபம் பார்க்க முடியவில்லை. அதனால், ஜி.எஸ். எம். பிரிவில் செல்போன் சேவையைத் தொடங்குவதற்காக விண்ணப்பிக்கிறார்கள். இதில் ஷ்யாம், எச்.எஃப்.சி.எல்., மற்றும் ரிலையன்ஸ் ஆகிய நிறுவனங்கள் 2006-ம் ஆண்டே விண்ணப் பிக்கின்றன. ஆனால், ஒரே நிறுவனத்துக்கு இரண்டு தொழில் நுட்பங்களைப் பயன்படுத்த அனுமதி அளிப்பது தொடர்பான முடிவு அப்போது எடுக்கப்படவில்லை.

இரண்டு தொழில் நுட்பங்களைப் பயன்படுத்த அனுமதி வழங்கலாம் என்ற முடிவு அக்டோபர் 2007-ல் எடுக்கப்படு கிறது. அக்டோபர் மாதம் 10-ம் தேதி - இது தொடர் பான பத்திரிகைச் செய்தி வெளியிடப் படுகிறது. பத்திரிகைச் செய்தி வெளியிடப்பட்ட அன்றே டாடா குழுமம் விண்ணப்பிக்கிறது. ஆனால், 2006-ல் விண்ணப்பித்தது என்ற காரணத்தால் ரிலையன்ஸ் நிறுவனத்துக்கு மட்டும், ஜி.எஸ். எம். தொழில்நுட்பத்தைப் பயன்படுத்துவதற்கான அனுமதி உடனடியாக வழங்கப்படுகிறது. இதே அனுமதி டாடா நிறுவனத்துக்கு பிப்ரவரி 2008-ல் வழங்கப்படுகிறது.

ரிலையன்ஸ் நிறுவனத்தோடு சேர்ந்து 2006-ம் ஆண்டே, விண்ணப்பித்த எச்.எஃப்.சி.எல். நிறுவனத்துக்கு செப்டம்பர் 2008-லும், ஷ்யாம் டெலி லிங்க்ஸ் நிறுவனத்துக்கு, டிசம்பர் 2008-லும் ஸ்பெக்ட்ரம் ஒதுக்கீடு செய்யப்படுகிறது. சுருக்கமாகச் சொன்னால்,

எந்த விதமான விதிமுறைகளையும், ஒழுங்கையும் கடைப் பிடிக்காமல், மனம் போன போக்கில் ஸ்பெக்ட்ரம் ஒதுக்குகிறார் ராசா.

பிப்ரவரி 2008-ல் டாடா நிறுவனத்துக்கு ஸ்பெக்ட்ரம் ஒதுக்கீடு செய்த ராசா, 2001-ல் உள்ள விலையில் ஒதுக்கீடு செய்கிறார். அதாவது, டாடா நிறுவனம் ஸ்பெக்ட்ரத்துக்காக செலுத்திய தொகை, ரூ.1658 கோடி. ஸ்பெக்ட்ரம் ஒதுக்கீடு செய்யப்பட்ட 7 மாதங்களில் டாடா நிறுவனம், அதன் 26 சதவிகித பங்குகளை ஜப்பானைச் சேர்ந்த டோகோமோ நிறுவனத்துக்கு 14 ஆயிரம் கோடி ரூபாய்க்கு விற்று விட்டது. வெறும் 26 சதவிகித பங்குகள் 14 ஆயிரம் கோடியை பெற்றுத் தந்திருக்கிறது என்றால், டாடா பெற்ற ஸ்பெக்ட்ரத்தின் மதிப்பு எவ்வளவு என்று பாருங்கள். இதுபோல ரிலையன்ஸ் நிறுவனத்துக்கும், டாடா நிறுவனத்துக்கும் இரட்டைத் தொழில் நுட்பத்துக்காக ஸ்பெக்ட்ரம் ஒதுக்கிய வகையில் மட்டும் அரசுக்கு 40,526 கோடி ரூபாய் நஷ்டம் என்று . சி.ஏ.ஜி., அறிக்கை சொல்கிறது.

இவ்வாறு ஒதுக்கீடு செய்து முடிந்ததும், நிதி அமைச்சகம், ராசாவுக்குக் கடிதம் ஒன்றை எழுதுகிறது. '2001-ல் முடிவு செய்யப் பட்ட விலையான ரூ.1600 கோடி எப்படி 2007-ல் பொருந்தும் என்பது புதிராக உள்ளது. இத்தனை பெரிய நிதி விவகாரம் இதில் சம்பந்தப் பட்டிருப்பதால், நிதி அமைச்சகத்தை கலந்தாலோசித்திருக்க வேண்டும். அதனால் உடனடியாக இந்த விஷயத்தை மறுபரிசீலனை செய்யவேண்டும். அதுவரை கொடுக்கப்பட்ட லைசென்ஸ்-களை நிறுத்தி வைக்கவும்' என்று நிதி அமைச்சகம் எழுதுகிறது.

டாடா நிறுவனம் இப்படி கொள்ளை லாபம் அடித்ததோடு நிற்கவில்லை. ராசாவால் பெரிய அளவில் பலனடைந்த யூனிடெக் நிறுவனம், ஸ்பெக்ட்ரம் ஒதுக்கீட்டுக்காக செலுத்திய தொகை ரூ.1700 கோடி. இந்த ரூ.1700 கோடியையும், யூனிடெக் நிறுவனத்துக்கு, டாடா நிறுவனம் கடனாகக் கொடுத்துள்ளது என்ற விவரம், யூனிடெக் நிறுவனத்தின் பின்னணியில் டாடா நிறுவனம் உள்ளதோ என்ற சந்தேகத்தை ஏற்படுத்தியுள்ளது. 2007-2008-ம் நிதி ஆண்டில், டாடா ரியாலிட்டி நிறுவனத்தின் ஆண்டுக்கணக்கில், 1700 கோடி ரூபாயை ஒரு 'பார்ட்டி'க்கு கடனாகக் கொடுத்துள்ளதாக சம்பந்தப்பட்ட நிறுவனத்தின் பெயரைக்கூட குறிப்பிடாமல் பதிவு செய்யப்பட்டுள்ளது.

யூனிடெக் நிறுவனம் டாடா கொடுத்த மொத்த தொகையையும், ஸ்பெக்ட்ரம் ஒதுக்கீடு பெற்ற, யூனிடெக் வயர்லெஸ் என்ற நிறுவனத்துக்குப் பயன்படுத்தியுள்ளது. ரிலையன்ஸ் நிறுவனத்துக்கு சமமாகவே, டாடா நிறுவனமும்! 2ஜி ஸ்பெக்ட்ரம் விவகாரத்தில்,

பலனடைந்திருக்கிறது என்பதில் எந்த சந்தேகமும் இல்லை. ஆனால், சி.பி.ஐ.யின் குற்றப்பத்திரிகையில், டாடா நிறுவன அதிகாரிகள் ஒருவர் பெயர்கூட இடம் பெறவில்லை. (டாடா குழுமத்தையும், நீரா ராடியாவையும் குற்றப்பத்திரிகையில் குற்றவாளியாகச் சேர்க்க வேண்டும் என்று தர்மேந்தர் பாண்டே என்பவர் டெல்லியில் வழக்குத் தொடுத்தார். வழக்கு பின்னர் தள்ளுபடி செய்யப்பட்டது)

ராசாவின் தொலைநோக்குப் பார்வையைப் பாராட்டவேண்டிய கட்டாயம் வரலாற்றுக்கு உண்டு என்று ரத்தன் டாடா எழுதிய கடிதமும், 2001 விலையில் ஸ்பெக்ட்ரம் பெற்றதும், 26 சதவிகித பங்குகளை விற்று, 14 ஆயிரம் கோடி ரூபாய் லாபம் பார்த்ததும், கூட்டுச் சதி அல்லாமல் வேறு என்ன? குறிப்பாக, லைசென்ஸ் கிடைக்கும் நேரம் பார்த்து யூனிடெக் நிறுவனத்துக்கு ரூ.1700 கோடி ரூபாயை கடனாகக் கொடுத்த காரணம் என்ன?

'யூனிடெக் நிறுவனத்துக்குப் பணம் நான்தான் ஏற்பாடு செய்தேன்' என்று நீரா ராடியா தொலைபேசியில் சொல்லக் காரணம் என்ன? என்கிற கேள்விகளையெல்லாம் நாம்தான் கேட்டுக் கொள்ள வேண்டும். சி.பி.ஐ. கேட்காது.

ராசாவால், மடியில் வைத்து தாலாட்டி லைசென்ஸ் கொடுக்கப்பட்ட ஸ்வான் டெலிகாம் நிறுவனம் உருவானதே ரிலையன்ஸ் நிறுவனத்துக்காக ஸ்பெக்ட்ரம் பெறுவதற்காகத் தான். ஓர் இடத்தில் லைசென்ஸ் பெற்று, ஸ்பெக்ட்ரம் ஒதுக்கீடு செய்த ஒரு நிறுவனத்துக்கு அதே இடத்தில் மீண்டும் ஸ்பெக்ட்ரம் ஒதுக்கக் கூடாது என்ற ட்ராயின் விதிமுறைகளை மீறுவதற்காகவே, ஸ்வான் டெலிகாம் நிறுவனத்தை உருவாக்குகிறார்கள்.

ரிலையன்ஸ் நிறுவனத்துக்கும், ஸ்வான் டெலிகாம் நிறுவனத்துக்கும் சம்பந்தமே இல்லை என்பதைக் காட்டுவதற்காக, ஸ்வான் டெலிகாம் நிறுவனத்தின் பங்குகளை வைத்திருக்கும் நிறுவனங்கள் என்று, ஸீப்ரா கன்சல்டன்ட்ஸ், பேரட் கன்சல்டன்ட்ஸ், டைகர் டிரேடர்ஸ் என்று பல்வேறு நிறுவனங்களை உருவாக்கி, இறுதியாக ஸ்வான் டெலிகாம் நிறுவனம் மூலம் லைசென்ஸ் பெறுகிறார்கள்.

லைசென்ஸ் பெற்ற ஒரு சில மாதங்களிலேயே, ஸ்வான் நிறுவனம், ஐக்கிய அரபு எமிரேட்டுகள் நாட்டைச் சேர்ந்த எடிசலாட் என்ற நிறுவனத்துக்கு 45 சதவிகித பங்குகளை விற்று கொள்ளை லாபம் பார்க்கிறது. - புதிதாகத் தொடங்கப்பட்ட நிறுவனம் என்பதால், ஒரு நிறுவனத்தின் செல்போன் சேவையை வைத்திருக்கும், வாடிக்கையாளர் மற்ற மாநிலத்துக்குச் செல்லும்போது (ரோமிங்) அந்த

இடத்திலிருக்கும் செல்போன் ஆபரேட்டரோடு ஒப்பந்தம் செய்து கொண்டு அதற்குரிய கட்டணத்தைச் செலுத்தவேண்டும். அவ்வாறு ஒப்பந்தம் இல்லாவிட்டால், மற்ற மாநிலத்துக்குச் செல்லும்போது, அந்த மாநிலத்தில் வாடிக்கையாளரின் செல்போன் சேவை நின்று போகும். பெரிய நிறுவனங்கள் அனைத்துமே, அந்தந்த மாநிலத்தில் உள்ள நிறுவனங்களோடு ஒப்பந்தம் போட்டுக் கொள்வது வழக்கம்.

ஸ்வான் நிறுவனம் தனது பங்குகளை எடிசலாட் நிறுவனத்துக்கு விற்பனை செய்வதற்கு நான்கு நாட்களுக்கு முன்பாக, ராசா, பி.எஸ்.என்.எல். நிறுவனத்தின் மேலாண்மை இயக்குநரை அழைத்து, ஸ்வான் டெலிகாம் நிறுவனத்தோடு, 'இன்ட்ரா சர்க்கிள் ரோமிங் அக்ரீமெண்ட்' என்று ஒப்பந்தம் போடுமாறு நெருக்குகிறார்.

பி.எஸ்.என்.எல். எம்.டி, குல்தீப் கோயல் தயங்குகிறார். தொலைத் தொடர்புத் துறையில், ராசாவின் இந்தத் திட்டத்திற்கு எதிர்ப்புத் தெரிவித்த, குஷாவா மற்றும் ஜா என்ற இரண்டு அதிகாரிகள் மாற்றப் படுகிறார்கள். ஸ்வான் டெலிகாம் மற்றும் பி.எஸ்.என்.எல். இடையே ஒப்பந்தம் போடப்படும் போது, பி.எஸ்.என்.எல்.லின் கோரிக்கையான ஒரு அழைப்புக்கு 52 காசுகள் தரப்படவேண்டும் என்ற முக்கிய விதி, தந்திரமாக நீக்கப்படுகிறது.

ஸ்பெக்ட்ரம் வேண்டி விண்ணப்பிக்கும் நிறுவனங்கள் குறைந்த பட்சம் இவ்வளவு முதலீட்டில் நடத்தப்படவேண்டும் என்ற அடிப்படை விதியையே ஸ்வான் டெலிகாம் நிறுவனம் மீறியுள்ளது. லைசென்ஸ் வேண்டி விண்ணப்பித்த அன்று, ஸ்வான் நிறுவனத்தின் மொத்த முதலீடே 4 கோடி ரூபாய்தான். ஆனால், 110 கோடி ரூபாய் முதலீடு என்று, பொய்யாக ஆவணங்களைத் தயாரித்து, ஸ்பெக்ட்ரம் கேட்டு விண்ணப்பித்துள்ளது.

எஸ்.டெல் 'என்ற மற்றொரு நிறுவனம் ஸ்பெக்ட்ரம் ஒதுக்கீடு கிடைக் காததால், டெல்லி உயர் நீதிமன்றத்தில் வழக்குத் தொடுக்கிறது. தொடுப்பதற்கு முன்பாக, ஸ்பெக்ட்ரம் வழங்குவதற்காக 13,752 கோடி ரூபாயைத் தருகிறோம் என்று ராசாவுக்குக் கடிதம் எழுதுகிறார்கள். ராசா 1651 கோடி ரூபாய்க்கு ஸ்பெக்ட்ரம் வழங்கி யிருந்தார். இந்த வழக்கை விசாரித்த டெல்லி உயர் நீதிமன்றம், 'இந்த தேசத்தின் விலை மதிக்க முடியாத சொத்து சினிமா டிக்கெட்டுகள் போல கொடுக்கப்பட்டது அதிர்ச்சி அளிக்கிறது' என்று கூறி, கடைசி தேதியை மாற்றிய ராசாவின் உத்தரவை ரத்து செய்கிறார்கள்.

இதை எதிர்த்து தொலைத் தொடர்புத் துறை அமைச்சகம் உச்ச நீதிமன்றம் செல்கிறது. சிக்கல் பெரிதாவதைக் கண்ட ராசா,

எஸ்.டெல் நிறுவனத்திடம் வழக்கை வாபஸ் வாங்கச் சொல்கிறார். ஆனால் அந்நிறுவனம் மறுக்கிறது. 2010 மார்ச்சில் எஸ்.டெல் நிறுவனம் ஏற்கெனவே செல்போன் சேவையை நடத்திக் கொண்டிருந்த அஸ்ஸாம், இமாச்சலப் பிரதேசம் உள்ளிட்ட நான்கு மாநிலங்களில் செல்போன் சேவையை 'பாதுகாப்பு காரணங்களுக்காக உடனடியாக ரத்து செய்ய நோட்டீஸ் அனுப்புகிறார். உள்துறை அமைச்சகத்தின் அறிவுரையின் காரணமாக இந்த நோட்டீஸ் அனுப்பப்பட்டதாகச் சொல்லப்பட்டாலும், உள்துறை அமைச்சகம் அப்படி ஓர் அறிக்கையை அனுப்பவே இல்லை என்று மறுத்திருக்கிறது.

நான்கு மாநிலத்தில் செல்போன் சேவையை நிறுத்தச் சொன்னதும், எஸ்.டெல் நிறுவனம் பயந்து போய், வழக்கை வாபஸ் பெற்றது. அன்று உச்ச நீதிமன்றத்தை ஏமாற்றிய ராசா, அதே உச்ச நீதிமன்றத்தால் திஹாரில் இருக்கிறார்!

சதியில் முடிந்த விதி மீறல்!

ராசாவால் ஆதாயம் பெற்ற நிறுவனங்களில் முக்கியமான இரண்டு நிறுவனங்கள், ஸ்வான் மற்றும் யூனிடெக்.

'ஏற்கெனவே ஒரு குறிப்பிட்ட ஏரியாவில் 'லைசென்ஸ்' வைத்திருக்கக் கூடிய ஒரு நிறுவனம், புதிதாக 'லைசென்ஸ்' கேட்டு விண்ணப்பிக்கும் நிறுவனத்தில் 10 சதவிகிதத்திற்கும் மேல் பங்குகளை வைத்திருக்கக் கூடாது என்று விதி உள்ளது. இந்த விதியை மீறியிருக்கிறார்கள்.

ஸ்வான் டெலிகாம் என்ற நிறுவனத்தை புதிதாக உருவாக்குகிறார்கள். 99 சதவிகித பங்குகளை ரிலையன்ஸ் நிறுவனம் வைத்திருப்பது போலவும், (பத்து சதவிகிதத்துக்கு கீழேயாம்) மீதம் உள்ள 90.1 சதவிகித பங்குகளை டைகர் டிரேடர்ஸ் என்ற ஒரு நிறுவனம் வைத்திருப்பது போலவும், ஸ்வான் டெலிகாம் உருவாக்கப்படுகிறது.

இந்த ஸ்வான் டெலிகாம் யாருக்குச் சொந்தம் என்ற விவரம் ஒருவருக்குமே பிடிபடக்கூடாது என்பதில் தெளிவாக இருந்தார்கள். ஸீப்ரா கன்சல்டன்சி மற்றும் பேரட் கன்சல்டன்ட்ஸ் என்று இரண்டு நிறுவனங்கள் டைகர் டிரஸ்டீஸ் நிறுவனத்தில் 50 சதவிகித பங்குகளை வைத்திருந்தார்கள்.

ஸீப்ரா கன்சல்டன்சி மற்றும் டைகர் டிரேடர்ஸின் 50 சத விகித பங்குகளை வைத்திருந்தது பேரட் கன்சல்டன்ட்ஸ். இது போல, பேரட் கன்சல்டன்ட்ஸ், டைகர் டிரேடர்ஸ் மற்றும் ஸப்ரா கன்சல்டன்ட்ஸ் ஆகிய மூன்று நிறுவனங்களின் 50 சதவிகித

பங்குகளை மற்ற நிறுவனங்கள் வைத்திருப்பது போல வடிவமைப்பு செய்யப்பட்டது.

இந்த நிறுவனங்களுக்கான நிதியும், ரிலையன்ஸ் நிறுவனத்திடமிருந்தோ, அல்லது அதன் துணை நிறுவனங்களிடமிருந்தோ சென்றிருக்கும் விவகாரம் விசாரணையின் போது தெரிய வந்தது.

இதில் குறிப்பிடத் தகுந்த ஒரு முக்கியமான விஷயம், ஸ்வான் டெலிகாம் இது போல போலியாக உருவாக்கப்பட்ட ஒரு நிறுவனம் என்றும், அந்நிறுவனத்துக்கு ஸ்பெக்ட்ரம் ஒதுக்கீடு செய்யக் கூடாது என்றும், விவரமாக ஆவணங்களோடு, எழுத்துபூர்வமான புகார் ஒன்று வருகிறது. அந்தப் புகாரைத் தூக்கி குப்பையில் போட்டுவிட்டு, ஸ்வான் நிறுவனத்துக்கு ஸ்பெக்ட்ரம் வழங்கினார் ராசா.

இந்த நிறுவனம், இப்படி விதி மீறல்களைப் புரிந்திருக்கிறது என்றால், யூனிடெக் நிறுவனம், மற்றொரு முறையில் விதி மீறல் புரிந்திருக்கிறது. யூனிடெக் நிறுவனம், நேரடியாக ஸ்பெக்ட்ரம் கேட்டு விண்ணப்பிக்கவில்லை. யூனிடெக் பில்டர்ஸ், ஹட்சன் ப்ராப்பர்ட்டீஸ், வோல்கா ப்ராப்பர்டீஸ், நஹான் ப்ராப்பர்டீஸ், அஸ்கா ப்ராஜெக்ட்ஸ், மற்றும் அடாநீஸ் ப்ராஜெக்ட்ஸ் ஆகிய அதன் துணை நிறுவனங்கள் மூலமாக விண்ணப்பித்தது.

ஒரு நிறுவனம் தொடங்கப்படவேண்டும் என்றால், அந்த நிறுவனத்தின் நோக்கம் என்ன, எதற்காகத் தொடங்கப்படுகிறது என்ற விவரங்களை 'மெமரண்டம் ஆஃப் அசோசியேஷன் என்ற அறிக்கையில் பதிவு செய்து, அந்த அறிக்கையை கம்பெனிகளுக்கான பதிவாளரிடம் வழங்கவேண்டும்.

ஸ்பெக்ட்ரம் ஒதுக்கீடு கேட்டு விண்ணப்பிக்கும் நிறுவனங்களுக்கான ஒரு முக்கிய நிபந்தனை, சம்பந்தப்பட்ட நிறுவனங்களின் அறிக்கையில், தொலைத் தொடர்புத் துறையில் ஈடுபடப் போகும் நோக்கம் இடம் பெறவேண்டும்.

இந்த நிறுவனங்கள் செப்டம்பர் மாதம் 24-ல் ஸ்பெக்ட்ரம் கேட்டு விண்ணப்பிக்கின்றன. அதே மாதம் 20-ம் தேதி, தங்களின் அறிக்கையில், தொலைத் தொடர்புத் தொழிலில் ஈடுபடப்போவதாக மாற்றம் செய்து, அந்த விஷயத்தைப் பதிவு செய்யுமாறு கம்பெனிகளுக்கான பதிவாளரைக் கேட் கிறார்கள்.

கம்பெனி பதிவாளரோ, நிறுவனத்தின் பெயரிலும் மாற்றம் செய்ய வேண்டும் என்றும், அவ்வாறு செய்வதற்கு, கம்பெனிகள் சட்டத்தின்

படி, மத்திய அரசின் எழுத்துப்பூர்வமான அனுமதிவேண்டும் என்றும் தெரிவித்து விடுகிறார். மே 2008-ல் இந்த அனுமதி கிடைத்ததால், சம்பந்தப்பட்ட நிறுவனங்கள் ஸ்பெக்ட்ரம் கேட்டு விண்ணப்பிக்க இப்போதுதான் தகுதி பெறுகின்றன. ஆனால், ஜனவரி 2008-லேயே, ஸ்பெக்ட்ரம் எப்படி ஒதுக்கப்பட்டது என்பது தான் ராசா பதில் சொல்லவேண்டிய கேள்வி.

அடுத்த விதி மீறல்: ஸ்பெக்ட்ரம் ஒதுக்கீடு பெறுவதற்கான தகுதியாக இருந்த மற்றொரு விதி, எந்த இடத்துக்கு ஸ்பெக்ட்ரம் கேட்டு ஒரு நிறுவனம் விண்ணப்பிக்கிறதோ, அதற்கேற்றாற்போல, அந்நிறுவனத்தின் முதலீடு இருக்கவேண்டும் என்பது.

யூனிடெக் இன்ஃப்ராஸ்ட்ரக்சர், யூனிடெக் பில்டர்ஸ் அண்ட் எஸ்டேட், அசாரே ப்ராப்பர்டீஸ், ஹட்சன் ப்ராப்பர்டீஸ், நஹான் ப்ராப்பர்டீஸ், அஸ்கா ப்ராஜெக்ட்ஸ், வோல்கா ப்ராப்பர்டீஸ் மற்றும், அடாநீஸ் ப்ராஜெக்ட்ஸ் ஆகிய எட்டு நிறுவனங்களின் மொத்த முதலீடே வெறும் 5 லட்சம்தான்.

ராசா ஸ்பெக்ட்ரம் கொடுக்கப் போகிறார் என்று தெரிந்தவுடன், மதியம் 2 மணிக்கு அவசர அவசரமாக போர்டு மீட்டிங்கைப் போட்டு, நம்ம கம்பெனிக்கு முதலீட்டைக் கூட்டலாம் என்று முடிவெடுக் கிறார்கள். இவர்கள் முடிவெடுத்துவிட்டால் போதுமா?

கம்பெனிப் பதிவாளருக்கு தெரியப்படுத்தி ஆவணங்களில் மாற்றம் செய்யவேண்டாமா? கம்பெனி பதிவாளர் ஆவணங்களில் மாற்றம் செய்ய ஒரு வாரம் ஆகி விடுகிறது.

ஆனால், இவ்வாறு மாற்றம் செய்வதற்கு முன்பாகவே, ஸ்பெக்ட்ரம் கேட்டு விண்ணப்பித்துவிட்டார்கள்.

விண்ணப்பித்த நாளன்று, இந்த நிறுவனங்களுக்கு ஸ்பெக்ட்ரம் பெறுவதற்கு தகுதியே இல்லை. ராசாவின் கடைக்கண் பார்வைதான் கிடைத்துவிட்டதே... வேறு என்ன தகுதிவேண்டும்? இந்த நிறுவனங் கள் மட்டுமல்ல, அலையன்ஸ் இன்ஃப்ராடெக், லூப் டெலிகாம், வீடியோகான், எஸ்.டெல் ஆகிய அனைத்து நிறுவனங்களும், இதே கதையைத்தான் பின்பற்றின.

இதில் லூப் டெலிகாம் மற்ற நிறுவனங்களை தூக்கிச் சாப்பிட்டு விட்டது. செப்டம்பர் மாதம் ஸ்பெக்ட்ரம் கேட்டு விண்ணப்பித்த போது, முதலீட்டை அதிகரிக்கவேயில்லை. அக்டோபர் மாதம்தான் முதலீட்டை அதிகரித்தனர்.

ஸ்பெக்ட்ரம் ஒதுக்கீடு பெற்ற மூன்று ஆண்டுகளுக்கு, ஒதுக்கீடு பெற்ற நிறுவனங்கள் தங்கள் பங்குகளை விற்கக் கூடாது என்று தொலைதொடர்பு விதிகள் எல்லாம் தெளிவாகத்தான் இருந்தன. இதை லாக் இன் பீரியட்' என்று அழைக்கிறார்கள். குறைந்த விலையில் ஒதுக்கீடு பெற்று, வெளிநாட்டு நிறுவனங்களுக்கு பங்குகளை விற்று கொள்ளை லாபம் பார்க்கக் கூடாது என்பதே இதன் நோக்கம்.

ராசாவோடு திகாரிலிருக்கும் தொலைத் தொடர்புத் துறைச் செயலர், சித்தார்த் பெஹுரா ஏப்ரல் 2008-ல் ஓர் உத்தரவைப் போடுகிறார். பங்குகளை விற்பனை செய்வதற்குத் தடை என்று இருந்ததை, மற்றொரு நிறுவனத்தோடு இணைவதற்குத் தடையில்லை என்று மாற்றுகிறார்.

இரண்டும் ஒன்றுதான். நார்வேயைச் சேர்ந்த டெலிநார் நிறுவனத்துக்குத் தன் பங்குகளை விற்ற, யூனிடெக், டெலிநார் நிறுவனத்தோடு யூனிடெக் இணைகிறது என்று ஒப்பந்தம் போட்டு விட்டார்கள். அவ்வளவு தான்.

ஸ்வான் டெலிகாம் ஸ்பெக்ட்ரம் பெறுவதற்கு அரசுக்கு செலுத்திய தொகை, பனிரெண்டு ஆயிரத்து முந்நூற்று எண்பத்து ஆறு கோடி. தங்களின் 50 சதவிகித பங்குகளை, துபாயைச் சேர்ந்த எடிசலாட் நிறுவனத்துக்கு விற்ற விலை, 58 ஆயிரத்து நாற்பத்து ஒன்பது கோடி.

யூனிடெக் நிறுவனம், ஸ்பெக்ட்ரம் பெற 12 ஆயிரத்து, முந்நூற்று எண்பத்து ஆறு கோடி ரூபாயை அரசுக்குச் செலுத்தியது. நார்வேயைச் சேர்ந்த, டெலிநார் நிறுவனத்துக்கு 67.25 சதவிகித பங்குகளை விற்ற வகையில், 'யூனிடெக் நிறுவனத்துக்கு கிடைத்த வருவாய், 67 ஆயிரத்து தொள்ளாயிரத்து அறுபது கோடி.

இந்த இரண்டு நிறுவனங்கள் இவ்வாறு பங்குகளை விற்றதன் மூலமாக மட்டும், அரசுக்கு ஏற்பட்ட இழப்பு, ஒரு லட்சத்து ஆயிரத்து இருநூற்று முப்பத்தேழு கோடி. இது போக, டாடா நிறுவனம் தன் பங்குக்கு, 12 ஆயிரம் கோடி நஷ்டத்தை ஏற்படுத்தியது.

இதில் குறிப்பிடத்தகுந்த முக்கியமான விஷயம், ஸ்வான் டெலிகாம் நிறுவனத்தைப் போலவே, ஸ்பெக்ட்ரம் பெற்ற மற்றொரு நிறுவன மான, அலையஸ் இன்ஃப்ராடெக் நிறுவனமும், தனது மொத்த பங்கு களையும், துபாயின் எடிசலாட் நிறுவனத்துக்கே விற்பனை செய்தது.

இந்த விவரங்களை பரிசீலனை செய்கையில், யூனிடெக் மற்றும் ஸ்வான் நிறுவனங்களைப் போலவே, ஏறக்குறைய அனைத்து

நிறுவனங்களுமே, விதி மீறல் புரிந்தும், ஆவணங்களைத் திருத்தியும், தகிடுதத்தம் செய்தும் தான் ஸ்பெக்ட்ரம் ஒதுக்கீடு பெற்றுள்ளது என்பது தெரிய வருகிறது.

ஒரே ஒரு 'டிபி ரியாலிட்டி' நிறுவனம், லஞ்சமாக கலைஞர் டி.வி.க்கு 200 கோடி ரூபாய் கொடுத்த விவகாரம்தான் இப்போது வெளியே வந்திருக்கிறது. மற்ற நிறுவனங்களும் விதி மீறல் புரிந்துள்ளதால், அவர்களும் லஞ்சம் கொடுக்காமலா இருந்திருப்பார்கள்?

பாதுகாப்புக்கு அச்சுறுத்தல்!

2ஜி விவகாரத்தில் கரை புரண்டு ஓடிய லஞ்சப் பணத்தைத் தவிர்த்து இந்தியாவின் பாதுகாப்புக்கு அச்சுறுத்தல் விடக்கூடிய வகையில், பல்வேறு விவகாரங்கள் நடந்திருக்கின்றன. ஊழல் செய்து பணம் சம்பாதிக்கவேண்டும் என்ற பேராசையில், நாட்டின் பாதுகாப்புக்கே உலை வைத்திருக்கிறார்கள்.

ராசாவின் தயவால், 13 இடங்களில் செல்பேசி சேவையைத் தொடங்குவதற்கு ஸ்வான் நிறுவனத்துக்கு ஸ்பெக்ட்ரம் ஒதுக்கப் பட்டது. இதையடுத்து, ஒரு சில வாரங்களிலேயே, தனது 45 சதவிகித பங்குகளை துபாயைச் சேர்ந்த எடிசலாட் என்ற நிறுவனத்துக்கு ஸ்வான் நிறுவனம் விற்பனை செய்தது. இந்த விற்பனை மூலமாக ரூ.4,500 கோடி வருவாய் ஸ்வான் நிறுவனத்துக்குக் கிடைத்தது.

இந்த எடிசலாட், துபாயைச் சேர்ந்த நிறுவனம். பாகிஸ்தான், ஆப்கானிஸ்தான், சவூதி அரேபியா, எகிப்து, தான்சானியா ஆகிய நாடுகளில் தொலைபேசி சேவையை வழங்கி வருகிறது. இந்த நிறுவனத்தின் பின்னணியில் பாகிஸ்தான் உளவுத்துறையான ஐ.எஸ்.ஐ. இருப்பதாக உச்ச நீதிமன்றத்தில் 2ஜி விசாரணை நடந்த போது, தெரிவிக்கப்பட்டது. இந்தத் தகவலைப் பதிவு செய்து கொண்ட உச்ச நீதிமன்றம், இது குறித்தும் விசாரிக்குமாறு சி.பி.ஐ.க்கு உத்தரவிட்டுள்ளது.

எடிசலாட்டுக்கு தனது பங்குகளை-விற்றதோடு, சென்னையைச் சேர்ந்த ஜெனெக்ஸ் எக்சிம் என்ற நிறுவனத்துக்கும் 5.27 சதவிகித பங்குகளை விற்பனை செய்தது, ஸ்வான் நிறுவனம். எடிசலாட் இந்த 5.27 சத விகித பங்குகளையும், வாங்க முயற்சி செய்கையில் உள்துறை அமைச்சகம் தலையிட்டு தடுத்தது. காரணம் இந்நிறுவனம், ஆப்கானிஸ்தான் மற்றும் பாகிஸ்தானில் செயல்பட்டு வருவது. இது மட்டுமல்லாமல், ஹுவாய் என்ற சீன நிறுவனத்தோடு, எடிசலாட்டின் உறவும் ஒரு காரணமாகச் சொல்லப்பட்டது. ஹுவாய்

நிறுவனம், சீனாவின் ராணுவக் கட்டுப்பாட்டில் இருப்பதாகத் தெரிவித்தது உள்துறை.

ஐக்கிய அரபு எமிரேட்டில் செல்போன் சேவையை வழங்கி வந்த எடிசலாட் நிறுவனம் மீது உள்துறை அமைச்சகத்துக்கு சந்தேகம் வந்ததில் நியாயம் இல்லாமல் இல்லை. 'ப்ளாக் பெர்ரி' எனப்படும் செல்போன்களுக்கான சேவையை வழங்கி வந்த ப்ளாக் பெர்ரி, தனது வாடிக்கையாளர்களுக்கு ஒரு சாஃப்ட்வேரை வழங்கியது. இந்த சாஃப்ட்வேரை இன்ஸ்டால் செய்த உடன், போன்கள் அதிகமாக சூடாகத் தொடங்கின. பேட்டரியும் விரைவில் தீர்ந்து போனது. என்ன ஏது என்று விசாரித்தால், எடிசலாட் நிறுவனம், அனைத்து ப்ளாக் பெர்ரி போன்களிலும், ஒட்டுக் கேட்கும், சாஃப்ட்வேரை அனுப்பி யிருந்தது தெரிய வந்தது.

ஒவ்வொரு மெசேஜ் அனுப்பிய உடனும், அந்த மெசேஜின் நகலை, எடிசலாட்டின் சர்வருக்கு ப்ளாக் பெர்ரி போன், வாடிக்கையாளருக்குத் தெரியாமல் அனுப்பியது தெரியவந்தது. கடும் ஆட்சேபணைக்குப் பிறகு, அந்த சாஃப்ட்வேரை கைவிட்டது எடிசலாட். இதே போல, ஈரான் நாட்டிலும் தனது சேவைகளைத் தொடங்க இருந்த எடிசலாட்டுக்கு அனுமதி மறுத்தது அந்நாட்டு அரசாங்கம்.

இப்படிப்பட்ட நிறுவனத்துக்குத்தான் ஸ்பெக்ட்ரம் ஒதுக்கப்பட்டது. ஒட்டுக் கேட்கும் சாஃப்ட்வேரைப் பொருத்தி, ஐக்கிய அரபு எமிரேட் நாட்டில் ஒட்டுக் கேட்ட எடிசலாட், இந்தியாவில் ஒட்டுக் கேட்காதா? ஒட்டுக் கேட்டு, அத்தனை ரகசியங்களையும், பாகிஸ்தானுக்கு வழங்காது என்பதற்கு என்ன உத்தரவாதம்? மேலும், சீன நிறுவனத்துடனான அதன் கூட்டணி விஷயத்தை மேலும் சிக்கலாக்குகிறது.

இது தவிரவும், ஷாகித் உஸ்மான் பல்வா, இந்தியாவின் தேடப்படும் குற்றவாளிகள் பட்டியலில் முதலிடத்திலிருக்கும் தாவூத் இப்ராஹிமின் நெருங்கிய கூட்டாளி என்று கூறப்படுகிறது. 2006-ம் ஆண்டில் கோயங்கா என்ற நண்பரோடு சேர்ந்து தொடங்கப்பட்ட டிபி ரியாலிட்டி என்ற நிறுவனம், நான்கு ஆண்டுகளில், ரூ.950 கோடி லாபத்தை ஈட்டியது. தாவூத் இப்ராஹிமின் முதலீடுகளால்தான் பல்வா, இத்தனை பெரிய செல்வந்தரானார் என்றும், தனது சொந்த விமானத்தில் துபாய் சென்று வந்துள்ளார் பல்வா என்றும் உளவு அமைப்புகள் சொல்கின்றன.

செப்டம்பர் 2004-ல் மும்பையில் கைது செய்யப்பட்ட, ஸமிருத்தீன் குலாம் அனீஸ் என்பவர், தாவூத் மற்றும் அவர் தம்பி அனீஸ்

இப்ராஹிமின் ஏராளமான பணம், பல்வாவின் நிறுவனத்தில் முதலீடு செய்யப்பட்டுள்ளதாக வாக்குமூலம் அளித்துள்ளார்.

யூனிடெக் நிறுவனத்திடமிருந்து 49 சதவிகித பங்குகளை வாங்கிய டெலிநார், அந்தப் பங்குகளின் அளவை 75 சதவிகிதமாக உயர்த்துவதற்கு உள்துறை அமைச்சகத்தின் அனுமதியைக் கேட்டது. பாதுகாப்பு காரணங்களைச் சுட்டிக்காட்டி, அந்த அனுமதியை வழங்காமல் உள்துறை அமைச்சகம், நிறுத்தி வைத்தது.

இது மட்டுமல்ல! இந்த வருடம் பிப்ரவரி மாதத்தில், மகாராஷ்டிரா மற்றும் கோவாவுக்கான தலைமை போஸ்ட் மாஸ்டர் ஜெனரல், 2 கோடி ரூபாய் லஞ்சம் பெறும்போது சி.பி.ஐ. அவரைக் கைது செய்கிறது. அவரோடு சேர்ந்து அருண் டால்மியா என்ற நபரும் கைது செய்யப்படுகிறார். இந்த அருண் டால்மியா சுவிட்சர்லாந்து மற்றும் பல்வேறு வெளிநாடுகளில் ரகசியக் கணக்கு வைத்திருந்ததும், சீன நிறுவனமான ஹூவாய்க்கு ஏஜென்டாக செயல்பட்டு வந்ததும், இந்த டால்மியாவை ஓட்டல் அறைக்குச் சென்று பணத்தைப் பெற்றுக் கொள்ளும்படி சொன்னது ராசாவின் செயலாளர் சந்தோலியா என்பதும் சி.பி.ஐ. விசாரணையில் தெரியவந்தது.

ராசாவுக்கும் டால்மியாவுக்கும் சுற்றுச்சூழல் அமைச்சராக ராசா இருந்த போதே தொடர்பு இருந்திருக்கிறது. ஓர் ஆப்பிரிக்க நாட்டின் கௌரவ தூதர் என்று விசிட்டிங் கார்டு வைத்துக் கொண்டு, அமைச்சர் ராசாவின் அலுவலக அறைக்கு டால்மியா அடிக்கடி வந்து சென்றுள்ளார். ராசா தொலைத் தொடர்புத்துறை அமைச்சரானதும், டால்மியாவுக்கு சுக்கிர திசை அடித்தது.

டால்மியா கைது செய்யப்பட்டதும், அவர் வீட்டில் இரண்டு நாட்கள் தொடர்ந்து சி.பி.ஐ. அதிகாரிகள் சோதனை நடத்தினர். அப்போது ராசாவோடு டால்மியா இருந்த பல புகைப்படங்கள் கிடைத்தன. இந்த டால்மியா மூலமாக பி.எஸ்.என்.எல். நிறுவனத்துக்கு 20 ஆயிரம் கோடி ரூபாய் மதிப்புள்ள உபகரணங்களை வாங்குவதற்கு ராசா ஒப்பந்தம் போட திட்டமிட்டிருந்தார். ஆனால், மத்திய உளவுத்துறை மற்றும் உள்துறை அமைச்சக அதிகாரிகளின் எதிர்ப்பால், இது செயல்படுத்தப்படவில்லை.

இந்தக் கூத்துகள் ஒருபுறம் நடந்து கொண்டிருக்க, ஸ்பெக்ட்ரம் ஒதுக்கீடு பெற்ற நிறுவனங்கள், சத்தம் போடாமல், நூற்றுக்கணக்கான கோடிகளை கொள்ளையடித்துள்ளன. ஸ்வான் நிறுவனம், எப்படி ஸ்பெக்ட்ரம் பெறுவதற்காகவே உருவாக்கப்பட்ட ஒரு டுபாக்கூர் நிறுவனம் என்பதைப் பார்த் தோம். அந்த ஸ்வான் நிறுவனத்துக்கு 2000

கோடி ரூபாயை கடனாக தேசியமயமாக்கப்பட்ட வங்கிகள் கொடுத்துள்ளன என்றால் மாரடைப்பு வருகிறதா இல்லையா? இதில் முக்கியமான விஷயம் என்னவென்றால், ஸ்பெக்ட்ரத்துக்கான லைசென்ஸ் வழங்கப்படுவதற்கு முன்பே, ஸ்வான் நிறுவனத்துக்கு இந்தக் கடன் வழங்கப்பட்டுள்ளது என்பதுதான். பஞ்சாப் நேஷனல் வங்கி, ஸ்டேட் பாங்க் ஆஃப் இந்தியா, பேங்க் ஆஃப் பரோடா மற்றும் வேறு சில வங்கிகளும் ஸ்வான் நிறுவனத்துக்கு கடன் கொடுத்துள்ளன.

ஸ்வான் நிறுவனம் இப்படியென்றால், யூனிடெக் நிறுவனம் 10 ஆயிரம் கோடியை கடனாகப் பெற்றுள்ளது. ஸ்டேட் பாங்க் ஆஃப் இந்தியா மட்டும், யூனிடெக் நிறுவனத்துக்கு 8 ஆயிரம் கோடி ரூபாயை கடனாகக் கொடுத்துள்ளது. ஸ்பெக்ட்ரம் ஒதுக்கீடு செய்யப் பட்ட அந்த காகிதத்தை மட்டும் வைத்துக் கொண்டு, இந்தக் கடன்களை வங்கிகள் வழங்கியுள்ளன.

மத்திய விழிப்புப் பணி ஆணையம், ஸ்பெக்ட்ரம் தொடர்பாக சி.பி.ஐ. வழக்குப் பதிவு செய்யச் சொல்லி உத்தர விட்ட பிறகே இதில் பெரும்பாலான கடன்கள் வழங்கப் பட்டுள்ளன என்பது குறிப்பிடத் தகுந்தது. இத்தனை ஆயிரம் கோடிகளை ஏன் தனியார் வங்கிகள் ஒன்றுகூட வழங்க முன்வரவில்லை என்பது அர்த்தமுள்ள கேள்வி. ஏற்கெனவே ராசா அடித்த கொள்ளை பெரிய கொள்ளை என்றால், வங்கி அதிகாரிகள் மக்கள் பணத்தை எடுத்து இந்நிறுவனங்களுக்கு வழங்கியதன் மூலம், இவர்கள் ஒரு பெரிய நஷ்டத்தை ஏற்படுத்தி யிருக்கிறார்கள்.

2ஜி வழக்கு விசாரணையின் இறுதியில் இந்நிறுவனங்களுக்கு வழங்கப்பட்ட ஸ்பெக்ட்ரம் லைசென்ஸ் செல்லாது என்று முடிவாகி விட்டால், வங்கிகள் வழங்கிய இந்தப் பணத்தை திரும்ப வசூல் செய்யவே முடியாது போய்விடும். இது தொடர்பாக தனியாக ஒரு வழக்குப் பதிவு செய்து சி.பி.ஐ. விசாரித்து வருகிறது.

இந்த இமாலய ஊழல் உச்ச நீதிமன்றத்தின் மேற்பார்வையில் நடைபெற்று வருவதாலும், இது தொடர்பாக சிறப்பு நீதிமன்றம் அமைத்து வழக்கு விசாரணை துரிதமாக நடைபெறும் என்று உத்தர விட்டிருப்பதாலும், ஓரளவுக்கு நம்பிக்கை பிறக்கிறது. இந்த விவகாரத்தைத் தொடர்ந்த முயற்சிகள் மூலம், உச்ச நீதிமன்றம்வரை எடுத்துச் சென்று, இந்தியாவின் கவனத்தைத் திருப்பிய பிரசாந்த் பூஷணுக்கே இந்தப் பெருமைகள் உரித்தாகும்.

ஒருவேளை இந்த வழக்கு உச்ச நீதிமன்றத்தின் கவனத்துக்குக் கொண்டு செல்லப்படாமல் இருந்திருந்தால், ஸ்பெக்ட்ரம்

விவகாரத்தில் அரசுக்கு நஷ்டம் இல்லை என்று சொல்லி, நம்பவும் வைத்திருப்பார்கள். கூடவே, ஆயிரமோ, இரண்டாயிரமோ, ஸ்பெக்ட்ரம் ஊழலில் நமது பங்காகக் கொடுத்திருப்பார்கள். நாமும் இந்த இமாலய ஊழலை மறந்துவிட்டு, நமது வேலைகளைப் பார்க்கச் சென்றிருப்போம்.

இந்த புத்தகத்தின் மறுபதிப்பு வெளியிடப்படும் 2018ம் ஆண்டின் இறுதியில், 2ஜி வழக்கில் தீர்ப்பு வெளியாகி ஏறக்குறைய ஒரு வருடம் நிறைவு பெற்றுள்ளது. சிபிஐ மற்றும் அமலாக்கத் துறையின் மேல் முறையீடு டெல்லி உயர்நீதிமன்றத்தில் நிலுவையில் உள்ளது.

இந்தத் தீர்ப்பினால், திமுகவினரும், இவ்வழக்கில் சம்பந்தப்பட்ட அனில் அம்பானியின் ரிலையன்ஸ் குழும அதிகாரிகளும் மகிழ்ச்சியை வெளிப்படுத்தினர். இவ்வழக்கின் முக்கிய குற்றவாளியான ஆ.ராசா, இது குறித்து ஒரு புத்தகமே எழுதியுள்ளார்.

அப்படியென்றால் 2ஜியில் ஊழலே நடைபெறவில்லையா? நிச்சயம் நடைபெற்றது. காலம் காலமாக தொலைத் தொடர்புத் துறையில் இருந்த ஜாம்பவான் நிறுவனங்கள் ஒன்று கூட இந்த ஏலத்தில் பங்கு பெறவில்லை. புதிது புதிதாக இரவு முளைத்த காளான்களாக, தொலைத் தொடர்புத் துறையில் துளியும் அனுபவம் இல்லாத ரியல் எஸ்டேட் நிறுவனங்கள், இந்த ஏலத்தில் பங்கு பெற்றதும், அவர்களுக்கு சாதகமாக ஏலம் என்பது, முதலில் வருபவருக்கே முன்னுரிமை என்று மாற்றப்பட்டதும், கடைசி தேதி திடீரென்று மாற்றியமைக்கப்பட்டதும் ச் சுட்டிக் காட்டுகிறது?

தொலைத் தொடர்புத் துறை பெரிதாக வளர்ச்சியடையாத 2001ம் ஆண்டு விலையில், 2007ம் ஆண்டில் அலைக்கற்றை ஏன் வழங்கப்பட வேண்டும் என்பதே முக்கிய கேள்வி இல்லையா?

சாதாரணமாக பெரம்பலூரில், வண்டியில் சேலை வியாபாரம் செய்து கொண்டிருந்த, ஆ.ராசாவின் நண்பர் சாதிக் பாட்சா, திடீர் தொழில் அதிபரானதும், க்ரீன் ஹவுஸ் ப்ரமோட்டர் என்ற பெயரில் நிதி நிறுவனம் தொடங்கியதும் எதைக் காட்டுகிறது?

2ஜி விவகாரத்தில் பயனடைந்த ஒரு நிறுவனமான டிபி ரியாலிட்டீஸ் என்ற நிறுவனத்தின் துணை நிறுவனமான எடெர்னா டெவலப்பர்ஸ் என்ற நிறுவனம், சாதிக் பாட்சாவின் க்ரீன்ஹவுஸ் ப்ரமோட்டர்ஸ் நிறுவனத்தில் 2008ம் ஆண்டே 1.25 கோடி முதலீடு செய்ததும் ஆவணப்படுத்தப்பட்டுள்ளதா இல்லையா? பெரம்பலூரில் இருந்து சென்னையில் தொழில் தொடங்கிய ஒரு நிறுவனத்தில், மும்பையை

சேர்ந்த டிபி ரியலிட்டீஸ் என்ற பெரிய நிறுவனம் கோடிக் கணக்கில் முதலீடு செய்தது என்ன காரணத்துக்காக ?

சாதிக் பாஷா தொடங்கிய க்ரீன்ஹவுஸ் ப்ரமோட்டர்ஸ் நிறுவனத்தில், ஆ.ராசாவின் மனைவி பரமேஸ்வரியும், அவர் சகோதரர் கலியபெருமாள் இவர்களின் உறவினர்கள் ராமச்சந்திரன் கணேஷ் என்பவரும் இயக்குநர்களாக இருந்தது தற்செயலான செயலா ?

2ஜி விவகாரத்தில் பெரிதும் பயனடைந்த, சாதிக் பல்வாவுக்கு சொந்தமான டிபி ரியாலிட்டீஸ் நிறுவனம், ஆ.ராசாவின் நண்பரான சாதிக் பாட்சா தொடங்கிய க்ரீன்ஹவுஸ் ப்ரமோட்டர்ஸ் நிறுவனத்தில் 1.25 கோடியை முதலீடு செய்ததை ஒரு சாதாரண வியாபார தொடர்பாக பார்த்தது சிபிஐ நீதிமன்றம்.

சாதாரண வழக்கறிஞராக தன் வாழ்வை தொடங்கிய ஆ.ராசா, 27.92 கோடி வருமானத்துக்கு அதிகமாக சொத்துக்களை சேர்த்துள்ளதாக சிபிஐ பதிவு செய்துள்ள வழக்கு இன்னமும் நிலுவையில் உள்ளது என்பதை நாம் மறந்து விடக் கூடாது.

10 அக்டோபர் 2007 அன்றுதான் விண்ணப்பங்களை பெற கடைசி நாள் என்று தீர்மானிக்கப்பட்டிருந்தது. அந்தத் தேதியை 1 அக்டோபர் 2007 என்று மாற்றி உத்தரவிட்டது ஆ.ராசாதான் என்பது கோப்புகளில் இருந்து தெரிகிறது. ஆனால், இவ்வழக்கில் தீர்ப்பளித்த நீதிபதி ஓபி.சைனி, அதிகாரிகள், ஆ.ராசாவை சரியாக வழிநடத்த தவறி விட்டார்கள் என்று கூறுகிறார்.

யூனிடெக் நிறுவனம் 24 செப்டம்பர் 2007 அன்று, 2ஜி ஸ்பெக்ட்ரம் கோரி விண்ணப்பிக்கிறது. அதே நாளில், 1 அக்டோபர் 2007 விண்ணப் பிப்பதற்கான கடைசி தேதி என்ற அறிவிப்பு வெளியாகிறது. யூனிடெக் நிறுவனத்துக்காகத்தான் ராசா, கடைசி தேதியை மாற்றி அமைத்தார் என்பதுதான் சிபிஐ வழக்கு.

யூனிடெக் நிறுவனத்துக்கும், ஆ.ராசாவுக்கும் பல்வேறு கடிதப் போக்குவரத்துகள் இருந்தாலும் கூட, கடைசி தேதி ஏன் மாற்றியமைக்கப்பட்டது என்பதை நீதிமன்றத்தில், சாட்சிகளிடம் சரியான முறையில் கேள்விகளை கேட்டு சிபிஐ நிரூபிக்கத் தவறியது. இதை தனது தீர்ப்பில் சுட்டிக்காட்டிய நீதிபதி ஓபி.சைனி, ''அரசுத் தரப்பு, கடைசி தேதி குறித்து ஆ.ராசாவிடம் இரண்டே இரண்டு கேள்விகள்தான் கேட்டது. ஆ.ராசா, ஸ்வான் டெலிகாம் மற்றும் யூனிடெக் குழுமத்துக்காகத்தான் கடைசி தேதிகளை மாற்றிய மைத்தார் என்பது தொடர்பாக, கேள்விகளே கேட்கப்படவில்லை'' என்று குறிப்பிட்டுள்ளார்.

சிபிஐ தரப்பில் சாட்சியம் அளித்த பல்வேறு தொலைத் தொடர்புத் துறை அதிகாரிகள், ஏற்கனவே சிபிஐ அதிகாரிகளிடம் அவர்கள் அளித்த சாட்சியங்களை மாற்றிக் கூறினார்கள். இவர்களில் பலரை, சிபிஐ, பிறழ் சாட்சிகளாக கருதி, குறுக்கு விசாரணை செய்திருக்க வேண்டும். இது குறித்து தனது தீர்ப்பில் குறிப்பிட்டுள்ள நீதிபதி ஓபி.சைனி, ஆ.ராசாதான், கடைசி தேதியை மாற்றியமைக்க உத்தர விட்டார் என்பது குறித்து, சிபிஐ தரப்பு சாட்சிகளிடமே கேள்வி கேட்கத் தவறியது என்பதை குறிப்பிட்டுள்ளார்.

ஸ்பெக்ட்ரத்துக்கான லெட்டர் ஆப் இன்டென்ட் வரைவில் ஒரு முக்கியமான பத்தியை ஆ.ராசா நீக்கினார் என்பது சிபிஐ குற்றச் சாட்டு. இது, குறிப்பிட்ட சில நிறுவனங்களுக்கு சாதகம் செய்வதற் காக நீக்கப்பட்டுள்ளது என்பதும் குற்றச்சாட்டு. இவ்வழக்கில் சாட்சியம் அளித்த தொலைத் தொடர்புத் துறையின் நிதித் துறை இயக்குநர் ஷானவாஸ் ஆலம் என்பவர், தனது சாட்சியத்தில் "இந்த பத்தியை நீக்கலாம் என்பதை நான்தான் பரிந்துரை செய்தேன். ஆனால் யார் நீக்கியது என்பது தெரியாது" என்று மழுப்பலாக பதிலளித்துள்ளார். "சிபிஐயின் சொந்த சாட்சிகளே, சிபிஐயின் குற்றசாட்டுகளை ஆதரிக்கவில்லை" என்று, நீதிபதி தனது தீர்ப்பில் குறிப்பிட்டுள்ளது குறிப்பிடத்தக்கது.

நவம்பர் 2007ம் ஆண்டு, ஆ.ராசா மன்மோகன் சிங்குக்கு எழுதிய கடிதத்தில், கடைசி தேதியை மாற்றியது குறித்தும், முதலில் வருபவருக்கே முன்னுரிமை என்று ஸ்பெக்ட்ரம் வழங்கும் முறையை மாற்றியது குறித்தும், பிரதமரை தவறாக வழி நடத்தினார் என்பது சிபிஐ குற்றச்சாட்டு. அக்கடிதத்தில் ஆ.ராசா, ட்ராய் அமைப்பின் 29 ஆகஸ்ட் 2007 பரிந்துரைகளை தொலைத் தொடர்புத் துறை அமைச்சகம் ஏற்றுக் கொண்ட பின்னால், ஏராளமான விண்ணப்பங்கள் வந்துள்ளன, அதனால் கடைசி தேதியை மாற்றியமைப்பது அவசியம் என்று குறிப்பிடுகிறார்.

இதே விஷயத்தை தொலைத் தொடர்புத் துறை இணைச் செயலர் ஸ்ரீவத்சவாவும் குறிப்பிடுகிறார். ஆனால் இவை இரண்டையும் நீதிபதி நிராகரித்துவிட்டு, 29 ஆகஸ்ட் 2007 முதல், 24 செப்டம்பர் 2007 (கடைசி நாளை மாற்ற முடிவெடுத்த நாள்) வரை வெறும் இரண்டே இரண்டு விண்ணப்பங்கள்தான் நிலுவையில் இருந்தன என்றும் குறிப்பிடுகிறார். ஆ.ராசா, பிரதமருக்கு எழுதிய கடிதத்தில் வெறும் இரண்டே இரண்டு விண்ணப்பங்கள் வந்திருந்தால், ஏராளமான விண்ணப்பங்கள் வந்திருந்தன என்று எப்படி பொய்யான தகவலை கூறுவார். சரி ஆ.ராசாவின் கடிதம் பொய்யென்று வைத்துக்

கொண்டால் கூட, தொலைத் தொடர்புத் துறையின் இணைச் செயலாளர் எப்படி பொய்யான சாட்சியத்தை நீதிமன்றத்தில் கூறுவார். மேலும், ஒரு அமைச்சகத்தில், வந்துள்ள விண்ணப்பங்கள், பல பதிவேடுகளில் பதிவு செய்யப்பட்டிருக்கும். அந்த எண்ணிக்கையை கூட்டியோ குறைத்தோ சொல்ல முடியாது. நீதிபதி ஒபி.சைனி எப்படி இந்த முடிவுக்கு வந்தார் என்பது புதிராக உள்ளது.

2001 விலையில் 2007ம் ஆண்டில் ஸ்பெக்ட்ரம் விற்பனை செய்தது குறித்து, நிதியமைச்சகம்தான் எதிர்ப்பு தெரிவித்திருக்க வேண்டும். நிதியமைச்சக அதிகாரிகள், நிதியமைச்சரின் கவனத்துக்கு இந்த விவகாரத்தை கொண்டு சென்றிருக்க வேண்டும். அதனால், இதற்கான பொறுப்பு, ஆ.ராசாவுக்கு கிடையாது என்ற வினோத வாதத்தையும் நீதிபதி அனைவரையும் விடுதலை செய்ததற்கான காரணமாக கூறுகிறார்.

இது விசித்திரமாக இல்லையா? நிதிக்கு பொறுப்பான நிதியமைச்சகம் எதிர்ப்பு தெரிவிக்கவில்லை என்பதற்காக, 2001 விலையில் 2007ம் ஆண்டில் ஸ்பெக்ட்ரத்தை சம்பந்தப்பட்ட நிறுவனங்களுக்கு வழங்கி, அரசுக்கு 31 ஆயிரம் கோடி ரூபாய் இழப்பு ஏற்படுத்த ஆ.ராசாவுக்கு உரிமை உள்ளதா என்ன ?

30 செப்டம்பர் 2007 நாளிட்ட கடிதத்தில் அப்போதைய நிதியமைச்சர் ப.சிதம்பரம், 2001 விலையில், 2007ம் ஆண்டு ஸ்பெக்ட்ரம் விற்பனை செய்வதை தொலைத் தொடர்பு அமைச்சகம், மறுபரிசீலனை செய்ய வேண்டும் என்று கடிதம் எழுதியுள்ளார் என்பதையும் நீதிபதி குறிப்பிடுகிறார். அப்படியென்றால், நிதியமைச்சகம் எதிர்ப்பு தெரிவிக்கவில்லை என்று நீதிபதி கூறுவது எப்படி சரியாக இருக்கும்?

ட்ராய் அமைப்பின் தலைவர் நிருபேந்திர மிஸ்ரா, இவ்வழக்கில் சாட்சியமளித்தபோது, ஸ்பெக்ட்ரத்துக்கான கட்டணத்தை உயர்த்த வேண்டும் என்று ட்ராய் பரிந்துரைத்ததாக கூறினார். ஆனால், நீதிபதியோ, ''ட்ராய் பரிந்துரைகள் யாருமே புரிந்து கொள்ளும் வகையில் இல்லை. ட்ராய் நிறுவனம், கட்டணத்தை திருத்த வேண்டும் என்று கூறியதற்கான எந்த ஆதாரமும் இல்லை'' என்று தீர்ப்பில் எழுதுகிறார். மேலும், கட்டணத்தை திருத்தாமல், 2001 விலையிலேயே ஸ்பெக்ட்ரத்தை வழங்காமல் இருந்திருந்தால், தொலைத் தொடர்புத் துறையில் புதிய போட்டியாளர்கள் வராமல் போயிருப்பார்கள் என்ற வினோத விளக்கத்தையும் நீதிபதி அளிக்கிறார்.

ஸ்பெக்ட்ரத்தை வாங்கிய நிறுவனங்கள், ஸ்பெக்ட்ரம் ஒதுக்கப்பட்ட பின்னால், பல்வேறு வெளிநாட்டு நிறுவனங்களுக்கு தங்கள் பங்கின்

ஒரு பகுதியை விற்று, கோடிக் கணக்கில் லாபம் பார்த்ததை நீதிபதி கவனத்தில் கொள்ளவில்லை என்பது குறிப்பிடத்தக்கது.

ஆ.ராசாவின் உதவியாளராக இருந்து, இவ்வழக்கில் முக்கிய சாட்சியாக இருந்து, பின்னாளில் பாஜக கட்சிக்கு மாறிய காரணத்தால், ஆசிர்வாதம் ஆச்சாரியின் சாட்சியத்தையே முழுமையாக நிராகரித்தார் சைனி.

2ஜி வழக்கில் நீதிமன்றம் அளித்த தீர்ப்பின்படி பார்த்தால், பிரதமர் மன்மோகன் சிங், நிதியமைச்சர் ப.சிதம்பரம், நிதித் துறை செயலாளர், சட்டத் துறை அமைச்சகம் ஆகியவை, இல்லாத ஒரு கற்பனை காரணத்தால் பயந்து போய் ஆ.ராசாவை எச்சரித்ததாகத்தானே எடுத்துக் கொள்ள முடியும்?

சிபிஐ நீதிமன்றத்தின் தீர்ப்பு உயர்நீதிமன்றத்தால் அப்படியே ஏற்றுக் கொள்ளப்படும் என்று சொல்ல முடியாது. ஆ.ராசா சொல்வது போல, இவ்வழக்கில் ஊழலோ முறைகேடுகளோ நடைபெறவே யில்லை என்றும் சொல்ல முடியாது.

இது எல்லாவற்றுக்கும் மேலாக, 1 பிப்ரவரி 2014 அன்று, மூத்த வழக்கறிஞர் பிரசாந்த் பூஷண், 2ஜி வழக்கில் குற்றம் சாட்டப்பட்ட கனிமொழி, கலைஞர் டிவி எம்டி சரத்குமார், கலைஞரின் உதவியாளர் சண்முகநாதன் ஆகியோர், அப்போதைய உளவுத் துறை தலைவர் ஜாபர் சேட்டோடு, 2ஜி வழக்கில் ஆவணங்களை அழிப்பது, புதிய ஆவணங்களை உருவாக்குவது என்பது குறித்து பேசிய உரையாடல்களை வெளியிட்டார். இது குறித்து சிபிஐயிடம் ஒரு விரிவான புகாரும் அனுப்பப்பட்டுள்ளது. ஊழலே நடைபெற வில்லை என்றால் இந்த உரையாடல்கள் எதற்காக நடைபெற்றன?

2ஜி வழக்கு முற்றுப் பெறவில்லை. மேல்முறையீட்டில் நியாயம் கிடைக்கும் என்று நம்புவோம்.

15

வியாபம் ஊழல்: வசூல் ராஜா எம்பிபிஎஸ் ஸ்டைலில் மாபெரும் ஊழல்!

வசூல் ராஜா எம்பிபிஎஸ் படத்தில், கமல்ஹாசனுக்கு பதிலாக, வேறு ஒருவரை, நுழைவுத் தேர்வும், இதர தேர்வுகளும் எழுதுவது போல காட்சிகள் அமைக்கப்பட்டிருக்கும். அதை விட மிகப் பெரிய அளவில், மத்திய பிரதேசத்தில் நடைபெற்றதுதான் வியாபம் ஊழல். பீரங்கி வாங்குவது, பருப்பு வாங்குவது போன்ற பல்வேறு ஊழல்களை இந்தியா சந்தித்துள்ளது என்றாலும், வியாபம் போல ஒரு மாபெரும் சிக்கலான ஊழலைப் பார்த்தது கிடையாது.

மத்திய பிரதேச தேர்வு வாரியம் என்பது இந்தியில் வியாவ்சாயிக் பரிக்சா மண்டல் என்று அழைக்கப்படுகிறது. இதன் சுருக்கமே வியாபம். இந்த ஊழல் வெளியே வந்தது என்னவோ 2013ம் ஆண்டு தான் என்றாலும், தொண்ணூறுகள் முதலே இந்த மோசடி நடைபெற்று வருகிறது. இது தொடர்பாக முதல் வழக்கு 2000ம் ஆண்டு, மத்தியப் பிரதேசம் சத்ரபூர் மாவட்டத்தில் பதிவு செய்யப் பட்டது. 2004ம் ஆண்டில், கன்ட்வா மாவட்டத்தில் 7 வழக்குகள் பதிவு செய்யப்பட்டன. இந்த வழக்குகளெல்லாம் பதிவு செய்யப்பட்ட போது, இது அந்தந்த மாவட்டத்தில் நடக்கும் சிறிய முறைகேடு என்றே புரிந்து கொள்ளப்பட்டது.

2007-08ம் ஆண்டுக்கான தணிக்கை நடக்கும் சமயத்தில், வியாபம் துறையில் பல முறைகேடுகள் நடந்துள்ளதை தணிக்கை அறிக்கை சுட்டிக்காட்டியது. மருத்துவ நுழைவுத் தேர்வுக்கான விண்ணப்பங்கள் முழுமையாக அழிக்கப்பட்டதும் கண்டறியப்பட்டது. இதன் பிறகு, 2009ம் ஆண்டு புதிய புகார்கள் வரத் தொடங்கின.

2009ம் ஆண்டில், இந்தூரைச் சேர்ந்த கண் மருத்துவரான டாக்டர் ஆனந்த் ராய் பொதுநல வழக்கு ஒன்றை தாக்கல் செய்கிறார். அதே ஆண்டில், மத்தியப் பிரேதச முதல்வர் சிவராஜ் சிங் சவுகான், மருத்துவக் கல்வி இணை இயக்குநர் தலைமையில் ஒரு குழு ஒன்றை இந்த விவகாரத்தை விசாரிக்க அமைக்கிறார்.

2011ம் ஆண்டு, வியாபம் அதிகாரிகள், மருத்துவ நுழைவுத் தேர்வு எழுத வந்த 145 மாணவர்களை கண்காணிக்கிறார்கள். பெரும் பாலானோர் தேர்வு எழுத வரவில்லை. ஆனால் 8 பேர் வேறு மாணவர்களுக்காக தேர்வு எழுத வந்து மாட்டிக் கொள்கின்றனர். அவர்களைப் பிடித்து விசாரணை செய்ததில் இந்தூரைச் சேர்ந்த ஆஷிஷ் யாதவ் என்பவருக்கு பதிலாக கான்பூரைச் சேர்ந்த சத்யேந்திர வர்மா என்பவர் 4 லட்ச ரூபாய் பெற்றுக் கொண்டு தேர்வு எழுத வந்தது தெரிய வருகிறது. ஆனால் அவர்கள் கைது செய்யப்படவில்லை.

சிவராஜ் சிங் சவுகான் அமைத்த குழு அளித்த அறிக்கையில், 114 தேர்வாளர்கள் மோசடி செய்து மருத்துவர்களாகியுள்ளது தெரிய வருகிறது. பணக்கார குடும்பத்தை சேர்ந்த மாணவர்களுக்கு பதிலாக, பணியில் உள்ள மருத்துவர்கள், 10 முதல் 40 லட்சம் பெற்றுக் கொண்டு தேர்வு எழுதுவது வெளிச்சத்துக்கு வந்தது. இப்படி மோசடியாக வெற்றி பெற்ற மாணவர்களின் தேர்ச்சி ரத்து செய்யப்படும் என்று கூறுகிறார் சவுகான்.

அடுத்த ஆண்டு, 2012ல், ஆள் மாறாட்டம் செய்து தேர்வு எழுத வந்த 4 மாணவர்களை காவல் துறை கைது செய்கிறது.

வியாபம் என்பது பிரம்மாண்டமான ஊழல் என்பது முதன் முதலாக 2013ம் ஆண்டில் வெளிச்சத்துக்கு வருகிறது. 6 ஜூலை 2013ம் அன்று இரவு, இந்தூர் காவல்துறையினர், இந்தூர் நகரில் உள்ள பல்வேறு ஹோட்டல்களில் இருந்து 20 பேரை கைது செய்கின்றனர். அவர்களில் 17 பேர் உத்தரப் பிரதேசத்தை சேர்ந்தவர்கள். எதற்காகடா வந்துள்ளீர்கள் என்று கேட்டால், மத்தியப் பிரதேசத்தில் மருத்துவக் கல்வியை வளர்ப்பதற்காக வந்துள்ளோம் என்று கூறுகின்றனர். அவர்களில் ஒவ்வொருவருக்கும் ஆள் மாறாட்டம் செய்து

தேர்வெழுதுவதற்கு 50 ஆயிரம் முதல் ஒரு லட்சம் வரை வழங்கப்பட உள்ளதாக அவர்கள் தெரிவித்தனர்.

அவர்களை விசாரணை செய்ததில் டாக்டர் ஜெகதீஷ் சாகர் என்பவர்தான் அவர்கள் அத்தனை பேரையும் அழைத்து வந்தவர் என்பது தெரிகிறது.

ஒரே வாரத்தில் டாக்டர் ஜெகதீஷ் சாகர் கைது செய்யப்படுகிறார். அவரிடமிருந்து 317 மாணவர்களின் பட்டியல் கைப்பற்றப்படுகிறது. அவர் அளித்த வாக்குமூலத்தின்படி, வியாபத்தின் தேர்வு கட்டுப் பாட்டாளர் (Controller of Examinations) பங்கஜ் திரிவேதி என்பவர் கைது செய்யப்படுகிறார்.

பங்கஜ் திரிவேதியை ''பலமாக விசாரணை'' செய்தபோதுதான், இந்த முறைகேடுகள் மருத்துவ நுழைவுத் தேர்வோடு நிற்கவில்லை. வியாபம் நடத்திய முதுநிலை மருத்துவ நுழைவுத் தேர்வு, பால் பண்ணை ஆய்வாளர் பதவிக்கான தேர்வு, காவல் துறை உதவி ஆய்வாளருக்கான தேர்வு, ப்ளாட்டூன் கமாண்டர் தேர்வு மற்றும் காவலர் தேர்வு ஆகிய தேர்வுகளிலும் முறைகேடுகள் நடந்தது தெரிய வருகிறது.

அப்போதுதான் இந்த முறைகேடுகள் எப்படியெல்லாம் நடைபெறு கின்றன என்பதும் காவல்துறையினருக்கு தெரிய வருகிறது. மூன்று வழிகளில் முறைகேடுகள் நடைபெற்றன.

1) தேர்வு எழுதுபவருக்கு பதிலாக, நன்றாக படிக்கக் கூடிய வேறு ஒருவர் தேர்வு எழுதி ஆள்மாறாட்டத்தில் ஈடுபடுவார். தேர்வுக்கே வராமல் ஒருவர் அதிக மதிப்பெண்கள் பெறுவார்.
2) இஞ்சின் போகி முறை - இந்த முறையின் கீழ் தேர்வு எழுதுகையில், நன்றாக படித்த மாணவரை, சரியாக படிக்காத இரு மாணவர்களுக்கு இடையே உட்கார வைப்பார்கள். அருகில் உள்ள இருவரும், நன்றாக தேர்வெழுதும் மாணவரை பார்த்து காப்பியடித்து பாஸ் ஆவார்கள்.
3) ஆப்டிக்கல் மதிப்பெண் திருத்தம் – இந்த முறையின்படி, தேர்வெழுதும் மாணவர், தனது சொந்த விபரங்களை பூர்த்தி செய்யாமல் விட்டு விடுவார். அவருக்கு அதிக மதிப்பெண்கள் அளிக்கப்படும். பின்னாளில், மறு கூட்டலுக்காகவோ, ஆர்டிஐ மூலமாகவோ, அந்த வினாத்தாள் பெறப்பட்டு, தேவையான விபரங்கள் பூர்த்தி செய்யப்படும்.

மத்திய பிரதேச அரசு, இந்த ஊழலை விசாரிக்க சிறப்பு புலனாய்வுக் குழு ஒன்றை அமைத்தது. மார்ச் 2014ல், இந்த சிறப்பு புலனாய்வுக் குழு, ஒன்பது தேர்வுகளை விசாரித்து வருவதாகவும், இது வரை 127 பேர் கைது செய்யப்பட்டுள்ளனர் என்றும் தெரிவித்தது. 15 ஜூன் 2014 அன்று, மத்திய பிரதேசத்தின் பாஜக அரசின் முன்னாள் தொழில் நுட்பத் துறை கல்வி அமைச்சர் லட்சுமிகாந்த் சர்மா கைது செய்யப் பட்டார். ஒரே வாரத்தில் 100க்கும் மேற்பட்ட மருத்துவ மாணவர்கள் கைது செய்யப்பட்டனர். இந்த விசாரணைகளை நடத்தும்போது தான், எஸ்பிஐ வங்கி நடத்திய தேர்விலும் இதே போல முறைகேடுகள் நடைபெற்றது தெரிய வந்தது. ஓய்வு பெற்ற உயர்நீதிமன்ற நீதிபதி சந்திரேஷ் பூஷண் தலைமையில் மற்றொரு விசாரணை குழு அமைக்கப்பட்டது.

இந்த குழு விசாரணை நடத்திக் கொண்டிருக்கையிலேயே, இவ்வழக்கில் சம்பந்தப்பட்ட பல்வேறு நபர்கள் மர்மமான முறையில் இறக்கத் தொடங்கினர். இதையடுத்து, இந்த வழக்குகளை சிபிஐ விசாரணைக்கு மாற்ற வேண்டும் என்று அனைத்து எதிர்க்கட்சிகளும் குரல் கொடுத்தன. ஜூலை 2015ல், இது தொடர்பாக நடந்த உச்சநீதிமன்ற விசாரணையில், சிபிஐக்கு வழக்கை மாற்றுவது குறித்து எந்த எதிர்ப்பும் தெரிவிக்காத காரணத்தால் வழக்கை சிபிஐக்கு மாற்றி உச்ச நீதிமன்றம் உத்தரவிட்டது.

ஆளுனரின் பங்கு

வியாபம் ஊழலை விசாரித்த சிறப்புப் புலனாய்வுக் குழு, மத்திய பிரதேச ஆளுனர் ராம் நரேஷ் யாதவுக்கு இந்த வழக்கில் தொடர்பு இருப்பதை கண்டுபிடித்தது. 24 பிப்ரவரி 2015 அன்று, வனக் காவலர் தேர்வில் முறைகேட்டில் ஈடுபட்டதற்கான ஆதாரங்கள் கிடைத் துள்ளது என்று கூறி அவர் மீது குற்றப் பத்திரிக்கை தாக்கல் செய்தது. அவரது மகன் ஷைலேஷ், ஆசிரியர் தேர்வில் முறைகேட்டில் ஈடுபட்டுள்ளார் என்பது தெரிய வருகிறது. ஆனால் மார்ச் 2015ல், ஷைலேஷ் மர்மமான முறையில் இறந்து போகிறார். ஆளுனர் ராம் நரேஷ் யாதவ் தான் ஆளுனராக இருப்பதால் தன்னை கைது செய்யக் கூடாது என்று தாக்கல் செய்த மனுவை உச்சநீதிமன்றம் ஏற்றுக் கொண்டு, அவர் கைதைத் தடை செய்தது.

மர்ம மரணங்கள்

இந்த வழக்கில் சம்பந்தப்பட்டவர்கள், தொடர்ந்து மர்மமான முறையில் இறந்து வந்தனர். ஊடகங்களிலும், எதிர்க்கட்சிகளாலும் இந்த பிரச்சினை பெரிய அளவில் எழுப்பப்பட்டது. எதிர்க்கட்சிகள்

40 பேருக்கும் மேலாக இறந்து விட்டனர் என்று கூறினர். ஆனால் வழக்கை விசாரித்து வந்த சிறப்புப் புலனாய்வுக் குழு, பத்து பேர் மர்மமான முறையில் இறந்தனர் என்பதை ஒப்புக் கொண்டது. பின்னாளில் சிபிஐ விசாரணைக்கு உத்தரவிடப்படும் சமயத்தில், இந்த மர்ம மரணங்களையும் சிபிஐ சேர்த்து விசாரிக்க வேண்டும் என்று உச்சநீதிமன்றம் உத்தரவிட்டது.

சிபிஐ இந்த விசாரணையை முழுமையாக நடத்தி வரும் நிலையில், இந்த வழக்கு பல்வேறு கட்டங்களில் உள்ளது. சிலவற்றில் குற்றப் பத்திரிக்கை தாக்கல் செய்யப்பட்டுள்ளது. சில வழக்குகள் விசாரணையில் உள்ளன. எப்போது இந்த விசாரணைகள் முடியும், எத்தனை பேர் தண்டிக்கப்படுகிறார்கள் என்பதையும் பொறுத்திருந்து தான் பார்க்க வேண்டும்.

16

ஜெயலலிதா சொத்துக் குவிப்பு ஊழல்: 18 ஆண்டுகள் அலைகழிக்கப்பட்ட வழக்கு!

ஜெயலலிதா மற்றும் சசிகலா உள்ளிட்டோர் மீதான சொத்துக் குவிப்பு வழக்கு ஒரு வழக்கை எப்படியெல்லாம் இழுத்தடிக்கலாம் என்பதற்கான அற்புதமான உதாரணம். 1996ம் ஆண்டு பதிவு செய்யப்பட்ட அந்த வழக்கில் தீர்ப்பு வருவதற்கு 18 ஆண்டுகள் ஆகின. அதற்குள் அந்த வழக்கு பல்வேறு திருப்பங்களயும், தேக்கங் களையும் சந்தித்தது.

1991ம் ஆண்டு ஜெயலலிதா முதன் முறையாக முதல்வராக பதவியேற்றார். 1-7-1991 அன்று உள்ளபடி அவருடைய சொத்து மதிப்பு, 2 கோடியே 1 லட்சத்து 83 ஆயிரத்து 957 ரூபாய். 1996ம் ஆண்டு அவர் பதவியிழக்கையில், அவருடைய சொத்து மதிப்பு 66 கோடியே, 65 லட்சத்து, 20 ஆயிரத்து, 395 ரூபாய்.

1991-1996 ஆட்சி காலத்தில், ஜெயலலிதா மற்றும் சசிகலா வாரிச் சுருட்டிய ஊழல் பணம் கணக்கிலடங்காது. சாலையில் சென்று கொண்டிருக்கும்போது, பார்க்கும் கட்டிடங்களையெல்லாம் வாங்கத் துடித்தார்கள். விற்க மறுத்த சொத்தின் உரிமையாளர்கள் மிரட்டப் பட்டார்கள். பார்ப்பவர்களை மிரள வைக்கும் அளவுக்கு ஊழல் சர்வ சாதாரணமாகவும், வெளிப்படையாகவும் நடைபெற்றது.

எதிர்க்கட்சி திமுகவும், ஜனதா கட்சித் தலைவர் சுப்ரமணிய சுவாமியும், அப்போதைய ஆளுனர் சென்னா ரெட்டியை சந்தித்து புகார் அளித்தனர். சுப்ரமணிய சுவாமி வழக்கு தொடுப்பதற்கு ஆளுனர் அனுமதி அளித்தார். இதையடுத்து 6 ஏப்ரல் 1995 அன்று சென்னையில் நடந்த ஜனதா கட்சி பொதுக் கூட்டத்தில், அதிமுகவினர் ரகளையில் ஈடுபட்டனர். மேடையில் அமர்ந்திருந்த சுப்ரமணிய சுவாமி மீது கற்களும் முட்டைகளும் வீசப்பட்டன. 27 ஏப்ரல் 1995 அன்று, ஆளுனர் சென்னா ரெட்டியை மத்திய அரசு திரும்பப் பெறவேண்டும் என்று சட்டப்பேரவையில் தீர்மானமே இயற்றப்பட்டது.

1996ம் ஆண்டு நடந்த தேர்தலில், ஜெயலலிதாவுக்கு எதிராக, திமுக மற்றும் காங்கிரஸிலிருந்து பிரிந்து மூப்பனார் தலைமையில் உருவான, தமிழ் மாநில காங்கிரஸ் கூட்டணி உருவானது. இந்த கூட்டணிக்கு நடிகர் ரஜினிகாந்தும் தனது ஆதரவை தெரிவித்திருந்தார். ஊழல் என்ற ஒற்றை கருப்பொருளின் அடிப்படையில்தான் அந்த தேர்தலே நடந்தது. ஜெயலலிதாவே பர்கூரில் தோற்றார்.

ஆட்சியைப் பிடித்த திமுக, ஏற்கனவே அளிக்கப்பட்ட வாக்குறுதியின் அடிப்படையில், ஜெயலலிதா, சசிகலா, இளவரசி, வளர்ப்பு மகன் சுதாகரன் உள்ளிட்டோர் மீது சொத்துக்குவிப்பு வழக்கு பதிவு செய்யப்பட்டது. இது போக, டான்சி நிலம் வாங்கிய ஊழல், கொடைக்கானல் ப்ளசன்ட் ஸ்டே ஹோட்டல் ஊழல், கலர் டிவி வாங்கிய ஊழல், நிலக்கரி இறக்குமதி ஊழல் என்று ஜெயலலிதா மீது பல்வேறு ஊழல் வழக்குகள் பதிவு செய்யப்பட்டன.

எல்லா வழக்குகளிலும் தப்பித்த ஜெயலலிதா வசமாக சிக்கியது சொத்துக் குவிப்பு வழக்கில்தான்.

இந்த வழக்கு இறுதியாக உச்சநீதிமன்றம் வரை சென்று, ஜெயலலிதா தண்டனை பெறுவதற்கு முக்கிய காரணமாக இருந்தவர் இந்த வழக்கின் புலனாய்வு அதிகாரி நல்லமா நாயுடு. 1965ம் வருடம் உதவி ஆய்வாளராக பணியில் சேர்ந்தவர், ஆய்வாளராக பதவி உயர்வு பெற்ற பிறகு, முழுமையாக லஞ்ச ஒழிப்புத் துறையில்தான் பணியாற்றினார். டிஎஸ்பியாக பதவி உயர்வு பெற்ற பிறகும் லஞ்ச ஒழிப்புத் துறையிலேயே பணியாற்றினார். சொத்துக் குவிப்பு வழக்கில் அவரை நிபுணர் என்றே கூறலாம். 1995 இறுதியில் கூடுதல் எஸ்பியாக பதவி உயர்வு பெற்று லஞ்ச ஒழிப்புத் துறையை விட்டு வேறு பிரிவுக்கு மாற்றல் பெற்றார். ஆனால் திமுக ஆட்சிப் பொறுப்பேற்ற 1996ல், ஜெயலலிதா மீது சொத்துக் குவிப்பு வழக்கு பதிவு செய்ய வேண்டும் என்று முடிவு செய்ததும், அந்த வழக்கின்

புலனாய்வு அதிகாரியாக தேர்ந்தெடுக்கப்பட்டவர் நல்லம்மா நாயுடுதான். அவரின் தேர்வு சரியானதே என்பது அவர் தாக்கல் செய்த குற்றப் பத்திரிக்கையின் மூலம் தெரிய வந்தது. அத்தனை நுணுக்கமாக, கணக்கு வழக்குகளில் துளியும் தவறு நேராத வண்ணம் செய்தார்.

ஆனாலும், ஜெயலலிதாவால் இந்த வழக்கை 18 ஆண்டுகள் இழுத்தடிக்க முடிந்தது. 1996ல் கைது செய்யப்பட்டு 27 நாட்கள் ஜெயலலிதா சிறையில் அடைக்கப்பட்டபோது, அவர் அரசியல் வாழ்வு முடிந்து போனது என்றே பலர் கருதினர். ஆனால் 1998ம் ஆண்டு நடந்த பாராளுமன்றத் தேர்தலில், 18 எம்பி சீட்டுகளில் அதிமுக வெற்றி பெற்றது, ஜெயலலிதாவின் அரசியல் வாழ்வு முடிந்து விடவில்லை என்பதையே உணர்த்தியது.

சொத்துக் குவிப்பு வழக்கு விசாரணை சென்னை சிறப்பு நீதிமன்றத்தில் தொடங்கினாலும், ஆட்சி முடிவடைவதற்கு முன்னதாக விசாரணை நிறைவு பெறவில்லை.

1997 ஜூன் 4ஆம் தேதி சென்னை தனி நீதிமன்றத்தில் குற்றப் பத்திரிக்கை தாக்கல் செய்தனர்.

மறுநாள், 5-6-1997 அன்று வழக்கில் குற்றவாளியாகச் சேர்க்கப் பட்டுள்ள ஜெயலலிதா, சசிகலா, சுதாகரன், இளவரசி ஆகியோருக்குச் சம்மன் அனுப்பப்பட்டன. 1997 அக்டோபர் 21ஆம் தேதியன்று 2, 3 மற்றும் நான்காம் குற்றவாளிகளான சசிகலா, சுதாகரன், இளவரசி ஆகியோர் தாக்கல் செய்த விடுவிப்பு மனுவை தள்ளுபடி செய்து நான்கு குற்றவாளிகள் மீதும் தனி நீதிமன்றத்தில் குற்றச்சாட்டு பதிவு செய்யப்பட்டது. 259 சாட்சிகள் சேர்க்கப்பட்டனர். அதில் 39 சாட்சிகளைத் தவிர மற்றவர்களிடம் விசாரணை நடத்தப்பட்டது.

தனி நீதிமன்றம் அமைக்கப்பட்டதையும், தனி நீதிபதி நியமனம் செய்யப்பட்டதையும் எதிர்த்து ஜெயலலிதா தரப்பினர் சென்னை உயர்நீதிமன்றத்தில் வழக்கு தொடுத்தனர். இந்திய அரசமைப்புச் சட்டத்தைப் பின்பற்றியே விசாரணைக்கான ஏற்பாடுகள் செய்யப் பட்டுள்ளன என்பதால் ஜெயலலிதா தரப்பினரின் வழக்கு தள்ளுபடி செய்யப்பட்டது. அதனை எதிர்த்து ஜெயலலிதா தரப்பினர் உச்ச நீதிமன்றத்தில் செய்த மேல் முறையீடும் 14-5-1999 அன்று நீதிபதிகள் ஜி.டி.நானாவதி, எஸ்.பி.குர்துக்கர் ஆகியோரால் தள்ளுபடி செய்யப் பட்டது.

2001 சட்டப்பேரவை தேர்தலில் வெற்றி பெற்று, ஜெயலலிதா முதல்வராக பதவியேற்றார்.

சொத்துக் குவிப்பு வழக்கு விசாரணை, 2002 நவம்பரில் தொடங்கியது. நீதிபதி ஆர்.ராஜமாணிக்கம் என்பவர் முன்னிலையில் விசாரணை தொடங்கியது. ஏற்கனவே விசாரித்து முடித்த சாட்சிகள் 76 பேர் மீண்டும் வரவழைக்கப்பட்டு, விசாரிக்கப்பட்டனர். அவர்களில் பெரும்பாலானோர், பிறழ் சாட்சிகளாக மாறினர். அரசுத் தரப்பு சாட்சிகள் இப்படி பிறழ் சாட்சிகளாக மாறினால், அவர்கள் பிறழ் சாட்சிகளாக கருதப்பட்டு, குறுக்கு விசாரணை செய்யப்பட வேண்டும். ஆனால் முதலமைச்சர் குற்றவாளியாக இருக்கையில் எப்படி இது நடக்கும்? அதுவும் ஜெயலலிதா முதல்வராக இருக்கையில் நடக்குமா?

ஒரு குற்ற வழக்கில் சாட்சிகள் விசாரணை முடிந்த பிறகு, குற்றவியல் நடைமுறை சட்டம் பிரிவு 313ன் கீழ் குற்றவாளியிடம் கேள்வி கேட்க வேண்டும். ஒரு குற்றவாளிக்கு எதிராக சாட்சிகள் என்னென்ன சொல்லியிருக்கிறார்கள் என்று நீதிபதி குற்றவாளியிடம் கேள்வி கேட்பார். இந்த நடைமுறை சமயத்தில், குற்றம் சாட்டப்பட்டவர் எப்படி பதிலளிக்கிறார், எவ்வாறு நடந்து கொள்கிறார் என்பதை நீதிபதி கவனித்து, அதையும் தீர்ப்பு வழங்கும் சமயத்தில் நடைமுறையில் எடுத்துக் கொள்ள வேண்டும்.

ஆனால், இந்த நடைமுறை சொத்துக் குவிப்பு வழக்கில் பின்பற்றப் படவில்லை. ஜெயலலிதாவுக்கு 313 பிரிவு தொடர்பான கேள்விகள், அவர் வீட்டுக்கு கொடுத்து அனுப்பப்பட்டன. வழக்கறிஞர்கள் தயார் செய்த பதில்களில் ஜெயலலிதா வெறும் கையொப்பம் மட்டும் போட்டுக் கொடுத்தார்.

இந்த கட்டத்தில்தான் திமுக களத்தில் இறங்குகிறது. சொத்துக் குவிப்பு வழக்கின் விசாரணையை வேறு மாநிலத்துக்கு மாற்ற வேண்டும் என்று திமுக பொதுச் செயலாளர் அன்பழகன் உச்சநீதிமன்றத்தில் மனு ஒன்றை தாக்கல் செய்கிறார். அதில் சாட்சிகள் பிறழ் சாட்சிகளாக மாறியது, 313 மனுவின் கீழ், கேள்விகள் ஜெயலலிதா வீட்டுக்கு கொடுத்து அனுப்பப்பட்டது உள்ளிட்ட விவகாரங்கள் எடுத்துரைக்கப்பட்டன. லஞ்ச ஒழிப்புத் துறை முதலமைச்சரின் கட்டுப்பாட்டில் இருப்பதால் விசாரணை அதிகாரிகள் நியாயமாக நடந்து கொள்ள வாய்ப்பில்லை என்றும், விசாரணை அதிகாரிகள் சாட்சியங்களை கலைத்து ஜெயலலிதாவையும் வழக்கில் தொடர்புடைய மற்றவர்களையும் விடுவிக்க முயற்சிக்கக் கூடும் என்பதால் தமிழகத்திற்கு வெளியே சுயேச்சையான ஒரு அமைப்பின் மூலம் விசாரணை நடத்த உத்தரவிட வேண்டும் என்றும் அன்பழகன் தன் மனுவில் கூறியிருந்தார்.

வழக்கை விசாரணைக்கு ஏற்ற உச்சநீதிமன்றம் 28 பிப்ரவரி 2003 அன்று சொத்துக் குவிப்பு வழக்குக்கு தடை விதித்தது. 18 நவம்பர் 2003 அன்று

இவ்வழக்கை பெங்களுரு சிறப்பு நீதிமனறத்துக்கு மாற்றி உத்தரவிட்டது. நீதிபதிகள் தங்கள் தீர்ப்பில் வழக்கை மாற்றுவதற்கான காரணங்களாக பின்வருபனவற்றை குறிப்பிட்டிருந்தனர். "ஜெயலலிதா சார்பில் ஆஜரான வழக்கறிஞர் தனது வாதத்தில் அன்பழகன் அரசியல் எதிரி என்ற முறையில் இந்த வழக்கை உச்ச நீதிமன்றத்தில் தாக்கல் செய்திருப்ப தாகவும், அரசியல் காரணங்களுக்காகவே இந்த வழக்கு தொடுக்கப் பட்டிருப்பதாகவும் கூறியிருக்கிறார். இந்த வாதம் ஏற்புடையதல்ல.

ஜனநாயகத்தில் எதிர்க்கட்சிகளுக்கு அவைக்குள்ளும், அவைக்கு வெளியேயும் முக்கியமானதோர் இடம் உண்டு. ஆட்சியிலே இருப்பவர்களைக் கண்காணிக்க வேண்டிய முக்கிய பொறுப்பு எதிர்க்கட்சிகளுக்குண்டு. ஆட்சியிலே உள்ள கட்சியின் தவறான செயல்முறைகளையும், நடவடிக்கைகளையும் எதிர்ப்பதுதான் அவர்களுடைய முக்கியமான ஆயுதமாகும். பொதுவாக மக்களுடைய குறைகளை எதிரொலிக்கக் கூடியவர்களே இவர்கள்தான். அந்த நிலையில் எதிர்க்கட்சி என்ற முறையில் அன்பழகன் உண்மையில் மாநிலத்தின் அரசு நிர்வாகத்திலும், நீதி நிர்வாகத்திலும் அக்கறை உள்ளவராவார். அப்படிப்பட்டவரிடமிருந்து தாக்கல் செய்யப் படுகின்ற மனு, அரசியல் காரணத்திற்காக போடப்பட்ட ஒன்று என்று கூறி அலட்சியப்படுத்தக்கூடிய ஒன்றல்ல. இந்த வழக்கில் மனுதாரர் (பேராசிரியர் அன்பழகன்) பல நியாயமானதும், ஏற்கத்தக்கதுமான காரணங்களை அதாவது இதிலே நீதி மறுக்கத்தக்க வகையிலும், ஒரு தலைப்பட்சமாகவும் வழங்கக்கூடிய நிலை ஏற்படலாம் என்று வலுவான ஐயங்களை எழுப்பியிருப்பதை எங்கள் கருத்தின் அடிப்படையில் ஏற்கிறோம்" என்று உச்ச நீதிமன்றம் 18-11-2003 அன்று தனது தீர்ப்பில் தெரிவித்தது.

இதன் பிறகு வழக்கு குறித்த ஆவணங்கள் பெங்களுரு சிறப்பு நீதிமன்றத்துக்கு அனுப்பப்பட்டன. ஆனாலும், விசாரணை தொடங்கவில்லை.

2000ம் ஆண்டில் திமுக ஆட்சியில் இருந்த சமயத்தில், லண்டனில் ஹோட்டல் வாங்கியதற்காக இரண்டாவதாக ஒரு சொத்துக் குவிப்பு வழக்கை திமுக அரசு ஜெயலலிதா மீது போட்டது. லண்டனில் பெரிய எஸ்டேட் போல உள்ள இரண்டு சொகுசு ஹோட்டல்களை, ஜெயலலிதா தனது பினாமியான டிடிவி.தினகரன் பெயரில் வாங்கியுள்ளார் என்பது குற்றச்சாட்டு. அந்த வழக்கில் 2001ம் ஆண்டில், குற்றப்பத்திரிக்கை தாக்கல் செய்ய வேண்டும் என்று கடுமையான அழுத்தம் விசாரணை அதிகாரிக்கு அளிக்கப்பட்டது.

சு.அருணாச்சலம் என்கிற ஐபிஎஸ் அதிகாரிதான் இரண்டாவது சொத்துக் குவிப்பு வழக்கின் புலனாய்வு அதிகாரி. அவர் வழக்கு

ஆவணங்களை பரிசீலித்து விட்டு, டிடிவி.தினகரனை ஜெயலலிதாவின் பினாமி என்று நிரூபிப்பதற்கு போதுமான ஆதாரங்கள் இல்லை. ஆகையால் இந்த வழக்கில் குற்றப்பத்திரிக்கை தாக்கல் செய்ய முடியாது என்று கூறினார்.

ஆனால், தேர்தலை மனதில் வைத்து, அன்றைய முதல்வர் கருணாநிதி, லண்டன் ஹோட்டல் வழக்கில் குற்றப் பத்திரிக்கை தாக்கல் செய்தே ஆக வேண்டும் என்று பிடிவாதமாக இருந்தார். அதுவும் ஜெயலலிதாவுக்கு சாதகமாகவே இருந்தது. இரண்டு வழக்குகளையும் ஒன்றாக இணைத்து விசாரிக்க வேண்டும் என்று உச்சநீதிமன்றத்தில் மனு ஒன்றை தாக்கல் செய்தார். இந்த மனு விசாரணை முடிய 7 ஆண்டு களுக்கு மேல் ஆனது. இறுதியாக, மீண்டும் 2006ல் திமுக ஆட்சிக்கு வந்தவுடன், லண்டன் ஹோட்டல் வழக்கை வாபஸ் பெறுவதாக மனு தாக்கல் செய்ததை உச்சநீதிமன்றம் ஏற்றுக் கொண்டது.

அதற்கு பிறகுதான் விசாரணை தொடங்கியது. சென்னை சிறப்பு நீதிமன்றத்தில், மீண்டும் அழைக்கப்பட்டு, பிறழ் சாட்சிகளாக மாறிய சாட்சிகள் மீண்டும் விசாரிக்கப்பட்டனர். அவர்களை கர்நாடக அரசு சார்பாக நியமிக்கப்பட்ட அரசு வழக்கறிஞர் பிவி.ஆச்சார்யா ஒரு நேர்மையான வழக்கறிஞர். இந்த வழக்கை திறம்பட நடத்தினார். ஆனால், அவருக்கு கடுமையான நெருக்கடிகளை கொடுத்து, ஒரு கட்டத்தில் நான் இந்த வழக்கை நடத்த விரும்பவில்லை என்று அவர் ராஜினாமா செய்தார்.

அதன் பிறகு வந்த அரசு வழக்கறிஞரான பவானி சிங், அரசு வழக்கறிஞராக இல்லாமல், ஜெயலலிதாவின் வழக்கறிஞராகவே நடந்து கொண்டார். அதன் பிறகு, அந்த சிறப்பு நீதிமன்றத்தின் நீதிபதியாக இருந்த பாலகிருஷ்ணா ஓய்வு பெற உள்ளதால், அவருக்கு பணி நீட்டிப்பு வழங்க வேண்டும் என்று ஜெயலலிதா தரப்பில் வாதிடப்பட்டது. அந்த கோரிக்கை நிராகரிக்கப்பட்டது.

இறுதியாக மைக்கேல் டி குன்ஹா என்ற நீதிபதி முன்னிலையில் இந்த வழக்கு விசாரணைக்கு வந்தது. 18 ஆண்டுகளாக வழக்கை இழுத்தடித்த ஜெயலலிதாவுக்கு இனி வழக்கை எந்த காரணத்தினாலும் இழுத்தடிக்க முடியாது என்பது புரிந்தது. இறுதி முயற்சியாக எனக்கு பாதுகாப்பு இல்லை என்று ஒரு மனுவை தாக்கல் செய்தார் உச்சநீதிமன்றத்தில். கர்நாடக காவல்துறை ஜெயலலிதாவுக்கு முழுமையான பாதுகாப்பு வழங்க வேண்டும் என்று உத்தரவிட்டது.

27 செப்டம்பர் 2014 அன்று வழக்கின் தீர்ப்பு என்று அறிவிக்கப்பட்டது. இறுதி நேரம் வரை, நாம் விடுதலைதான் செய்யப்படப் போகிறோம் என்று ஜெயலலிதா நம்பினார்.

ஜெயலலிதா விடுதலை செய்யப்படுகிறார் என்ற தீர்ப்பு இதுதான் என்று, 20 பக்கத்துக்கு ஒரு தீர்ப்பை ஜெயலலிதாவிடம் அளித்ததாகவும் அதற்கு ஒரு பெரும் தொகை செலவிட்டதாகவும் தகவல்கள் கூறுகின்றன.

நீதிமன்றத்துக்கு சென்ற பிறகும் கூட ஜெயலலிதர தான் விடுதலை செய்யப்படப் போகிறோம் என்றே நினைத்துக் கொண்டிருந்தார். நீதிபதி குன்ஹா, அரசு வாகனத்தில் இருந்த தேசியக் கொடியை அகற்ற உத்தரவிட்டபோதுதான், ஜெயலலிதாவுக்கு நிலைமையின் விபரீதம் புரிந்தது. தீர்ப்பு வழங்க சிறிது கால தாமதம் ஆகும் என்ற நிலையில், நீதிமன்றம் ஒத்திவைக்கப் படுவதாக அறிவித்த சமயத்தில், ஜெயலலிதா நான் காரில் அமர்ந்து கொள்ளட்டுமா என்று கேட்டபோது அருகில் உள்ள அறையில் அமருங்கள் என்றார் நீதிபதி.

ஜெயலலிதா அதை சற்றும் எதிர்பார்க்கவேயில்லை. ஆனால் அவர் சார்பில் விரைவாக ஜாமீன் மனு தாக்கல் செய்யப்பட்டு ஒரு சில நாட்களிலேயே அவர் விடுதலை ஆனாலும், அவரால் அந்த அதிர்ச்சியை தாங்கிக் கொள்ள முடியவில்லை. 4 ஆண்டு கடுங்காவல், 100 கோடி அபராதம் என்பதை அவரால் ஏற்றுக் கொள்ள முடியவில்லை.

பின்னாளில், கர்நாடக உயர்நீதிமன்றத்தில், மேல் முறையீடு செய்து கணக்குப் பிழைகளோடு, அவசர கதியில் ஜெயலலிதாவை விடுதலை செய்து தீர்ப்பளித்தார் நீதிபதி குமாரசாமி. அதன் பிறகு கர்நாடக அரசு உச்சநீதிமன்றத்தில் மேல் முறையீடு செய்தபின், ஜெயலலிதா இறந்த பிறகு, அவர் மீதான குற்றச்சாட்டுகள் அவர் இறந்ததால் சிறை செல்லாமல் தப்பித்தார். இதர குற்றவாளிகளான சசிகலா, இளவரசி, சுதாகரன் ஆகியோர் தண்டிக்கப்பட்டு, இன்று கர்நாடகத்தின் பரப்பன அக்ரஹாரா சிறையில் தண்டனை அனுபவித்துக் கொண்டுள்ளார்கள்.

ஆயிரமோ, இரண்டாயிரமோ லஞ்சம் வாங்கும் அரசு ஊழியர்கள் விரைவாக தண்டனை பெற்று சிறை செல்கின்றனர். பணமும் செல்வாக்கும் படைத்தவர்களால், இந்திய நீதிமன்றங்களை எப்படி யெல்லாம் வளைக்க முடிகிறது என்பதற்கு ஜெயலலிதாவின் சொத்துக் குவிப்பு வழக்கு காலத்திற்கும் தலைகுனிந்து நிற்கப்போகிற எடுத்துக்காட்டு.